हसरे रुदन

'दिलीपराज प्रकाशन प्रा. लि.'च्या नवीन पुस्तकांची यादी व माहिती हवी असल्यास आपला पत्ता, दूरध्वनी क्रमांक किंवा Email आमच्या diliprajprakashan@yahoo.in या Email address वर पाठवावा किंवा आमच्याशी दूरध्वनी क्रमांक फॅक्ससहित : ०२०-२४४८३९९५/२४४९५३१४ /२४४७१७२३ यावर संपर्क साधावा. आमच्या वेबसाईटला एकदा अवश्य भेट द्या.

Website: *www.diliprajprakashan.com*

हसरे रुदन

(कथासंग्रह)

ग. वा. बेहेरे

 **दिलीपराज प्रकाशन प्रा. लि.**
२५१ क, शनिवार पेठ, पुणे - ४११ ०३०.

हसरे रुदन / Hasare Rudan

प्रकाशक
राजीव दत्तात्रय बर्वे,
मॅनेजिंग डायरेक्टर,
दिलीपराज प्रकाशन प्रा. लि.,
२५१ क, शनिवार पेठ, पुणे - ४११ ०३०

पुणे ४११ ००४

प्रकाशन दिनांक : १५ सप्टेंबर २०१३

प्रकाशन क्रमांक : २०३८

ISBN : 978 - 93 - 83988 - 19 - 9

टाइपसेटिंग
मधुराज प्रिंटर्स ॲण्ड पब्लिकेशन्स प्रा. लि.
स. नं. २९/८-९, पारी कंपनीजवळ,
धायरी, पुणे - ४११ ०४१

मुखपृष्ठ - हेमंत देशपांडे

आतील सजावट - रेषविश्व ॲड, सागर नेले

नाट्य व साहित्यसृष्टीतील एक
समीक्षक,
एक ताठ मानेचा माणूस
आणि
मतभेद असूनही मैत्री टिकवू शकलेला
एक भला मित्र
माधव मनोहर यास!

अनुक्रम

•१•

निळे निळे डोंगर

"वेडी!"

"हे हो काय पप्पा?"

"अगं, मी किती दिवस पुरणार तुला?"

"पुन्हा असं बोललात तर गट्टी फू! नेहमी कसलं मरणाचं बोलता हो. तुम्ही खूप खूप वर्षं जगणार आहात. ते बघा समोर दिसणारे भुरे डोंगर, या लाल वाटा, माथेरानसारखं सुंदर गाव जगात कुठं सापडणार नाही. पप्पा, तुम्हांला आवडते का हो माथेरान?"

कर्नल पटवर्धनांनी आपल्या मिशांवरून हात फिरवला. हातातील घोड्याचा लगाम किंचित ओढला. रेंगाळत चालणाऱ्या त्या घोड्याला मालकाचा इशारा समजला आणि ते एकदम जोरात निघाले. फक्त जाताना कर्नलसाहेबांचे खदखदून हसणे तेवढे संचितेच्या कानी आले.

रोजच्या क्रमानुसार चार-पाच मैलांची रपेट झाली होती आणि कर्नलसाहेब धनव्हिलाकडे परतले. संचितेला नेहमीची खूप कामे उरकायची होती. शिरीन पटेलकडे चहापान, चार-दोन नित्यपरिचित कुटुंबांची विचारपूस, कापडियाच्या दुकानातली नि मटनमार्केटमधली खरेदी, अशी कामे करून ती निवांतपणे चालत घरी येई. स्वाराशिवाय तिच्या खालची घोडी बंगलीच्या दारावर टकरा देत आवाज करून संतू माळ्याला जाणीव देई

आणि मग तो तिच्या दाण्यापाण्याची व्यवस्था करी.

चालत येतानाही संचिता सरळ घरी येईलच, असा भरवसा नसे. वाटेत भेटणाऱ्या कातकरी-वडारणीला, कुळवाड्या-मारवाड्याला चिडवून, एखाद्याला हसवून वाटेच्या मुलाला खांद्यावर घेऊन नाचत, गात, दंगा करीत ती दहाच्या सुमारास कशीबशी घरी पोचे. घरापेक्षा ती बाहेर रमे. वाटेतल्या झाडांवर, पक्ष्यांवर, फुलांवर, डोंगरपठारांवर, दऱ्या-खोऱ्यांवर ती खूश होती. काट्यांची भीती न बाळगता ती अनवाणी त्या लाल मातीतून भटकंती करी. तिच्या कोवळ्या पावलांना त्या लाल मातीचा स्पर्श फार फार सुखवी.

माथेरानचा परिसर तो केवढासा, बारा महिने तेराकाळ तिथे रहाणारी माणसे तरी किती थोडी. त्या तेवढ्याशा जगात कर्नलसाहेबांना जसे स्वतंत्र अस्तित्व होते तसेच किंबहुना थोडे निराळे संचितेलाही होते. संचितेचा जन्मसुद्धा माथेरानलाच झाला आणि आजवरचे सारे आयुष्यही याच विश्वात गेले. लग्नाचे नाव काढले, की ती संतापे. थोडे स्त्रीसुलभ लज्जेने, थोडे बापावरच्या प्रेमाने, थोडे या भूमीच्या लोभाने आणि थोडे या स्वच्छंद वागण्यावर बंधन पडू नये म्हणून. हवे कशाला लग्न? हे कर, ते करू नको, इथे बैस, तिथे नको, त्यापेक्षा हे सुबोध अनिर्बंध जीवन काय वाईट? पुरुष पुरुष ती काय मिजास? हे विश्व काय कमी सुखाचे आहे? बाबांची सावली आहे. हे देखणे घर आहे. मैत्रिणी आहेत, नोकर आहेत. कशाला मिजास हवी लग्नाची?

कर्नलसाहेबांनाही अनेक वेळेस चिंता वाटे ती संचितेची. या छोट्या जगाबाहेर न हिंडली-फिरलेली ही एवढीशी पोर! हिचे लग्न कुणाबरोबर अन् कधी होणार? ही संसारात रमणार कशी? आपल्यामागे या मुलीची चिंता कोण वाहणार?

कर्नलसाहेबांचे वय आता सत्तरीला आले होते. पण लष्करी ऐटीत काही उणे नव्हते. पावसाचे पाणी पडून काळवंडल्यावरच इमारतीची शान वाढावी, असे त्यांचे झाले होते. संचिता हाच काय तो प्रेमाचा आणि चिंतेचा विषय. त्याशिवाय होत्या रगेल-रंगेल धकाधकीच्या नि सन्मानाने भरलेल्या अशा आयुष्यातल्या अनंत आठवणी.

कर्नलसाहेब प्रथम माथेरानला आले तेव्हा माथेरान एक निवांत हुरहुरी भरविणारे स्वप्न होते. तिथे एवढी वर्दळ नव्हती. आजची गुजराथी, मारवाडी, बेंगरूळ संस्कृती नव्हती. इंग्रजांच्या राज्यातील शान, ऐट, स्वच्छता नि अदब होती. इमानदार, अदबशीर चपराशी, चविष्ट मद्य व भोजन पुनःपुन: पुरविण्यास

खडे होते. इंग्रजी आचारविचारांची अर्धीमुर्धी नक्कल करणाऱ्या पारशी पोरीबाळी, धड गुजराथी नाही धड मराठी नाही अशा इंग्रजी वळणाने बोलली जाणारी कानाला गोड वाटणारी पण अर्थबोध न होणारी पारशी समाजाची भाषा प्रामुख्याने ऐकू येत होती. इंग्रज अधिकाऱ्यांच्या उर्मट, छटेल नि बोबड्या आरोळ्या ऐकू येत होत्या. तो चमत्कारिक प्रसंग घडला नसता, तर माथेरान या शब्दाशी कर्नलसाहेब कधीच जखडले गेले नसते. सहजगत्या फिरायला म्हणून जावे, एकांतात एका स्त्रीची किंकाळी ऐकावी, त्या घरात धाव घ्यावी, पुढची पर्वा न करता दारूने धुंद झालेल्या एका इंग्रजाच्या मगरमिठीतून रतन वाडिया हिची सुटका व्हावी, सारेच अक्रित आणि अखेर-अखेर झाली ती फार फारच अकल्पित.

* * *

त्या वेळेस पटवर्धन माथेरानला आले होते, ते मोठ्या विमनस्क स्थितीत.

दुर्दैवाच्या एका चमत्कारिक प्रहाराने त्याचे सारे कुटुंबच्या कुटुंब उद्‌ध्वस्त झाले होते. बायको, मुले, आईबाप असे चांगले भरलेले खानदानी कुटुंब मोटारच्या भयंकर अपघातात सर्वस्वी नष्ट झाले. पटवर्धनांच्या भावनाशून्य आणि तटस्थ मनोवृत्तीलासुद्धा हा प्रहार सोसणे अशक्य झाले. त्यांना किंचित वेडाचा झटका आला आणि त्यांच्या वरिष्ठ अधिकाऱ्यांनी त्यांना सॅनिटोरियममध्ये राहून डॉक्टरी उपाययोजना करून घेण्याचा सल्ला दिला.

माथेरानला लष्करातून निवृत्त झालेल्या कॅप्टन मोदी यांच्या रुग्णोपचारगृहात पटवर्धन आले. कालांतराने त्यांची जखम भरत आली, तरी पुन्हा नोकरीवर हजर व्हावे, असे त्यांना वाटत नव्हते. नोकरी कशासाठी करावयाची? खूप प्यावे आणि त्याच धुंदीत माथेरानच्या साऱ्या आसमंतात वेडसरपणे भटकावे, यात त्यांचा वेळ जात होता.

एका सुनहऱ्या थंड अपरात्री नित्याप्रमाणे कर्नल पटवर्धन रानावनांतून भटकत होते आणि त्यांनी किंकाळी ऐकली.

आकस्मित आलेल्या किंकाळीने पटवर्धनांचा पुरुष जागा झाला.

एक इंग्रज अधिकारी एका पारशी मुलीवर अत्याचार करीत होता नि ती साहाय्यासाठी ओरडत होती.

धुंद झालेल्या कॅ. ब्रायनरचे सारे सामर्थ्य पटवर्धनांच्या एका पकडीतच लुळे पडले आणि शिव्या देत ब्रायनर चालता झाला.

त्या वेळी आधाराला म्हणून बिलगलेली वाडियाची कोवळी लुसलुशीत कन्या सिलू त्या डेरेदार वृक्षाला कायमचीच बिलगली.

निळे निळे डोंगर / ९

सिलूचे वय तेव्हा असेल वीसच्या आसपास. गाभुळलेल्या चिंचेप्रमाणे तिच्या तारुण्याला आंबटगोड रस पाझरू लागले होते. प्रकाश परावर्तित व्हावा असा रसरशीत गौरवर्ण, भरपूर खेळ, व्यायाम, आहार यांमुळे पोसलेला आणि तरीही नाजूकपणा राखलेला तिचा देह. पारशी मोकळेपणा, तोकडी, रंगीबेरंगी वेशभूषा.

माथेरानच्या रानातले ते स्वच्छंदी पाखरू पटवर्धनांच्या खांद्यावर विसावले आणि पटवर्धनांच्या त्या पुरुषी दर्शनाने खिळून राहिले. पंचवीस वर्षं उलटली तरी सिलूची ती घट्ट मिठी कर्नल पटवर्धनांना आठवत होती. सिलूने त्यांना तेव्हा जे मिठीत रुतवले ते खोलवर. संचितेच्या वेळी बाळंतपणात पटवर्धन मागे राहिले. संचिता मागे राहिली आणि सिलू मात्र कापराप्रमाणे उडून गेली.

पुन्हा एक प्रहार. पटवर्धनांचा वज्रदेह आणखी खचला.

संचिता जन्मली नसती, तर सिलू म्हणजे एक स्वप्नच उरले असते. केवढासा सहवास आणि केवढा बेबंद प्रणयाचा पूर.

सिलूच्या कोवळ्या देहाला राकट, तामसी तरीही मर्द पटवर्धनांच्या आक्रमक व्यक्तिमत्त्वाची विलक्षण भूल पडली. त्यांच्यावरच्या विलक्षण आपत्तीचे जेव्हा तिला ज्ञान झाले, तेव्हा तर ती स्वच्छंद जगावेगळी पोर त्यांच्या व्यक्तित्वाचा आडोसा बनली.

साऱ्या पारशी समाजाला झिडकारून, सर्वांचा रोष पतकरून तिने एक दिवस पटवर्धनांशी लग्न केले नि वर्तमानपत्रांना अनेक दिवस चर्चेला खाद्य पुरविले.

पटवर्धनांच्या नि तिच्या वयात, श्रीमंतीत, सवयीत, शरीरधर्मात केवढेतरी विलक्षण वैधर्म्य होते. हे शंभरनंबरी सोने स्वीकारताना पटवर्धनांना अवघडल्यासारखे झाले. त्यांना तर जगायला कारणच हवे होते. लढायला युद्ध हवे होते आणि रक्षण करायला रक्षणीय हवे होते. सिलूने त्यांना सारे पुरविले आणि पुनश्च पटर्वधन जगात आले.

पण पटवर्धनांना सिलू फार वेळ पुरली नाही. राक्षसी बळाच्या त्या पुरुषोत्तमाचे ते प्रेम तिला सोसण्यासारखे नव्हतेच. ते जुई-चमेलीचे फूल. प्रणयाच्या मस्तीत तिचा देह चुरगळत होता, हे तिचे तिलासुद्धा कळायला वेळ लागला. संचितेच्या संभवासाठी तिने जो सुखाचा हुंकार भरला असेल, तोच अखेरचा.

तिला गर्भारपण जड गेले. देह फुलायच्याऐवजी सुकत चालला. हलक्या हाताने, हळुवार स्पर्शाने पटवर्धनांनी तिला सुखविण्याचा प्रयत्न करावा; पण

तिला आवडत होते ते उग्रप्रकृती पटवर्धन. त्यांचा दांडगा, राकट आवेश तिला प्रिय होता, तिला सहन होत नव्हता तरी!

संचितेचा जन्म आणि सिलूचा मृत्यू अगदी बरोबर झाले.

आणि त्या दोन वर्षांतल्या अगम्य आठवणी नि सुखस्पर्शातून उरले ते फक्त हे संचित.

संचितेला पटवर्धनांनी फुलासारखी सांभाळली. कारण सांभाळण्याजोगे उरले होते ते फक्त संचितेच्या रूपाने. सिलूच्या लग्नामुळे दुरावलेल्या वाडिया कुटुंबाने सिलूच्या मृत्यूनंतर माथेरानची धनव्हिला संचितेच्या नावाने करून टाकली होती.

संचिता मोठी होत गेली, तसे तसे तिने नवेच रूप धारण केले. रानचे स्वच्छंद वातावरण, शिक्षणाचा काच नाही, लाड करायला कर्नलसाहेबांसारखा उमदा बाप, मग ती झपाट्याने वाढत गेली त्यात आश्चर्य काय? सिलूचे सौंदर्य नि पटवर्धनांची प्रकृती यांचा समन्वय तिच्या ठायी झाला होता. तिचा सर्व वेळ हुंदडणे, घोड्यावर बसणे, घरच्या नानाविध पशुपक्ष्यांची काळजी घेणे, बापाला वाचून दाखवणे यातच जात असे.

अलीकडे अलीकडे पटवर्धनांच्या अंत:करणात चिंता उद्‌भवू लागली होती ती तिच्या भवितव्याची. त्यात भर काल आलेल्या बातमीने.

भर सकाळी उमलत्या आनंदात कर्नलसाहेबांनी तो चिंताविषय गिळून टाकला नि ठरवले की, जेवायच्या वेळेस पाहू. म्हणूनच संचितेला तिचे दिनक्रम करावयास मागे सोडून ते घरी परतले होते.

सर्व खरेदी आटोपून संचिता घरच्या दिशेने निघाली. संचितेच्या हातात सामानाने भरलेल्या पिशव्या होत्या. नान्या कासार सामान घेऊन जायला खूश होता. कारण अशा वेळी त्याला पटवर्धनांच्या बंगलीतली खुशबूदार चाय मिळे. पण संचितेला अजून मध्ये थांबायचे होते. पोस्टमास्तरची लेक यमुना माहेरपणासाठी आली का नाही, ते पाहायचे होते.

ती त्या जड पिशव्या लीलया फिरवीत, तो छोटा रस्ता कापीत होती. तेव्हा भरधाव दौडत येणाऱ्या एका लष्करी अधिकाऱ्याची व तिची दृष्टादृष्ट झाली आणि ती चमकली. हाच तो संध्याकाळी आपल्याकडे आलेला जवान. एवढ्याशा वयात किती फिती? हा काल घरी आल्यावर याचे नि पप्पांचे काहीतरी बोलणे झाले आणि त्यानंतर पप्पा गंभीर झाल्याचे तिने ओळखले. आज सकाळी फिरायला गेल्यावर ती त्यांना त्या इसमाबद्दल विचारणार होती. पण सकाळीच कशाला चिंतेचा विषय, म्हणून तिने मूग गिळले.

उंच स्वरातल्या त्यांच्या त्या संभाषणाचा विषय काय असेल?

तोच जवान आज पुन्हा आपल्या घरी गेला होता की काय?

संचिता घरी आली, तेव्हा दरवाजातच पटवर्धन उभे होते. चिंतेने त्यांची मुद्रा हरखली होती. संचितेला पाहताच ते म्हणाले,

"संचू, आपल्याला पुण्याला जायला हवं, आजच्या आज!"

"म्हणजे?"

"ही धनव्हिला मिलिटरीच्या ऑब्झर्व्हेशन पोस्टसाठी हवी आहे सदर्न कमांडला."

"ऑब्झर्व्हेशन पोस्ट? ते कशाला?"

"आता लष्करासाठी ते एक नवीन प्रयोगशाळा काढताहेत. त्यासाठी मुंबईच्या जवळ, मुंबई दिसेल एवढ्या अंतरावर आणि खूप उंच असं ठिकाण त्यांना हवं आहे. इथं मला भेटायच्या निमित्तानं अनेक मिलिटरी ऑफिसर्स पूर्वी यायचे. त्यांपैकी कुणाचं तरी मन या वास्तूवर बसलं असणार आणि आता सदर्न कमांडच्या एखाद्या मोठ्या अधिकारावर राहून ही वास्तू त्यानंच या योजनेसाठी प्रपोज केली असणार."

"मग आता काय करणार?"

"अरे, म्हातारा झाला म्हणून पटवर्धन मेला नाही, आणि पटवर्धन मेला तरी वाडिया घराणंही माझ्या बेटीला या घराबाहेर जाऊ देणार नाही."

"मग मी जाऊन येऊ का मामाजींकडे, मुंबईला?"

"एवढी अजून पाळी आली नाही. प्रथम मी ब्रिगेडिअर परांजपेला भेटतो आणि सुनावतो चांगला. ही पोरं त्या वेळेला नुकती भरती झाली होती. ती माझा शब्द खाली पडू द्यायची नाहीत. कुणा मूर्खाच्या डोक्यातून ही कल्पना निघालीय ते एकदा पाहतो, नि त्याला अशी झणझणीत चपराक लगावतो, की देखते रहना!"

"पण तुम्हांला कोणी सांगितलं?"

"काल संध्याकाळी एक पोऱ्या-काय नाव त्याचं, राजेश्वरराव. हां राजेश्वररावच त्यानंच मला सांगितलं."

"आज पुन्हा का आला होता तो सकाळी?"

"तुला भेटला की काय?"

"नाही. मी आपला तर्क केला."

"तोच लेखी हुकूम मिळण्यापूर्वी काही करायचं असेल ते करा, असं

सांगायला आला होता.''

''त्याला परत येऊन सांगायची काय गरज?''

''कुणास ठाऊक!''

''मी त्याला भेटून येते पप्पा.''

''पण तू भेटून काय करणार बेटी?''

''तो काल का आला ते बरोबर पटण्यासारखं आहे. पण पुन्हा आज सकाळी त्यानं का यावं? हे मला चमत्कारिक वाटतं. मी येतेच त्याला भेटून.''

बापाच्या अनुमतीची वाट न पाहता संचितेने वस्त्रे बदलली. केस सारखे केले नि आपल्या घोडीला हाक दिली. तिची ही लाडकी कधीच ठाणबंद केली जात नसे. तिच्या आवाजासरशी ती बाहेर आली आणि एखाद्या इमानदार, अदबशीर चपराशाप्रमाणे मान मुरडून तिच्यासमोर खडी झाली.

पोस्टाच्या इमारतीपाशी आल्यावर तिच्या ध्यानात आले की, हा जवान राहतो कुठे ते विचारायचे विसरलोच आपण. काही हरकत नाही, मला या गावात सापडणार नाही अशी वस्तू आहे कुठे? तिने घोडीला गती देण्यासाठी पाय उचलले तो पोस्टाच्या काउंटरवर राजेश्वररावला पाहिल्यासारखं तिला वाटलं. तो टेलिफोन करत होता. ओरडून बोलत होता. काय ते स्वच्छ समजत नव्हते.

खाली उतरून ती राजेश्वरच्या पाठीशी उभी राहायला नि कॉल संपवून राजेश्वरने पाठीमागे पाहायला एकच गाठ पडली.

हीच मुलगी मघाशी पिशव्या उडवीत चालली होती. त्या वेळेलाच तिच्याकडे पाहावे, पाहात राहावे असे राजेश्वरला वाटले होते. पण घोडा तेज होता नि एकदम थांबला नसता नि थांबवला असता, तर बरे दिसले नसते.

एक धावते स्वप्न गेल्यागत त्याला वाटले होते, पण नशीब थोर असले, की विरलेले स्वप्न जागे होते. घुमलेले संगीत पुन्हा ऐकू येत होते.

संचिताने सफाईदार इंग्रजीत विचारले,

''आपण राजेश्वरराव काय?''

''होय देवीजी.'' अदबशीर लकबीने त्या हसतमुखाने उत्तर दिले. त्या लष्करी वेशातल्या तरुण देखण्या पुरुषाकडे पाहताना संचिता किंचित चमकली. कारण त्याची लष्करी ऐट त्याच्या बोलण्यात नव्हती. सफाईदार इंग्रजी, नाजूक नि लयबद्ध हालचाल अन् रुबाबदार छबी पाहून ती बावरली, ''मी काय करू शकतो आपल्यासाठी?....''

संचिता हसली.

"सांगा."

"तुम्ही काही करू नये, एवढीच विनंती आहे."

"समजलो नाही."

"आमची धनव्हिला रिक्विझिशन करू नये, बस एवढंच!"

"मला आपल्यासाठी हे करायला आवडलं असतं, पण कर्नल चौधरी या जागेबाबत फार हट्ट धरून बसले आहेत आणि कर्नलसाहेबांचा दिल्लीपर्यंत दांडगा वशिला आहे. आम्ही पुष्कळांनी त्यांची समजूत घातली. किती झालं तरी कर्नल पटवर्धन लष्करातला मोठा उमदा अंमलदार होता. त्याला काही विशेष महत्त्वाचं कारण नसता दुखवायचं कारण नाही. पण चौधरींनी अखेर ही जागा पक्की केली आहे, आणि पुढच्या व्यवस्थेसाठी प्रकरण वर गेलं आहे."

"मग तुम्ही काही करू शकणार नाही?"

"तुम्हीच आता म्हणालात की, मी काही करू नये म्हणून."

एकूण पोरगा मोठा गमत्याही होता. सावध होता. तो हे सारं संभाषण करीत होता, तेव्हासुद्धा संचितेला नीट निरखून पाहत होता. सभ्य रीतीने, पण तरीही सविस्तरपणे आणि त्या नजरेने संचितेचे पुरुषीपण दूर पळत होतं. अगदी नकळत ती लाजली. शरमली. शक्य तेवढे झाकायचा तिने यत्न केला. पण स्त्रीला जेव्हा सावरायचे असते, तेव्हा नियतीला आवरायचे नसते.

राजेश्वर उणापुरा साडेसहा फूट उंचीचा होता. धिप्पाड अंगाच्या नि बांध्याच्या संचितेलासुद्धा त्याच्यापुढे आपले लघुत्व जाणवले.

"येईल, करता येईल. त्याच कामी मी आता फोन केला होता सदर्न कमांडला."

"मग काय वाटतं तुम्हाला?"

"अरे, त्या म्हाताऱ्यावर कुणीही फिदा व्हावं असा आहे हा कर्नल पटवर्धन. चौधरीच काय चौधरीचा पितामह जरी कलमडला, तरी या चिवट म्हाताऱ्याच्या हातून ही धनव्हिला कोणी काढून घ्यायचा नाही. काय गप्पा मारतो, काय हकीकती, काय आठवणी! कोणीतरी त्या लिहायलाच हव्यात."

"तुम्ही का लिहीत नाही?"

"मी कुठला एवढा भाग्यवान?"

"का? मी बाबांना सांगेन."

"म्हणजे तुम्ही........?"

"हो, मी. मीच त्यांची मुलगी."

"तरीच!"

"तरीच काय?"

"बापाला शोभेल अशीच बेटी आहे."

"म्हणजे?"

"ते नाही सांगता यायचं. ते आम्हां पुरुषांचं सिक्रेट आहे."

"वा,वा! तुम्ही माझी बदनामी करता का स्तुती करता, ते तर कळलं पाहिजे!"

"स्तुती करतोय."

"तर मग नक्की काय ते कळायला हवंय."

"बायका स्तुतिप्रिय म्हणतात हेच खरं!"

"नि पुरुष खुशामते."

"तुम्हांला किती अनुभव आलाय?"

"नि तुम्हांला?"

"मी तर लष्करी अंमलदार, आम्हांला अनुभव घ्यायचा म्हटलं तर वाटेल तेवढा."

"मग मी तर काय धाक नसलेली श्रीमंत बापाची लाडकी पोर. चटोर लोकांचा नेहमी वावर असणाऱ्या एका हिल स्टेशनवर राहणारी."

"पण चटोरपणा करायला मुळात काहीतरी हवंय ना?"

"म्हणजे?"

"तुम्ही काय चटोरपणा करता!"

"का?"

"रानात उगवलेली फुलं शिवमंदिरातच जायची. ती कशाला जातील नायकिणीच्या केसांवर?"

"वा, वा! उगाच लष्करात शिरलात."

"म्हणजे लष्करात माणसानं रसिक असू नये की काय?"

"अच्छा, म्हणजे तुम्ही रसिक आहात तर!"

"हे मात्र चुकलं, आपली आपण एक स्तुती करी..."

"चला, घरी चला. बाबांची मी ओळख करून देते. बाबांना काहीतरी लिहायचं आहे. तुमच्यासारख्या रसिक लष्करी अमलदाराबरोबर गप्पा ठोकायला त्यांना खूप आवडेल. कदाचित तुम्ही त्यांना लिहायला भरीला घातलंत, तर लिहितीलही ते. चला, येणार?"

"आत्ता?"

"आत्ता काय नि मग काय? काही काम नाही ना विशेष?"

"संध्याकाळी परत जाईन म्हणतो."

"एवढ्या लवकर?"

"मग राहू म्हणता एखादा दिवस?"

"पाहा, राहिलात तर आवडेल बाबांना."

"नि तुम्हाला?"

"मलासुद्धा! मग तर झालं? पण कसे येणार तुम्ही? मी माझी घोडी आणलीय."

"मग मी काय पळत येऊ म्हणता तुमच्या मागे? मीही घेतो घोडा. एऽऽ"

आणि हलके हलके घोड्यावरून गप्पा मारता मारता त्या लाल वाटा वळणे घेऊ लागल्या.

"तुम्हाला माथेरान आवडलं की नाही?"

"आत्तापर्यंत आवडलं नव्हतं."

"म्हणजे?"

"तुम्ही भेटेपर्यंत."

"इश्श! मी भेटल्यावर काय इथं पाऊस पडला, की दव पडलं? काय फरक पडला इथं?"

"सगळाच! इथंसुद्धा साऱ्या गोष्टी होत्या. पण त्या माझ्या वाटत नव्हत्या. उपऱ्या डोळ्यांनी सौंदर्य जाणवत नाही. मघाशी एवढ्या तेढ्या कड्यावर पटवर्धनांची बंगली का, असा मला प्रश्न पडला होता नि आता..."

"आता काय?"

"आता वाटतंय एवढ्या जवळ का बांधली बरं ही बंगली?"

"बरेच चावट आहात हं!"

"सॉरी! माफ करा."

"इश्श! असं नाही काही. ओळखपाळख नसताना असं लाघट बोलणं चांगलं नाही."

"खरं आहे तुम्ही म्हणता ते. मी जरा वाहवलोच."

"नाही, तसं नाही हो."

"मग बोलू म्हणता तसंच."

"तसंही नाही."

आणि मग राजेश्वर मोठ्याने हसला.

संचिता लाजली. पहिल्यांदा वेलीला पाहिले फूल फुलावे तशीच लाज फुलली. वेलीला गुलाबी धुमारे फुटले आणि अकारण ती पुरुषी वळणाची स्त्री एकदम अधोमुख झाली. लहानखुरी वाटू लागली.

बोलावंसं वाटत होतं, पण शब्दांना ध्वनी नव्हता. मोठ्या प्रयासाने तिने विचारले, "इथे आलात ते सरकारी हुकमानं?"

"अर्थात!"

"आमच्या घरी आला ते काल?"

"तेही हुकमानंच."

"आणि आज सकाळी आलात ते?"

राजेश्वर जरा गोंधळला.

"तुम्ही वकील व्हा."

"ते का?"

"शब्दांत पकडायला पाहताय!"

"कोण पकडू देतंय?"

"पकडा!" असं म्हणत राजेश्वरने आपला घोडा संचितेच्या घोड्याजवळ नेला.

संचिता मनसोक्त हसली.

"मग सकाळी का आलात ते सांगता ना?"

"सांगायलाच पाहिजे का?"

"सांगितलेलं बरं नाही का? कारण नसता कुणाकडे कशाला कोण जाईल?"

"तेही खरं."

"मग सांगा ना."

राजेश्वर हसला. अगदी लगत जात तो म्हणाला, "काल काही बघायचं राहून गेलं होतं."

"काय?"

"धनव्हिलाचं सौंदर्य!"

"म्हणजे?"

"धनव्हिला सरकारला हवीय. पण धनव्हिलातलं सौंदर्य काही सरकारला

नको आहे. म्हटलं बरंच ऐकलंय, पाहू या लाभतंय का?''

"मग काही आशा?''

"काही दिसत नाही.''

"फिरून यत्न करून पाहा.''

"अहो, या गोष्टी यत्नाने मिळण्याजोग्या नाहीत. नशिबात असल्या तर मिळतात.''

"तर तर! कष्ट करायला नकोत आणि म्हणे हे मिळावं! ते मिळावं. तोंड उघडं ठेवून काही जांभूळ पडत नाही तोंडात.''

"मग काय करावं म्हणता?''

"अहारे! या फिती पाहिल्या की केवढा मोठा चतुर सेनानी असं वाटतंय! पण काही डावपेच नाहीत, गनिमी कावा नाही, मग युद्ध जिंकणार कसं?''

"आम्हांला युद्ध करावंच लागत नाही. शत्रूसमोर नुसतं उभं राहिलं, की शत्रू शरण!''

"तर अडलंय माझं!''

संचिता बोलून गेली नि त्यातून व्यक्त होणाऱ्या अर्थाने लाजून कोळ झाली.

नि मग रस्ता उलगडत गेला नवीन सौंदर्य देऊन.

नि घर आले तेव्हा दोघेही मुके होते.

कर्नल पटवर्धनांचे व राजेश्वरचे चांगलेच जुळले. राजेश्वराने नव्या लष्करी डावपेचांची, धोरणांची माहिती सांगता सांगता कर्नलना चांगलेच बोलके केले. विलायती मद्याच्या मंद सुगंधात, हिरव्या-पारव्या वृक्षांच्या सावलीत ते सुखसंवाद करीत होते. नि अधूनमधून संचितेकडे पाहत, प्रश्न विचारीत राजेश्वर तिला संभाषणात आणि आपल्या मनोमंदिरात ओढत होता.

कर्नल पटवर्धन मनात समजले होते. प्रेम हे असेच अकस्मात कोसळते. विद्ध करते. पण प्रेम करायला या मूर्ख मुलीला केव्हा यायला लागलं, हे मात्र शोध करूनही त्यांना गवसेना. ही मुलगी अशी अबोल, विनयशील, समंजस कशी झाली? डोळ्यांत विभ्रम, स्त्रीसुलभ मनोविकार आले कोठून? तिच्या हसण्यात गोडवा, लयबद्धता नि हे सारे अवघ्या दोन तासांत?

ही सिलूचीच प्रतिमा म्हटली पाहिजे. पौरुषाला भुलणारी, भुलल्यावर वेडावणारी आणि वेडावल्यावर नाद लावून घेणारी!

अवघ्या एक महिन्यानंतर राजेश्वरचे नि संचितेचे लग्न माथेरानलाच झाले.

संचितेला नाना रूपे आली. आणि सिलूच्या अनेक आठवणींची याद पटवर्धनांना तर आलीच; पण तिला सजलेली-नटलेली पाहून माथेरानच्या जुन्या नि जाणत्या सर्व स्त्री-पुरुषांना सिलूची याद आली. लग्नाचा सोहळा गाजला. शेकडो लष्करी जवान आपल्या मित्राला चतुर्भुज करायला आले. लष्करी बॅन्ड वाजला. लष्करी जेवणावळी, मद्याच्या फैरी, नाच सारे काही झडले नि त्या वेळेस कर्नल पटवर्धनांची वर्षे गळून पडली. ते तरुण झाले. त्यांनी राजेश्वराच्याच तडफेने लग्नात गोंधळ घातला.

लग्नसोहळा संपला. वर्दळ ओसरली. राजेश्वरची रजा संपली. संचिता सुखात मश्गूल होती. संचितेचे जायचे दिवस जवळ आले. बापाच्या विरहवेदनेपेक्षा राजेश्वरच्या संगतीची सुखे नि सुगंध तिच्यावर स्वार झाले होते. सत्तर वर्षांच्या म्हाताऱ्या बापाचे एकाकीपण हे तिच्या गावीही नव्हते.

पण राजेश्वरच्या होते. त्या माणसाचे मन मात्र संचितेपेक्षा कर्नलवरच जास्त बसले होते. कर्नलसाहेबांच्या युद्धक्षेत्रावरच्या नि प्रणयभूमीवरच्या अनेक कहाण्यांनी कर्नलसाहेबांच्या भोवती जे एक चमत्कृतीचे वलय उभे केले होते, त्यानेच तो थक्क झाला होता. त्यांच्या प्रेमवेलीवर तर लट्टू कुणीही झाला असता. कर्नलसाहेबांवर प्रेम करायला मात्र खऱ्या लढवय्याचेच मन हवे.

अगदी निरोपाच्या वेळेपर्यंत संचिता धुंदीत होती. पण फाटकाबाहेर पडताना जेव्हा व्हिला समजला जाणारा तो प्रचंड महाल, ती विस्तीर्ण बाग, सत्तर वर्षांचा तो दगडी पहाडासारखा बाप पाहताच आपण काय केले आहे, याची पूर्ण जाणीव तिला झाली.

आणि मग कर्नलसाहेबांच्या ऐवजी संचितेने हंबरडा फोडला.

पण कालचक्र थांबले नाही. थांबावयाचे नसते. शोक आवरून कर्नलसाहेबांनी संचितेला जागे केले. न उमजली गेलेली-जाणारी आणि व्यवहाराची भाषा ऐकवली. आपण आपल्या या सुंदर भूमीचा त्याग करतो आहोत, याची जखम घेऊन राजेश्वरच्या समर्थ हातांचा आधार घेत संचिता माथेरानच्या स्टेशनवर गाडीत बसली आणि मग हे साधंभोळं पाखरू पंख फडफडून विश्व निरखायला निघालं. जगातील साऱ्या सौंदर्याने वेडावले.

राजेश्वर संचितेला शोभणाराच पुरुष होता. उमदा, निरोगी, हसतमुख नि चळवळ्या. दुनियेची नवी नवलाई संचितेला समजावून देताना त्याने शिक्षकाची भूमिका पतकरली. तिच्या रानवट सौंदर्याचा आक्रस्ताळी स्वाद घेताना रसिकाची भूमिका पतकरली. संचिता सुखात पोहत होती.

तिची पत्रे पटवर्धनांना दिलासा देणारी असायची. प्रत्येक नव्या सुखाची, ती बापाला माहिती द्यायची. नवी गावे, नवे प्रवास, नव्या इमारती आणि जे जे उदात्त नि भव्य पाहिले जाई, ते ते बापाला कळविल्याशिवाय तिला राहवत नव्हते. ती लिही-

"पप्पा, काल आम्ही ताज पाहिला. आग्रा फोर्टच्या भव्य दर्शनाने विस्मित झालेल्या मला ताजचे तेवढे आकर्षण वाटले नाही. मलातरी रसिक वाटला नाही. राजतर ताजची सारखी चेष्टा करतो. दहा राण्या आणि हजार रखेल्या असणाऱ्या शहाजहानचे मुमताजवरचे प्रेम तरी कसले होते? मुमताजला किती मुले होती माहीत आहे बाबा? दहा, शेवटी ती मेली. तीही बिचारी बाळंतरोगाने. तिला गर्भारपण-बाळंतपण यांखेरीज फार थोडं आयुष्य भोगायला मिळालं. पण मोठ्या अमीरांचा गर्व सर्वत्र असतो. आपल्या अहंकाराचे, श्रीमंतीचे नि त्या काळच्या गुलामगिरीचे स्मारक म्हणजे ताजमहाल असे राज म्हणतो, ते पटते. त्याचे अनेक तर्कशुद्ध विचार ऐकवत नाहीत. तसेच ताजवरची टीका ऐकवत नाही.

"ताजमहाल मला तितका काव्यपूर्ण वाटला नाही, तरी त्याविषयीच्या दंतकथा, हकीकती, उत्तर हिंदुस्तानी वातावरण यांमुळे माझ्या मनातसुद्धा थोडी हुरहुर उत्पन्न झाली. इमारतीचे शिल्प सामान्य नि ठरीव ठशाचे वाटले. पण उर्दू शायरी, उमदी शब्दसंपत्ती यायोगे ताजची कहाणी मात्र दिलचस्प वाटते."

तिची पत्रे एवढी लांबलचक असत की, पटवर्धनांना ती पुरून उरत. त्यात माथेरानची पुन:पुन्हा आठवण असे. तिच्या संगतीत दौड केलेल्या सर्व वाटा, सूर्यास्त, सूर्योदय पाहताना रंगलेले नि काळवंडलेले निळे, काळे, भुरे डोंगर, घोड्यांचा बेबंद वेग सावरायला लावणारी चढी, वाकडी वळणे यांची हमेशा याद असे. नव्या सुखाच्या जागा नव्या जगाशी मिळत होत्या.

आणि अजून ऊन अंगावर वाळले नव्हते. दव अंगावर भिजले नव्हते. तोच दैवाचा आणखी एक आसूड पटवर्धनांना झेलावा लागला.

पहिल्या जखमा भरल्या तरी त्यांचे व्रण होते. आठवणी होत्या. सुखाच्या वेळी दु:खाच्या नि दु:खाच्या वेळी सुखाच्या चाळवण्या होत्या. तोवर न झेलता येईल असा तडाखा पुन्हा एकदा आला.

Rajeshwar met Air Crash. Start immmediately.

संचितेला परत आणण्यासाठी डेहराडूनला जाणे, एवढेच आता उरलेले होते.

पुन्हा संचितेपेक्षा आपले दु:ख कमी आहे हे ठरवीत ते माथेरानचा डोंगर उतरून संचितेकडे गेले नि तिचे सांत्वन करण्याचा यत्न करीत परत आले.

खचलेले पटवर्धन, संचिता व नोकर माथेरानच्या स्टेशनवर उतरले. संचिता येणार ही गोष्ट साऱ्यांना ठाऊक होती. जेवढ्या संख्येने संचितेला नि कॅप्टन राजेश्वरला निरोप द्यायला लोक जमले होते, त्याहून आता अधिक लोक स्टेशनवर जमले होते. आता नव्हता उत्साह, नव्हती मस्करी-चेष्टा. सृष्टी अचल झाली होती. अबोल झाली होती.

सर्वांनाच अंत:करणपूर्वक शोक झाला होता. खेडेगावची साधी, भोळी, सरळसोट माणसे होती ती! त्यांना उपचार ठाऊक नव्हते. घरच्या दु:खद प्रसंगांनी जशी माणसे व्याकूळ व्हावीत तशीच सारीजणं व्यथित झाली होती. जिचा सहवास त्यांना सर्वांपेक्षा प्यारा, जिची हालचाल हा सर्वांच्या जीवनाचा अर्थ, अशी त्यांची संचिता परत घरीच येत होती. पण आज तिच्या संगतीत सुख नव्हते, तर दु:ख होते. ती आता कायमची परतली होती. दु:खाने भरून, आणि हे दु:ख तिला आमरण भोगायचे होते.

गाडी आली. प्रथम पटवर्धन उतरले. ते आता आणखी दहा वर्षांनी म्हातारे झालेले होते. संचिता कशी दिसते, केव्हा दिसते याची वाट पाहत सारेजण उभे होते. संचिता उतरली. अश्रूंनी मनुष्यदेह धारण केला होता. सुस्काऱ्यांनी सजीवता धारण केली होती. तिची मान खाली होती.

कुणी काही बोलावयास धजावत नव्हते. बोलण्याची इच्छा मात्र तीव्र होती. पण भावनेचा क्षोभ अबोल झाला होता.

संचिता चालू लागली आणि तिचे लक्ष जेव्हा समोरच्या गुलमोहर झाडाकडे गेले, तेव्हा ती अकस्मात ओक्साबोक्सी रडू लागली.

याच पोस्ट ऑफिसच्या जवळच्या गुलमोहराखाली तिला कॅप्टन राजेश्वर प्रथम भेटला. इथेच तिला, स्त्रीला पुरुषाची आसक्ती का वाटते, ते समजले होते. याच गुलमोहराखाली राजेश्वरने तिला हरखून टाकले होते. इथेच पहिली शपथ झाली. तिथे या अनगट रांगडी रानाचा बगिचा झाला.

या गुलमोहराला सारे माहीत होते. पण आता राजेश्वर कुठे होता तिच्याजवळ?

राजेश्वरची आठवण होताच कितीतरी वेळ दाबून ठेवलेले रडे, अश्रू, हुंदके बाहेर पडले.

असेच दिवस चालले होते. उदास जीवनचक्र फिरत होते. दैनंदिन कामे होत होती. दुर्मुखलेला चेहरा फुलला नाही, की त्यावर हसू दिसले नाही. तिची

ही अवस्था पाहून तर पटवर्धन अधिकच दु:खी व्हायचे. राजेश्वरमुळे लिहायला घेतलेले पण बरेच दिवस अपुरे पडलेले 'गंजलेली तलवार' हे आत्मवृत्तपर पुस्तक त्यांनी लिहायला आरंभ केला. संचितेला डिक्टेशन घ्यावे लागे, मुद्रणप्रत तयार करावी लागे; आणि आपल्या बापाची पुस्तके, रोजनिशी, इंग्रजी पुस्तके यांच्या सहवासात वेळ दवडावा लागे. ती सारी कामे ती तत्परतेने करी; आस्थेने करी पण तिची खालची मान वर झाली नाही.

काही दिवसांनी पटवर्धन नि संचिता पूर्वीप्रमाणे पहाटेच्या घौडदौडीला निघाली. सवयीनं सारं घडत होतं. पण मन फुलत नव्हतं. दवाने आकाश भरले होते म्हणून प्रकाशाच्या तिरीपी धरतीवर पोचत नव्हत्या. घोडे दौडत नव्हते. इच्छा असूनही दौडत नव्हते. कारण आवर होता तो स्वाराच्या मांडीत. जोष गळालेला होता. चाल दुडकी पडत होती. तेज जनावरे लळतलोंबत चालली होती.

पटवर्धनांनी संचितेला दौडायची खूण केली आणि अगदी नकळत पायांनी मांडीखालच्या घोडीला सूचना केली.

आणि मग दवाने भिजलेल्या जमिनीवर पळत्या खुणा उमटू लागल्या. लयबद्ध गतीचे संगीत निर्माण केले.

भूमीने एक मनोहारी रूप धारण केले होते. गतीबरोबर आपोआप स्नायू मोकळे होऊ लागले आणि वाऱ्याप्रमाणे, प्रकाशाप्रमाणे, अगदी नैसर्गिक अवस्थेत गतीने अवतार घेतला.

दोन-तीन मैलांची दौड झाली, तेव्हा अगदी सवयीनुसार घोडे एकदम ठरलेल्या जागी थबकले आणि अगदी सहज पटवर्धन म्हणाले,

"किती सुंदर आहे हे दृश्य!"

"हं..."

"बघितलंस, अनेकदा पाहिलं तरी तृप्ती न होणारं हे निसर्गाचं निर्व्याज स्वरूप मला सदैव आनंदी ठेवतं. खरंच किती मनोहर, नाही?"

"हं."

"हा चिमुकला पर्वत आणि त्यावरची ही छोटीशी दुनिया. जगावेगळी निराळी, नि केवढी शांत. या स्थळाचं प्रेम कुणालाही वाटेल नाही संचिता!"

"हं."

"या बघ लाल वाटा नि वळणावळणांनंतर माना मुरडणारी ही सडक, धूसर पर्वतराजी; हे तुझ्यासाठी आज निराळे सौंदर्य धारण करून उभे आहेत."

"हं."

"काही बोल नं."

"काय बोलू?"

"काहीही बोल, पूर्वी तुला माथेरानचा केवढा अभिमान होता. आपल्या घराचा, येथल्या झाडांचा, रानांचा; या खेळण्यातल्यासारख्या दिसणाऱ्या रेल्वेचा, साऱ्यांचा. प्रत्येक गोष्ट तुला सुंदर दिसायची. आजही ती सुंदर नाही का? एवढं खरं, तू ताजमहाल, लाल किल्ला, गोल घुमट, दर्यामहाल, सिमला, मसुरी, उटी, कोडी इथली सौंदर्यं पाहिलीस; मग एवढं जग पाहिल्यावर या चिमुरड्या शांत गावंढ्या गावात तुला कशी चव वाटणार?"

"तेही थोडंसं खरं असेल. तेव्हा प्रत्येक नवी गोष्ट मला सुंदर वाटली. कारण देवाची सारी दुनिया त्या वेळेला मला सुंदर वाटत होती. पण आता प्रत्येक गोष्टीचं खरं स्वरूप नैसर्गिक अवस्थेत मला दिसतं आहे. हे कसले सुंदर डोंगर? नुसरे दगडामातीचे ढीग. ना आकार, ना विकार धुळीनं माखलेल्या या वाटा. तशीच ही धोकेबाज वळणं. कसलं सौंदर्य नि कसलं काय? सौंदर्य त्या वस्तूंत नव्हतंच मुळी. ते होतं माझ्या अंत:करणात आणि ज्याकडे पाहावं त्या गोष्टीला सुंदर-मनोहर करण्याची ताकद होती माझ्या मनाला. आता उरली आहेत सुतकी थडगी. आता उरली आहेत विफल स्वप्नं. त्यांतून सौंदर्य वाळून गेलंय."

असे बोलता बोलता तिला गरगरून आले. ती चटकन घोड्यावरून उतरली, नि गुडघ्यावर बसली. स्नायू एकदम आकसले. देह थरथरू लागला. पटवर्धन उतरण्यापूर्वीच ती ओकू लागली नि थोड्याच वेळात ग्लानी येऊन ती बेहोश झाली.

पटवर्धन सत्तरीला आले होते, तरी त्यांची ताकद शाबूत होती. विकल संचितेला त्यांनी उचलून घेतली नि ते तडक डॉक्टरांच्या घराच्या दिशेने चालू लागले.

प्राथमिक औषधोपचार नि तपासणीनंतर जाग्या झालेल्या संचितेला ते थापटीत म्हणाले, "बेटा, जागी झालीस?"

"काय झालं ते कळलंच नाही."

"कळलं तर काय देशील?"

"म्हणजे काय? असं घडलं तरी काय?"

"बेटा, मी आजोबा होणार आहे आजोबा."

"म्हणजे मी...?"

"होय बेटा, आई होणार आहेस. तू पण लक्षात ठेव, नियतीचा खेळ कधी क्रूर असतो; पण त्यांतसुद्धा अर्थ असतो. साऱ्या जीवितांतले रस आटून आयुष्य बेचव होऊन जातं. पण तेवढ्यात काहीतरी अनाकलनीय घडतं नि आयुष्य चवदार होतं. माझ्या उद्ध्वस्त संसारात तुझी आई आली नि सारं जग सुंदर झालं. दगडांना फुलं आली. काट्यांना मखमल आली, धुळीला सुगंध आला आणि आनंदाच्या झुल्यावर बसून मी अस्मानात गेलो, तेही सुख चव लागण्यापुरतं मिळालं, तोच झुला तुटला. धरणीवर पडणार होतो. सारं काही संपणार होतं. तोवर रडणं साकार झालं. गेली वीस-बावीस वर्षे तुझ्या रूपानं सिलू येथे वावरत होती नि माझी दुनिया आबाद होत होती. आता पुन्हा तशीच तुझ्या जीवनाची गत आहे. सुख गळून गेलंय असं वाटतं. पण नाही, पुन्हा नव्या सुखाची धार कोसळते आहे. त्यासाठी हात पुढे कर. पुन्हा या लाल वाटांवरून चालायला लाग. या वाकड्या वळणांत गुरफटून जा नि या निळ्या-काळ्या डोंगरावर नवी दुनिया उभार.''

बापाच्या मिठीत किंचित दु:खाने आणि अतीव सुखाने संचिता विसावली.

- ० - ० - ० -

.२.

हसरे रुदन

मी या बाजूला गेलोच होतो, म्हणून मी विमलच्या घरी वळलो. एरवी गावाबाहेर बंगल्यात राहणाऱ्या या माझ्या बालमैत्रिणीच्या घरी मी अलीकडे क्वचितच जाऊ शकत असे. पण आज गावाबाहेरच्या त्या वसाहतीतच एका मुंजीच्या समारंभाला मला जायचे असल्यामुळे मी विमलच्या घरी फेरी मारायचे ठरवले.

माझी आणि विमलची ओळख आज ३५ वर्षांची आहे. मी आणि ती बाळपणी शेजारच्या पाळण्यांतून एकमेकांशी गप्पा-गोष्टी करत होतो. सदाशिव पेठेतल्या एका जुनाट वाड्यातले आम्ही शेजारी. आम्ही म्हणजे रानड्यांची विमल आणि कानिटकरांचा बाळू म्हणजे मी. पुढे सदाशिव पेठेतून ती दक्षिणेच्या वसाहतीत गेली. तरीही तेव्हापासून अखंडपणे आमचा स्नेह चालू आहे. त्याच्या स्वरूपात पुण्याइतकेच फरक होत गेले. वादळे झाली. पण त्या स्नेहाच्या स्वरूपात म्हणण्यासारखा फरक पडला नाही.

तिच्या-माझ्या स्नेहाचे स्वरूप मला काही कळले नसते, ते एके दिवशी अकस्मात कळले. त्यामुळे जरी मी थोडा दुःखी झालो, तरी थोड्याच अवधीत मला अगदी सुटल्यासारखेही वाटले. गॅदरिंगहून परतताना त्या चांदण्या रात्री जे घडले, त्याने माझ्या उडत्या पाखराचे पंख कापून त्याला जमिनीवर

चालायला शिकवले. अगोदर विमल हे नाव घरातल्या फारच थोड्या लोकांच्या वापरात होते. प्रथम कौतुकाने तिचे नाव पठाण पडले. मग तिच्या धसमुसळ्या पुरुषी वागण्याने तिचे नाव पठाणच ठरले. अगदीच बालशाळेपासून ते आजपावेतो. त्यामुळे तिच्यासारख्या मुलीच्या आकर्षणातून मी मुक्त झालो ते बरेच झाले, असे म्हटले पाहिजे.

माझ्यासारख्या परिस्थितीतल्या माणसाकडं कॉलेजातील झकपक मंडळी विचित्र नजरेने बघत असत. हा इथे कशाला आला, हा भाव सतत त्यांच्या वागणुकीत असे. माझ्या बावळटपणाची, दारिद्र्याची टीका हा त्यांच्या चविष्ट संभाषणाचा विषय असे. पठाणचा स्नेह हेच काय ते माझे भूषण होते आणि इतरांच्या द्वेषाचे. नाही म्हणायला पठाणला भिऊन वागणाऱ्या, तिच्या पुरुषी सौंदर्यावर लुब्ध होणाऱ्या भृंगांना मात्र मला नाखूश करून चालणारे नव्हते.

पठाणचे रूप कसे होते, ते मला नीट सांगता येणार नाही; कारण एके काळी ते मला आकर्षक वाटले, तरी आज ते तसे वाटत नाही. तुळतुळीत, घोटीव, काळ्या शिसवीच्या लाकडापासून तिचा देह घडवला होता. तिच्या वर्णावर जी झळाळी होती, जे तेज होते ते फारच क्वचित पाहायला सापडते. काळेपणातले ते गोरेपण अवर्णनीय आहे. त्यात व्यायामाने कमावलेली सुदृढ मर्दानी काया तर डोळ्यांची तृप्ती करते. तिच्या रसरशीत करवंदी वर्णात तिच्या काळ्याभोर डोळ्यांमधली पांढरी बुबुळे आणि पांढऱ्या शुभ्र दातांची कबुतरी रांग अगदी उठून दिसे. हातांत कधी बांगड्या नसत की रिस्टवॉच. तिच्या भुंड्या हातांकडे, गळ्याकडे नि कानांकडे तर काही नसल्यामुळेच खुळे लोक बघत असत. पुरुषाप्रमाणे पाय टाकून जेव्हा ती सायकलवर स्वार होई, तेव्हा सायकलवर बसलेली मंडळी उतरून उभी राहत आणि तिला पोटभर पाहत. तिच्या वडिलांच्या मोटारीच्या चाकावर कधीकाळी ती असली, तर तिची काळीभोर 'ब्यूक' आणि ही काळीभोर मालकीण यांच्या तेजाने पादचारी दबून जात.

पठाणला तिच्या या विश्वात अन्य प्रतिस्पर्धी नव्हता. कारण असे रूप, बांधा, वर्तन हे जगात सापडण्यासारखे नव्हते. अजंठ्याच्या लेण्यांतून दगडी मूर्ती सजीव होऊन इकडेतिकडे फिरावी असे वाटे. पुरुषांची तिला कधी पर्वा नव्हती, तरी स्त्रियांच्या हक्कसंबंधांतही रस नव्हता. नोटीसबोर्डावर मुले नोटीस वाचून बघत असत, तेव्हा खुशाल त्यांच्या खांद्याला खांदा लावून ती उभी राही. चुकून नको तिथे आपली पाठ टेकेल म्हणून कॉलेजची शेळपट पोरंच अंग चोरून दूर होत. संध्याकाळी ती क्रिकेट नेटवर प्रॅक्टिस करणाऱ्या मुलांत

शिरून बोलिंग करी आणि विशेष म्हणजे चांगले करी. क्रिकेटच्या बारीकसारीक तपशिलांसकट खेळे-बोले-रसग्रहण करी. आपल्यात आणि इतर मुलांच्यात काही फरक आहे, हे महिन्यातून चारच दिवस ती मानत असावी- कदाचित!

कॉलेजच्या पहिल्या वर्षात मीसुद्धा थोडा उंडारलो होतो. घरची ऐपत नव्हती. तरीसुद्धा रंगीबेरंगी पातळे, स्नोपावडरींचे सुगंध, मागेपुढे डुलणाऱ्या केसांच्या पारंब्या यांत थोडाफार वेळ घालवण्याइतकी मनाची तयारी होऊ लागली होती. अशा त्या अवस्थेत तो प्रसंग घडला.

गॅदरिंगची ती रात्र होती. सर्वांचीच फुलपाखरे झाली होती. नाट्यघरातनं घरी जावे, असे वाटत नव्हते. नाटकांत मन गुंतून पडले होते. रंग पुसले तरी रंगत उरली होती. मिस् मिस् करीत कुणाबरोबर बोलत राहावेसे वाटत होते. या रूपाने साध्यासुध्या पोरीबाळी अस्मानातल्या पऱ्यांप्रमाणे दिव्य वाटत होत्या. त्यांच्या शेलाट्या आम्रदेहावर वसंताच्या मंजिऱ्या आल्यासारख्या वाटत होत्या. त्यांच्या डोळ्यांच्या विभ्रमाने मी विरघळत होतो. त्या पदरांच्या हालचालींने गुदमरत होतो. ज्यांना अर्थ नव्हता, असे शब्द फारच मधुर लागत. आग्रहाने प्यालेले, पाजलेले चहा नावाचे कळकट पेय, सखी, दासी, शिपाई असल्या चार-दोन वाक्यांच्या कामांची प्रशंसा- ''नाहीतरी तुम्हांला स्कोपच नव्हता'', ''तुमची एंट्री काय मस्त झाली!'', ''तुम्ही दिसत होतात खरोखरीच्या राजासारखे'', ''पेटीवाल्यामुळे तुमचे गाणे तेवढे रंगले नाही'', ''तुमच्या गोऱ्या रंगाला तो बुट्ट्यांचा शालू'', ''पुढल्या वर्षी कानिटकर, आपण सत्तेचे गुलाम करू या. तुम्ही व्हा वैकुंठ आणि मी होईन नलिनी!'' जग होते-नव्हते, मी मात्र या जगात नव्हतो.

पठाणच्या पुरुषी आवाजाने एकदम जागृतीत येऊन मी तिच्याबरोबर घरी जायला निघालो खरा, पण चांदणे मसाल्याचे दूध झाले होते. शिशिरातील रात्र नववधू झाली होती. मी गुलजार प्रियकर झालो होतो.

काय झाले ते कळले नाही. पण अंधाऱ्या कोपऱ्यात पठाणच्या सुस्तावलेल्या चंदनी स्पर्शाने मी बावचळलो आणि तिच्या लाकडी ओठांना स्पर्श करण्याचा मी यत्न केला.

एरवी एकाची दोन थोबाडे झाली असती, जन्माचा स्नेह तुटला असता, गावभर बदनामी झाली असती, तरी मला शरम वाटली नसती. पण तिच्या पुरुषी मनगटाने माझा हात धरला. एवढ्या जोराने की स्वर्गातून मी भूमीवर आलो. शांत डोळ्यांनी ती एवढेच म्हणाली, ''पुन्हा असे काही करू नकोस.

ध्यानात ठेव.''

त्या प्रसंगाने मी मात्र एकदम बदललो. कॉलेजात मला रसच वाटेना. माझी दुनिया बदलून गेली. पठाणचा आग्रह मोडून मी कॉलेज सोडले आणि एस.टी.सी. क्लासमध्ये नाव घातले. मास्तर झालो. यथावकाश लग्न केले. मुलाबाळांचा पांढरपेशा संसार चारचौघांप्रमाणे रेटत आणला.

पठाणचे नि माझे संबंध त्या प्रसंगानंतर दुरावण्याऐवजी अधिक निकट झाले. वासनेचा भाग त्यातून लोपून गेला. स्त्री म्हणून तिला मी वागवायचे नाही आणि पुरुष म्हणून मला तिने वागवायचे नाही, असे म्हटल्यावर मग काय अंतर उरलेच नाही, आणि तिची-माझी मैत्री जगाच्या डोळ्यांत चांगली सलण्याइतकी भरभरत गेली.

पठाणच्या आयुष्यातल्या सर्व स्थित्यंतरांत मी सहभागी होतो. भावापेक्षा-काका-मामापेक्षा जवळचे पण प्रियकरापेक्षा दूरचे असे काहीसे विचित्र नाते तिच्या-माझ्यात उद्भवले होते. ती मलाच पुरुष मानायला तयार नव्हती, का स्वतःला स्त्री मानायला तयार नव्हती, हे मला फारसे कळत नव्हते. ती माझ्याशी अगदी मोकळेपणाने वागे. माझ्यासमोर कपडे बदलताना तिला शरम वाटत नसे, क्वचित काचोळी, अंतर्वस्त्रं वेडीवाकडी दृष्टीस पडली, तरी तिला वावगे वाटत नव्हते. ओलेत्याने ती माझ्यादेखत ड्रेसिंग टेबलावर सौंदर्यप्रसाधनासाठी बसे. समोर एक तरुण आहे आणि तिच्या त्या पुष्ट देहाच्या निरोगी सौंदर्याचा लोभ त्याला जडला होता, हे तिच्या ध्यानात येत नव्हते. माझ्या डोळ्यांची आग तिला जाळत नव्हती. माझ्या स्पर्शाने तिच्या देहावर रोमांच उठत नव्हते. माझ्या पौरुषाने तिच्या देहातल्या स्निग्ध ग्रंथी उत्तेजित होत नव्हत्या. तिला माझ्या ठायी काहीच दिसत नव्हते. दिसत होता तो एक समानतेचा विश्वास.

मैत्रिणीशी करावी अशी हितगुजे ती माझ्याशी करी. आपली दुखणी-खुपणी-व्यथा, वस्त्रांवरची भाष्ये यांविषयी ती माझ्याशी बोले. आपले हर्ष-खेद ती मला सविस्तर सांगे.

माझ्या लग्नात ती हिरिरीने राबली. माझ्यासाठी कोणतीही झीज- श्रमांची-पैशांची-अपमानाची तिने सहन करायचे बाकी ठेवले नव्हते. स्वतःसाठी काडीचा अपमान सहन न करणारी ही मुलगी माझ्या सांगीवरून माझ्यासाठी वाटेल त्या गोष्टीची याचना करायला तयार असे. मी तिच्याकडे गेलो नाही, तर ती सरळ आमच्या घरी येई. हसे-खिदळे, अंगचटीस येई. पहिल्यापहिल्यांदा माझ्या बायकोला कसेसेच होई, पण पठाणची ओळख पटल्यावर त्या दोघींचे जमले.

म्हणजे माझ्याबाबत बायकोनं शंका घेण्याचे संपले इतकेच. जाणेयेणे असे ते अर्थातच माझ्याकडेच.

एक दिवस एका साठे नावाच्या परिचयाच्या तरुण पुरुषाला पठाण माझ्याकडे घेऊन आली. साठे माझ्या परिचयाचा होता. बायकी चेहरा, मधुर इंग्रजी बोलणे आणि सर्वच गोष्टींभोवती काव्यवृत्तीचे वलय गुंडाळणे यांमुळे हा माझ्या ध्यानातही होता. पठाणचा वाङ्मयाशी नि कवितेशी संबंध येई, तो सत्तिगिरीच्या गाईडमुळे- त्यांमधून गाळून येईल तेवढेच वाङ्मय आणि कविता.

साठे नि पठाण बरोबर हिंडत. रात्री बारा वाजता सिनेमाहून बरोबर परत फिरत. दोघेच खडकवासला, कात्रज, विठ्ठलवाडी, चिंचवडसारख्या ठिकाणी सायकलवरून, गाडीतून पिकनिकला जात आणि ते सारे मला पठाण केव्हा केव्हा सांगे, रसाळपणे रवंथ करीत सांगे. शक्य असे तेव्हा ती आमच्याकडे त्याला घेऊनही येई. तो मुलगा मला चांगला वाटला. या स्नेहातून पठाणचे जर साठेशी लग्न झाले असते, तर कोणी विरोध केला नसता. पठाणच्या मानाने साठे अगदी पोरसवदा नि लहानसुद्धा होता, एवढाच काय तो असलाच तर खुपणारा फरक. पण एकदा पाण्यात पडल्यावर पाण्याशी जमवून घेता येते. मियी बिबी राजी तर... पण असे झाले नाही. साठेचे एका दुसऱ्याच मुलीशी जमले आहे, हे एके दिवशी पठाणने मला सहजगत्या, हसतखेळत काहीच न घडल्यासारखे सांगितले. मला वाईट वाटले. कारण सहचऱ्याचा असावा असा त्यांचा स्नेह होता. लोभ होता; पण पठाणला त्याचे काही वाटले नसावे, असे तेव्हातरी मला वाटले.

एक-दोन दिवसांनंतर मी तिच्याकडे गेलो असताना सहजगत्या तिची पर्स मी उचलली-उघडली. अडवायची इच्छा नजरेत असून केवळ तिच्या- माझ्या स्नेहासाठी तिने तोंडून शब्द काढले नाहीत. कारण तिच्यापाशी माझ्यापासून चोरण्याजोगे काही नव्हते. तिची कपाटे, पर्स, सर्वच गुप्त जागा माझ्यासाठी खुल्या होत्या. त्या अधिकारावर मी पर्स उघडली. त्यात एक साठेचे नाव असलेला लिफाफा होता. साठेला पाठविण्यासाठी तयार केलेला, वेळ चुकल्यामुळे न पाठवला गेलेला. पठाणच्या दगडी हृदयातून वाहणाऱ्या प्रेमगंगेवरचा तो बंधारा- अर्धवट ऐकलेल्या, चोरून दिसलेल्या, पुसट स्फुरलेल्या अनेक तरल शब्दांच्या आधारावर बांधलेला तो प्रीतीचा पूल. मला आश्चर्य वाटले, की पठाणच्या हातून एवढी मधुर भाषा, गोड याचना कशी आली? पण दगडांतसुद्धा थंड पाण्याचे झरे असतात.

मी ते पत्र शांतपणाने वाचले, घडी केली, पर्समध्ये ठेवले आणि पठाणकडे पाहिले. तिच्या काळ्याभोर डोळ्यांतून अश्रू पाझरले. मी फक्त तिच्याजवळ गेलो. मला मिठी मारत ती खूप खूप रडली. साठेला आपले प्रेम सांगायचे राहून गेले. पठाणची लग्नाची इच्छा नसावी. असे मानून चारचौघांसारखे लग्न साठेने ठरवून टाकले.

स्त्रीसुलभ लज्जा नाही. प्रेमाची जाणीव नाही. साठेला पठाणच्या मनाचा खेळ कळेना- तो थकला आणि एके दिवशी आपले लग्न ठरल्याची बातमी त्याने पठाणला ऐकवली. स्त्री स्वभावानुसार रडणे, मुसमुसणे याऐवजी तिने त्याचे अभिनंदन केले आणि थाप म्हणून पठाणला बनवायला गेलेला साठे चाट पडला.

केवळ आपल्या पुरुषीपणामुळेच पठाणने आपला पहिला प्रियकर गमावला.

आणि याच तिच्या पुरुषीपणामुळे तिच्या आयुष्यात पुन्हा एकदा विचका उडाला.

साठेवरच्या प्रेमाची कोवळी पालवी एका उन्हाळ्यातच गळून पडली आणि पठाणची शिसवी मूर्ती पुन्हा ताज्या दमाने पृथ्वीच्या पाठीवर चालत राहिली आणि पृथ्वीचे एक आवर्तन होण्यापूर्वी शांताराम रास्ते तिला भेटला. तो भेटला- तिच्यावर लुब्ध झाला- फिदा झाला आणिा गारद झाला.

शांताराम हा देखणा मुलगा अख्ख्या पुण्यात प्रसिद्ध होता. श्रीमंत जमीनदाराच्या लष्करी अधिकारपदावर असणाऱ्या या उमद्या मुलाने कित्येक मुलींचे सुस्कारे, उमाळे आजवर पचवले होते.

चांगल्या चांगल्या पोरींच्या हृदयात त्याला जागा मिळाली असती. सारे जग पाहूनही कधी न दिसणारे पठाणचे 'आगळे व्यक्तिमत्त्व' त्याच्या डोळ्यांना दिसले आणि तो झपाटला. पठाणला आपण आवडलो किंवा नाही, याचा विचार न करता तो तिच्यावर तुटून पडला. त्याच्या प्रेम याचनेच्या त्या झपाट्यात पठाण एके दिवशी अडकून गेली आणि दोघे विवाहबद्धसुद्धा झाली. हा विवाह म्हणजे वैधर्म्याचा एक जागतिक प्रकारच मानला पाहिजे. शांतू हा गोरापान राजबिंडा होता. उंच सडपातळ आणि प्रसन्न अशी त्याची देहयष्टी होती. खानदानी तेज त्याच्या वागणुकीत अवश्य दिसे. त्याचे आणि या जंगली पठाणचे जमले कसे-कुठे आणि कशासाठी, हा केवळ परमेश्वरी खेळ होता.

लग्नानंतर पठाण आणि शांतू काही दिवस निसर्गाच्या खेळात गुंतून गेली. शांतूचे पौरुष विमलला मोहवून गेले. एखाद्या भुकेलेल्या रानवट वाघिणीच्या

तृप्तीत विमल जग विसरून गेली. क्रौर्य विसरून गेली, पण वासनेचा हा नवा आविष्कार संपला आणि पाडाला लागलेल्या आंब्यांनी भरलेले झाड उतरावे तसे तिच्या देहाचे नि मनाचे झाले. वऱ्हाड गेल्यावर लग्नघर दिसावे, तसे तिच्या जीवनाचे झाले. लग्न हा वासनेचा सुसंस्कृत खेळ खरा; पण त्यातून जबाबदाऱ्या उत्पन्न होतात, थोडी देवाण-घेवाण करावी लागते, सुखाची-दुःखाची-रुचीची. ते विमलला जमले नाही. पड खाणे स्वभावात नव्हते. पड खाण्याची इच्छा नव्हती. माहेर श्रीमंत होते- स्वतंत्र होते. कितीही पुरोगामी असले, तरी आता होते ते सासर होते. कितीही सैल सोडले, तरी तिथे बंधन होते, ते राहणार होते.

हळूहळू दरेक गोष्टीत तेढ घेण्याची वृत्ती तिने वाढवली. क्षुल्लक गोष्टीला जुलूम, गुलामगिरी समजायचा तिचा सराव वाढला. प्रत्येक गोष्टीतले तिचे हट्ट वाढले. जुने मित्र यांच्या गप्पाटप्पा वाढत चालल्या. एका खानदानी जुन्या वळणाच्या घराला तडे जाऊ लागले. सहन करण्याच्या पलीकडे शांतूने, त्यांच्या आईवडिलांनी सहन केले. पण त्याची हद्द झाली. नवरा म्हणून नव्हे, पण साधा स्नेही म्हणूनसुद्धा शांतूला तिने अत्यंत कष्टी केले. तिला सोडायची इच्छा नसताना तिने दोघांचे जिणेच अशक्य करून सोडले.

अखेर माझ्याच मध्यस्थीने त्यांचे लग्न संपुष्टात आले. मीच बदफैलीपणाचा आरोप माझ्यावर घेतला. माझे नि विमलचे वाकडे संबंध आहेत या शांतूच्या विधानाला पूरक पुरावे करून दिले आणि त्यांना घटस्फोट मिळवून दिला.

शांतूच्या मनाला या साऱ्या गोष्टींचा मनस्वी त्रास झाला. अनेक दिवस त्याची मानसिक अवस्था कठीण होती. सृष्टिक्रमानुसार मरगळलेल्या झाडाला पालवी फुटली. शांतू माणसांत आला. पुन्हा फुलून गेला. विवाहबद्ध झाला. माझ्याच दूरच्या नात्यातील मुलीशी त्याचे लग्न झाले. या खेपेला मुद्दाम गरीब, सालस अशा मुलीशी त्याने लग्न केले आणि त्याचा संसार सर्वांनाच सुखावह झाला. आज त्या संसारातल्या एका मंगल प्रसंगाला, शांतूच्या मुलाच्या मुंजीला आलेल्या अत्याग्रहाच्या आमंत्रणामुळे मी हजर होतो.

पठाणने हा संसार अगदी क्रूरपणे उद्ध्वस्त केला. किंबहुना त्या दोन घरांत, व्यक्तींत आणि समाजात तो घटस्फोट गाजला. शांतू खालच्या मानेने समाजात वावरू लागला आणि तितक्याच उंच मानेने पठाण समाजात वावरू लागली.

पठाणच्या भोवतीच्या मित्रांचे स्वरूप बदलले. पठाण आता रिकामी होती. तिच्यावर आता बंधन नव्हते. जगातल्या सुखाची तिला चव आली होती.

आणि भोवतालच्या उंडारलेल्या पुरुषांची आधाशी नजर तिच्या विकासलेल्या जास्वंदीच्या फुलाभोवती भिरभिरत होती. तिच्या तेजस्वीपणाचे, तिच्या स्पष्टवक्तेपणाचे, तिच्या स्वतंत्र वृत्तीचे स्तुतिपाठक तिला असामान्यत्व देऊ पाहत होते.

पठाणकडे मला वारंवार जाता येत नव्हते. या काळात मी तिच्याकडे वास्तविक अधिक जायला हवे होते. पण तिच्या भोवतालच्या मैफलीत मी क्षणभरसुद्धा बसू शकत नव्हतो. तिच्या आयुष्याची जबाबदारी घेण्याची इच्छा असणारा त्यात कुणी नव्हता. सारे विवाहित होते. चार-दोन मुलांचे बाप होते. त्यांचा संसार सुखात चालला होता. सहज जमली तर त्यांना थोडी गंमत हवी होती. स्वातंत्र्याच्या नावाखाली, अनिर्बंधतेच्या वेडाखाली, पाणी देऊन झपाटलेल्या केळीप्रमाणे आता पठाण दिसत होती. तिच्या रूपातील सारी वैशिष्ट्ये त्या काळात अगदी शिगोशिग पोचली होती. देहाला नवा फुलोरा आला होता आणि तो झाकण्याची सवय नसल्यामुळे अधाशी नजरांना खुला होता. पुरुषस्पर्शाचा विटाळ नव्हता. कारण पठाणचे मन बरेच अविचल होते. पण भोवतालच्या त्या पुरुषांची मने त्या स्पर्शाने पेटून निघत आणि त्या प्रदीप्त अग्नीत पठाणचा लाकडी देह अनेकदा तापला जाई.

त्या काळात ज्या एका डॉक्टरचा व तिचा परिचय झाला, त्याच्या नादाने पठाणने संगीत आणि नाट्यक्षेत्रात उडी मारली. वास्तविक सर्व अनुकूलता असूनही शाळा-कॉलेजांतल्या सामान्य नाटकातसुद्धा तिने कधी काम केले नव्हते, का एखादे स्वागतपर पद म्हटले नव्हते. पण एखादी गोष्ट करावयाची ठरल्यानंतर त्यासाठी सर्वस्व ओतण्याचा तिचा पुरुषी हट्ट या वेळेला तिच्या फायद्याचा ठरला. ज्यांच्या अभिनयाची नि संगीताची गोड आठवण लोक अजून विसरले नव्हते, अशा बालगंधर्वांच्या हुबेहूब नकला तिने तयार करून रंगभूमीवर सादर केल्या. सामान्य आवाजाला परिश्रमाने सहनीय गोलाई आली. रंगरोपण, नीटनेटकी नेसण, ब्राह्मणी शब्दोच्चार आणि शिक्षणाने मिळालेला बहुश्रुतपणा यांमुळे नाट्यगुणांत श्रेष्ठ असणाऱ्या समकालीन स्त्रियांच्या बरोबरीने तिने रंगभूमीवर पाऊल ठेवले आणि बरोबरी केली. तिच्या नाटकांत पाहण्याजोगे काहीच नव्हते. गाण्यात ऐकण्याजोगे काहीच नव्हते. गंधर्वांच्या नावाखाली तिला प्रेक्षकवर्ग मिळू लागला, आणि त्या यशात पठाणला स्वर्ग लाभल्यासारखा वाटू लागला. पण ते यशही फार दिवस टिकले नाही. गळत्या तारुण्याला थोपवता आले नाही. आणि मूळचा रूक्ष आवाज, पुरुषी ठेवण रंगभूमीवर हास्यास्पद होऊ

लागली. गंधर्वांचा प्रेक्षकवर्गही कालमानाने हळूहळू गळत चालला. तरुण, उमद्या भ्रमराऐवजी उतारवयाचे रिकामटेकडे पुरुष तिच्याभोवती पिंगा घालू लागले.

हे मला कळत होते, पण मी तिला शिकवू शकत नव्हतो आणि ती हे सांगायला शरमत होती. हा पराभव होता- पराभव कबूल करणे तिला कसे शक्य होते?

तिच्या-माझ्या भेटीगाठींत खंड पडे. पुन:श्च कधीतरी ती येई. ती फार दिवसांत माझ्याकडे आली नाही, म्हणजे मी तिच्याकडे जाई. बऱ्याच दिवसांत ती आली नव्हती, म्हणून मीच आज मुंजीच्या निमित्ताने तिच्याकडे गेलो होतो.

मला पाहताच ती म्हणाली, "उंबराचे फूल आले वाटते?" स्थानापन्न होताच मी म्हणालो, "इकडे आलो होतो- शांतूच्या मुलाची मुंज होती. म्हटलं, तुझ्याकडे यावं ही..."

"काय? शांतूच्या मुलाची मुंज? शांतूच्या..." एखाद्या हिंस्र पशूच्या डोळ्यांतले क्रौर्य तिच्या डोळ्यांत एकदम एकवटले. तिच्या मूळच्या पुरुषी आवाजात एखाद्या दारुड्या-कैफी माणसाचा घोगरेपणा आला. मला वाटले, माझे काहीतरी चुकले. शांतूचे नाव मी घ्यायला नको होते. त्याच्या मुलाचे नाव मी घ्यायला नको होते आणि मुंजीबद्दल तर मी बोलायलाच नको होते. विमल एवढी भावनामय केव्हा झाली? शांतूचे नावच काय, खुद्द शांतारामाला तिने लाथाडले होते आणि लाथाडले असते. तिला ह्याचे दु:ख काय नि कसले, हेच मी समजू शकलो नाही. विमलला मी पाहत होतो ती भावनाशून्य, रूक्ष अशी चालतीबोलती पुतळी. कोणत्याच दु:खाने ती कळवळली नव्हती. तिच्या चेहऱ्यावर एकच एकसुरी निर्विकारपणा मी अनेक वर्षे पाहिला होता...

कधी काळी तो क्षोभित होईल, असे मला वाटलेही नव्हते. सिंधूचे काम करताना ती रडली तर लोकांचे डोळे ओलावत; पण मला ठाऊक होते की विंगमध्ये परतल्यावर सिगारेटच्या धुरात, चावट गप्पाष्टकात नि खदखदून हसण्यात ती गर्क होई. स्वयंवरातल्या रुक्मिणीच्या 'दादा ते आले ना', या संवादाच्या वेळी तिच्या गालावर गुलाब फुलत नि लज्जेचे दव पसरून राही. आणि तो प्रवेश संपवून ती रंगपटात आली, की काचोळी बदलावयास ती विंगपासून सुरवात करी आणि लाजत ते माझ्यासारखे लोक. रंगपटात अर्धी चड्डी आणि नायलॉनची काचोळी घालून पठाण रंगायला बसे, तेव्हा शरमत असत मेकअप मास्तर- विमल नव्हे.

अशा त्या विमलला कोणत्या गोष्टीमुळे क्षोभ उत्पन्न झाला, हेच मला कळेना. धर्माधिकाऱ्यांचे चित्रपट पाहिले, की मी रडत असे आणि विमल त्याची थट्टा करी व शेजारीपाजारी रडत असता हसत असे. मी स्त्री होतो आणि विमल पुरुष होती, असे म्हणायला हरकत नाही.

विमलला मी अलीकडे बऱ्याच दिवसांत भेटलो नव्हतो आणि गेली अनेक वर्षे असेच चालले होते. मी होतो अगदी सामान्य संसारी माणूस. म्हणजे उठल्यापासून ते निजेपर्यंत संसाराचे ओझे वागवणारा. त्यामुळे इकडे की तिकडे व्हायला सवड मिळत नव्हती. विमलच्या नव्या नाटकाला ती मला पास पाठवी. कधी समक्ष येई. आली म्हणजे बेफाट बोले. आपल्या नव्या भूमिका कोणत्या परिश्रमांनी बसविल्या आहेत, याचे विवेचन करी. तिचा आवेश मला कौतुकास्पद वाटे, पण तिचे परिश्रम हास्यास्पद वाटत. ती कधीच रुक्मिणी दिसणार नव्हती, वसंतसेना तर नव्हतीच. पण ती यत्न करी सुभद्रा व्हायचा आणि शारदा दिसायचा. आमचे मूर्ख मराठी प्रेक्षक तिची ही सर्व सोंगे चालवून घेत होते, टाळ्या वाजवीत होते. तिला वाटत होते की आपण जिंकलो.

त्याच एका अहंकारी अभिमानात ती नवनव्याने नव्या भूमिका बसवीत होती. कंत्राटदार प्रयोग लावीत होते. आंबटशोकी प्रेक्षक बालगंधर्व-भावड्यांच्या जुन्या आठवणी काढण्यासाठी थिएटरांत येत होते आणि डोळे मिटून बालगंधर्वांना आठवीत विमलच्या तोंडचे शब्द, आलाप, हरकती सहन करीत होते.

तिच्याबद्दल कानांवर येत होते, ते चांगले खचित नव्हते.

शांतूचा माझा बराच स्नेहसंबंध जडला होता. अर्थात विमलमुळे. तो मात्र त्यांच्या गाजलेल्या घटस्फोटामुळे तुटला नाही. शांतू हा उमदा माणूस होता. त्याचा स्नेह तोडावासा वाटणे शक्य नव्हते, आणि त्याच्या या लोभापायीच त्याच्या मुलाच्या मुंजीला मी आलो होतो. विमल आणि शांतू एके काळी नवराबायको होती, हेच मी विसरलो होतो आणि म्हणूनच सहज, अगदी सहज माझ्या तोंडून शांतूच्या मुलाच्या मुंजीची याद तिला दिली गेली.

तिच्या त्या हिंस्र क्षोभामागे काय आहे, हे मला कळले नाही. जेवढ्या त्वरेने तिच्या नेत्रांत एक राक्षसी भावना आली तितक्याच, तेवढ्याच गतीने तिचा चेहरा काळवंडला. डोके खाली करीत ती म्हणाली,

"बाळू, आज माझ्या मुलाची मुंज असती, नाही रे?"

"हं–"

"मी शांतूला सोडले ते चुकले का रे?"

"असेच काही नाही.''

"खरं सांग– तोंडदेखले सांगू नकोस. माझ्याबद्दल लोक वेडेवाकडे बोलतात, ते ऐकूनसुद्धा तुला मला काही विचारावेसे वाटले नाही. मी काय करते, कशी वागते, याची चौकशी करणार का नाही...''

"खरं सांगू विमल, कोण चांगलं नि कोण वाईट हे ठरवायचं कुणी? तू वाईट वागणारी मुलगी नाहीस. कुणी काही म्हटले, तरी मी तुला वाईट म्हणणार नाही–''

"खरं? खरं–'' एकदम तिने मला ओढून घेतले. तिच्या डोळ्यांतून आसवे गळत होती. वाघीण रडत होती. सूर्य चांदणे पसरवीत होता. पृथ्वीची गती थांबली होती. विमल रडत होती. मुंजीचे केवळ निमित्त होते. ती रडतच होती. साठेचे लग्न झाले तेव्हाही ती रडलीच होती– कदाचित माझे झाले, तेव्हाही ती रडलीच असेल. शांतूचे लग्न पुन्हा झाले, तेव्हा तर ती स्फुंदून स्फुंदून रडली असेल आणि आजही ती रडत होती. ते अश्रू नव्हते. ते रक्त होते. रडण्यारडण्यांत फरक होते. कुणी आवाज करते; कुणी आभास करते, पण विमलचे रडणेसुद्धा आजवर जगावेगळे होते. ती हसून रडत होती आणि त्या रडण्याला तिने शूर बनवले होते.

"बाळू, खरेच मी वाईट नाही, असे तू मरेपर्यंत म्हणत राहशील?''

"राहीन-राहीन, खरंच सांगेन सर्वांना की तू वाईट नाहीस. कारण कसल्याच वाईट गोष्टीचा तुझ्या मनाला स्पर्श झालेला नाही. तू पापांत बुडाली नाहीस. विमल, तू चांगली आहेस, चांगलीच राहशील.''

ती म्हणाली, "माझ्या अनेक चुका झाल्या बाळू. आईबाबांनी लाडालाडाने मला पुरुष केले, आणि मीही पुरुषीपणाने वागण्यात धन्यता मानली. पण माझ्या अंगात पुरुषाचे रक्त कोठून आणू मी? मी चांगली नाही, शुद्ध नाही, कधीच नव्हते. पण वासनेचा पूर माझ्या अंगावरून कधी गेला नाही. शांतूच्या मिठीतसुद्धा केवळ नवीन अद्भुत म्हणून मला त्याची गंमत वाटली. पण त्यातल्या अद्भुततेचा मला कधीच प्रत्यय आला नाही. शांतू तर मला भेटलेल्या सर्वांत चांगला पुरुष होता. त्याच्या ठिकाणीसुद्धा मी खऱ्या मनाने लुब्ध झाले नाही. मला आता काही कळायला लागलंय. की सुखात रमावे लागते. एक खोटी दुनिया उभारावी लागते. त्याच त्याच बेचव गोष्टी गोड करून घेण्यासाठी मनाला शिकवावे लागते– सुख हा नुसता भ्रम आहे; पण तो आणावा लागतो. 'स्वत:पण' जर कधी विसरले नाही, तर सारे विश्वच कळाहीन वाटू लागते.

एकटेपण वाढते आणि वाढत्या वयाबरोबर ते वाढत जाते. मी आता एकटी आहे, बाळू! बाळू, तुझीसुद्धा सोबत चालेल मला आता–"

तिच्या घट्ट मिठीत मी होतो. ज्या तिच्या ओठांचा निसटता स्पर्श मी अनेक वर्षांपूर्वी घेण्याचा यत्न केला आहे, ते तिचे विटकरी ओठ माझ्या गालात रुतून बसले होते. ज्या तिच्या कृष्ण सौंदर्यावर मी एके काळी लुब्ध झालो होतो, ते सौंदर्य मला लपेटून खडे होते. जो मांसल भाग तेजाने माझ्या डोळ्यांना स्तब्ध करून ठेवी आणि वासनेचा अग्नी प्रदीप्त करी, तो तिचा पुष्ट मांसल देह अगदी माझ्या देहाशी एकरूप झाला होता. पण आज त्याची मला भीती वाटत होती. अखेरीस ती पठाण होती. तिने एकदा एखाद्या गोष्टीला आपले म्हटले, म्हणजे ती जगाची पर्वा करणार नव्हती. माझ्या प्राप्तीसाठी तिच्या मनात जर आकांत सुरू झाला, तर तो काही क्षणा-दोन क्षणांचा खेळ होणार नव्हता– तर ज्यात सर्वस्वी दग्ध व्हावे लागेल, असा तो वडवानल होता. या मिठीत एकदा रुतले तर ती मिठी कधीच सुटणार नाही– त्या मिठीबाहेरचे जग मला परत दिसणार नाही.

क्षणभराने ती ऊर्मी थोडी कमी झाली. ती पकड थोडी हलकी झाली. माझ्या छातीवरचा तो मखमाली बहार थोडा उतरला. वासनेचा महापूर चटकन ओसरला. अप्राप्याच्या आसक्तीत घरंगळत जाणारे मन सावरले आणि आणि मी हलकेच ती मिठी सोडली. "विमल, तू सदैव चांगली जशी वाटशील तशी तू मला पठाणही वाटली पाहिजेस. आता बदल करून यायची वेळ टळली आहे. विमल, तू तशीच राहा– स्वतंत्र, स्वच्छंद. तुला असे नमलेले, दमलेले, खपलेले मला पाहावयाचे नाही. राहशील ना मी म्हणतो तशी, राहशील ना? तुझा मला सदैव अभिमान वाटला पाहिजे. पराजयाचासुद्धा विजय करायला शिकले पाहिजे."

माझ्या शब्दांकडे तिचे कितपत लक्ष होते कुणास ठाऊक? पण तिची मिठी सैल झाली एवढे खरे.

मी तिच्याकडून घरी आलो तेव्हा माझे मस्तक तापून गेले होते. देहावर ताबा उरला नव्हता. ताप येणार असे वाटू लागले. कसाबसा घरी आलो आणि झोपून गेलो.

सकाळ झाली होती. मला पहिली आठवण आली ती विमलची. आता ती काय करीत असेल? तिची कृष्णवर्यीय मूर्ती, ते सतेज काळे डोळे– तिची मिठी, तिचे अश्रू, गॅदरिंगच्या रात्रीचे चुंबन– ती आज मला पुन्हा सुंदर दिसू

लागली. तिचे ते अपुरे चुंबन पुरे करावेसे वाटू लागले. तिच्या सर्वव्यापक मिठीची भीती क्षणभर लोपून गेली. तिच्या नाटकांतली तिची विविध लोभस रूपे नजरेसमोर तरळू लागली. सुभद्रा-सिंधू-रुक्मिणी-भामिनी.

मला प्रश्न पडला, तिच्या आयुष्याच्या नाटकाची अखेर तरी काय होणार?

- ० - ० - ० -

·३·
उंच उंच

काश्मीर मेलच्या कूपेत राघव आणि मालती एकमेकांना लगटून झोपली होती. राघवने मालतीला एवढे छळले होते, की त्यामुळे ती थकली होती. त्या गोड थकव्यात तिला अर्धवट ग्लानी आली होती.

लग्न झाल्यापासूनचे सारे दिवस राघवच्या आडदांड प्रेमाची सवय करण्यात मालतीने घालविले नि राघव तिला मनोमन आवडला. पुरुष असाच हवा. ती प्रवृत्तीने लाजाळू होती, पण तिची लज्जा राघवने मोठ्या कुशलतेने घालवून टाकली.

राघवच्या मिठीत गुदमरल्यासारखे झाल्याने तिने मान किंचित फिरवली, आणि राघवचा हात ओघळून तिच्या वक्षावर पडला.

ती दचकली, सुखावली नि लाजली. चांदण्याची बरसात होऊन चराचर सृष्टी नादावली होती. गाडीच्या गतीने तर त्या वेडाला वर्तुळाकार बनविले होते.

या राघवच्या वेडसर शृंगारलालसेला आपण पुरे पडू किंवा काय, एवढीच काय ती चिंता पण; आपल्या यौवनाचा, सौंदर्याचा नि जाणीवतेचा एक सुखद अहंकार ती चिंता नष्ट करीत होता.

'आता पुन्हा तो राक्षस उठेल.' मालती मनात म्हणाली

नि हसली 'राक्षस! खरेच राक्षस! काय तो आडदांडपणा! म्हणे हाच बायकांना आवडतो. कुणी सांगितले यांना हाच आडदांडपणा आवडतो. मला नाही मुळीच आवडत. काही नाजूकपणा नाहीच, हळुवारपणा नाहीच. पण नाही कसा? आहे हो, हळुवारपणासुद्धा आहे. लग्नाच्या दिवशी झोपाझोप झाल्यावर हळूच खिडकीतून येऊन कुणी फुले ठेवली वक्षावर आणि किती नकळत ओठ लागले. इश्श! तिथला तो स्पर्श अजून लाज आणतो.

'असाच नवरा हवा होता, असाच! किती नशीबवान मी!'

राघव हलला नि मालती भेदरली. पण पुन्हा तो निवांत झोपला, तेव्हा तिलाच हसू आले आपल्या भिण्याचे. त्याला सांगायला हवे, थोडे सबुरीने घ्यायला. पण थोड्या दिवसांनी जमेल सारे.

आणि बघता बघता मालती झोपी गेली. मध्येच तिच्या उरोभागावर हालचाल झाली. पण त्यायोगे चाळवलेल्या झोपेत सुखाच्या आठवणी विरघळू लागल्या.

काश्मीरला मधुचंद्रासाठी जायचा आग्रह सासूबाईंचा. या लाजाळू सुनेला बोलकी करण्यासाठी त्यांनी तिला काश्मीरची दिशा दाखविली. लक्ष्मी घरात पाणी भरत होती. तेव्हा पैशांचा प्रश्न नव्हता. पण गरिबीत वाढलेल्या मालतीला मात्र हे सारे आगळेच वाटले.

मालती एका गरीब मास्तराची मुलगी. सहजगत्या तिला राघवने पाहिली नि बघता बघता लग्न ठरले नि झालेसुद्धा! तिला तर ते अद्यापि स्वप्नासारखे वाटत होते. लग्नानंतर पहिल्या रात्री सजविलेल्या शय्यागृहात राघवने तिला बोलकी करायचा यत्न केला. पण भांबावलेली नि बावरलेली मालती लगोलग साथ देऊ शकली नाही. बराच वेळ समजूत काढूनही जेव्हा मालती रंगेना, तेव्हा जरा चिडचिडल्या स्वरात राघव म्हणाला, ''काय बिघडलंय गं तुझं?''

आणि मालतीला एकदम हसे फुटले. एवढे की अपरिचित अशा राघवसमोर ते एकदम ओठांबाहेर पडले.

''हसायला काय झाले?'' चिडचिडा स्वर अजून कायमच होता.

''घाईचे हसू आले.''

''तर मग काय बारा वर्षे तपश्चर्या करू म्हणतेस?''

''इश्श!''

''असं काय करतेस मग?''

''या घरात मी नवी आहे. तुमच्याशी लग्न झालंय तरी अजून तुम्ही मला

परकेच आहात. तुमची-माझी थोडी ओळख झाली....''

''अरे बापरे! म्हणजे....''

''नाही, तोवर थांबायचे मी म्हणत नाही. तुमचे चालू द्या. फक्त मी तुमच्या मनाएवढी साथ दिली नाही, तर रागावू नये. नाही ना रागावणार?''

आणि मग राघव एकदम चमकला, त्याने मालतीला ओढून घेतले आणि तिच्या ओठांवर हलकेच ओठ ठेवले. तो म्हणाला, ''तसा मी धीराचा मनुष्य आहे.''

श्रीनगरला उत्तमांतल्या उत्तम हाउस बोटीवर दोघांनी मुक्काम ठोकला. राघव त्या थंड वातावरणात मश्गूल झाला होता. निसर्गाच्या चमत्काराने विद्ध झाला होता, आणि परिचयामुळे मालती राघवच्या जवळजवळ सरकत होती. क्वचित ती राघवला साथही देऊ लागली होती. स्त्रीसुलभ अधिकार दाखवू लागली होती. आपण चैन करायला आल्याची जाणीव तिला जागं करू लागली. आपल्या परिचित जगाचा वावर आपल्याभोवती नाही, याविषयी खात्री असल्याने तिला शरमण्याचे कारण उरले नव्हते. नवऱ्याचा हात हातात असला तरी चोरटेपणाने भोवताली कोणी महाराष्ट्रीय माणूस नाही, एवढेच ती पाही. क्वचित कुणाचे लक्ष नाही असे पाहून राघव तिच्या चुंबनाचा यत्न करी. ती अनेकदा तो साधू देऊ लागली.

राघवने तिला मद्य म्हणजे काय याचा पहिला धडा पॅलेस हॉटेलमध्ये दिला. पूर्वीच्या राजऐश्वर्याला साजेशा त्या ऐषाआरामी बाररूममध्ये राघवने अत्याग्रहाने तिला मद्याचा पहिला घुटका दिला. थंडीचा कडाका आपोआप हटला. लाज तर केव्हाच पळून गेली. आपण काहीतरी केले पाहिजे, एवढीच जाणीव उरली आणि मग नवऱ्याला ती अधिकच बिलगली. त्याच्या खांद्यावर विसावली. जगाला आपल्या सुखाबद्दल हेवा वाटत असावा, या भावनेने ती भारून गेली.

राघव सारे दृश्य, सारे सुख, सारा थंडावा, सारा चमत्कार अंत:करणात साठवीत होता. मद्य डोक्यात शिरत होते. पुष्ट मालती हलकी वाटत होती. असेच तरंगत तरंगत हलके हलके होत अंतराळात उंच उंच जायची, बनिहालच्या घाटात त्याच्या मनात जी जाणीव उत्पन्न झाली होती, ती आता बळावत होती. सारे जग तुच्छ वाटत होते. माणसे सामान्य वाटत होती.

आणि या माणसांच्या घोळक्यात मालतीला पाहून तो चमकला. मालती! त्याच्या दृष्टीने अद्यापि उत्तर न गवसलेले कोडे!

तीसुद्धा त्या सामान्यांच्या घोळक्यात कशी?

उत्तर सुचेना, तेव्हा त्याने मद्याचा आणखी एक घोट घेतला.

काश्मीरचा निवास सुखदायी होता, याविषयी शंका नव्हती. पण राघव मात्र उंच उंच निघाला होता. या सुखापासून दूर. उंच उंच पहाड, मनुष्यवस्तीचा स्पर्श न घडलेली शुभ्र गिरिशिखरे पाहून एक आगळी ओढ त्याच्यात उत्पन्न होऊ लागली, आणि वेडा राघव झपाटू लागला.

मालती मात्र मनुष्यवस्तीपासून दूर जात असल्यामुळे, परिचित जगापासून दूर आल्यामुळे खेळकर झाली, मोकळी झाली. एकांतात ती फुलू लागली. राघवाला साथ देऊ लागली. क्वचित पुढाकार घेऊ लागली. राघवाला ते सारे वेडेपणाचे वाटू लागले. मुंबापुरीतली शालीन, सलज्ज मालती तो पुन्हा शोधू लागला नि त्याला ती कुठे सापडेना आणि त्यामुळे तो अधिकच भांबावला.

श्रीनगरहून अधिक उंचीवरच्या गुलमर्गला आल्यावर वस्ती अधिक विरळ झाली. उंच उंच गिरिशिखरे अधिक नजीक आली. पाण्याचे अतिशीतल ओहोळ पदोपदी ओलांडावे लागू लागले. बर्फ आपल्या हातांनी उचलून चाखता येऊ लागला. झाडे विरळ झाली. आकाश जवळ आले. रंगीबेरंगी फुलांचे सागर इतस्तत: दिसू लागले. घरांची निराळी दुनिया उभी दिसू लागली. खोलखोल दऱ्याखोऱ्यांतले जीवन खुजे खुजे वाटू लागले. ते श्रीनगर गलिच्छ माणसांचे डबके भासू लागले. देवलोक नजीक दिसू लागला. तो पाहत होता ते डोळ्यांतून हृदयात नि डोक्यात साठवत होता. मालतीभोवती केवळ सवयीने मिठी पडत होती. ओठांना व्यसन म्हणून ओठ भेटत होते, पण त्यात चित्त नव्हते. मालती बावचळली होती. स्पर्शाच्या प्रत्येक क्षणाची परिणती मिलनात व्हायला हवी तिथे आता मिलन तर राहोच, पण स्पर्शच परका वाटू लागला होता.

प्रवास अखंड चालू होता. गुलमर्गहून खिलनमर्गचे पठार. तिथून अलपथ्थरचा पहाड. क्षणोक्षणी उंचावत जाणाऱ्या त्या पर्वतश्रेणीने राघव अधिकाधिक वेडावला होता. मालती अधिकाधिक मिलनोत्सुक झाली होती.

नागमोडी वळणे ओलांडत बुटक्या घोड्यावरून ते डोंगर चढत होते. गुलमर्ग धुक्यात लपून गेले. खिलनमर्गसुद्धा अस्पष्ट दिसत होते. उंची अजून बाकी होती. नि:शब्द अशा त्या वाकड्या वाटेवरून उंचीमुळे भांबावलेली मालती नि सुखावलेला राघव मार्ग कापत होती.

अलपथ्थरचे हिमाच्छादित पठार दृष्टिपथात येताच घोडे सोडून देऊन दोघे खाली उतरली. पन्नास पावले ती तशीच चालून गेली. एका उंचवट्याला वळसा

घालून पुढे गेली, तोच समोरचे सुंदर दृश्य दृष्टिपथात आले.

हेच अलपथ्थर, येथवर सर्वसामान्य मनुष्य येऊ शकतो. हे कष्टसाध्य तरी आहे; इथून पुढे बिकट वाट, पुढे जणू देवलोकच! या जीर्ण शरीरवस्त्राचा त्याग केल्यावाचून पुढे जाणार कसे? मनुष्याचा देह अपवित्र आहे का? तो सोडूनसुद्धा मनुष्याचे अस्तित्व असू शकते काय? शरीराचे आकर्षण सोडून मनुष्याला जिवंत राहता येईल काय? देवलोकांच्या या दुनियेचे प्रवेशद्वार खुले होईल का?

शुभ्र असा पलंगपोस कोणीतरी अंथरला होता. समाधीसाठी कुणीतरी सभामंडप बांधला होता. आकाशाला निराळा अर्थ आला होता. वाऱ्याला एक अनाकर्षक तीव्रता होती. श्वासोच्छ्वास जलद होत होता. आसमंत पवित्र निर्मळ होता.

"मरायला काय सुंदर जागा आहे!"

"शीऽऽऽ! मरणाचे काय बोलता इथे?"

"खरेच सांगतो, मरायचे असेल तर इथे मरावे!"

"काहीतरीच काय हो बोलता भलत्या वेळी?"

"वेडी, बोलण्याने मरण येत नाही."

"पण कशासाठी बोलायचे?"

"कारण मरण सुंदर आहे. जुना झालेला घाणेरडा देह ते काढून टाकते. मीलन कपडे काढून टाकून नवे कपडे घातल्यावर दिवाळीच्या किंवा सणाच्या दिवशी पोरं नाचतात ना, तसेच मरणाच्या दिवशी आपल्या आत्म्याला नाचायला यायला हवे. घाण टाकली नि नवे निर्मळ जीवन गवसले."

"पण अज्ञात."

"हो, अज्ञातच! चांगले वा वाईट हे ठाऊक नसलेले, पण तसे या जगात बेचव जीवन जगत बसण्यापेक्षा या मरुभूमीत देह विसर्जित करण्यात नि नव्या आयुष्याच्या शोधात जायला काय हरकत आहे?"

"खोटा शोध! अन् काय शोधायचंय?"

"जे फकीर असतात, जे भटके असतात, त्यांना फक्त रस्ता दिसतो. ठिकाणा दिसत नाही. अपरिहार्य म्हणून ते मुक्काम करतात. वाट ही त्यांची वास्तव्याची जागा. निवारा ही केवळ अपरिहार्यता."

"या सुंदर आयुष्याचा कंटाळा यावा, इथे केवळ नाइलाज म्हणून जगावे लागावे, असे काय दुःख आहे तुमच्या आयुष्यात? मला वाटले होते तुम्ही सुखी

आहात.''

''नाही, नाही. गैरसमज करून घेऊ नकोस मालती. तुझ्याबद्दल तक्रार नाही. तुझ्या लावण्याबद्दल शंका नाही. तुझ्या साहचर्याचा उबग नाही किंवा आयुष्य उन्हातही नाही. काही उणीव आहे म्हणून आयुष्यापेक्षा मृत्यू मी बरा मानतो, असे समजू नकोस. काहीतरी अज्ञाताच्या शोधात माझे मन सदैवच रमते. एवढ्यासाठी मृत्यूनंतरच्या आयुष्याचा मी विचार करतो. तेवढ्यासाठी या सुंदर वास्तूला पाहून मला वाटले, की इथे मरावे नि अमर व्हावे.''

''अमर व्हावे...''

''इथे मेले की तुमचा देह अमररूप होणार. तो देह कुजणार नाही, सडणार नाही. जसा आता मी दिसतो, तसाच अनंत राहणार. फक्त दीर्घकाळ निद्रा घेत. या हातांसारखे हात, डोके, डोळे, पाय सर्वच्या सर्व देखावा तोच. नाही फक्त चेतना.''

''मग असल्या देहाला काय जाळायचंय?''

''तेच करतो आपण.''

''हो ना, चेतना नसलेला देह टिकवून उपयोग काय त्याचा?''

''का बरे? आपल्यामागे काहीतरी उरावे अशी आंतरिक इच्छा असते ना प्रत्येकाला.''

''ती कीर्ती, देह नव्हे.''

''कीर्तीशिवाय आणखी पुष्कळ आहे ना.''

''होय आहे.''

''स्वत:चा अंश ठेवायच्या मानवी प्रेरणेतून संतानाची ओढ माणसाला लागली. झाडही असेच वाढते. एका सेलची दोन सेल्स, मग पुन्हा त्या प्रत्येकाची दोन. मनुष्याचेही असेच असते. तो आपला अंकुर मागे ठेवतो ती केवळ निसर्गाची क्रिया असते. आपण ज्याला वाढ म्हणतो ती वाढ नसते, ती पुनरुक्ती असते.''

''पुनरुक्ती?''

''कंटाळवाणी पुनरुक्ती. तीच तीच क्रिया करायचा निसर्गाला कंटाळा येत नाही. तोच उन्हाळा, तोच पावसाळा, तोच वसंत, तोच ग्रीष्म. पुनरुक्ती एवढी विलक्षण की एका झाडाचे बीज केव्हा गळायचे नि कधी फुलायचे, ते ठरविण्यात भावना उरतच नाही.''

''स्त्री-पुरुषांच्या मनोमिलनातही जे पुनरुक्तीचे चक्र फिरते, त्यात भावना

नसते?''

''मुळीच नसते. स्त्रीला पाहिले की पुरुष आसक्त व्हायचा एवढ्यापुरतीच भावना. पुढे पुनरुक्ती ठरीव.''

''आता मी तुमच्या शेजारी आहे. भवतालच्या मैल-दोन मैलांत मनुष्याची चाहूलही नाही. आपल्या एकांताला हे किती सुंदर दालन निसर्गाने मांडून ठेवले आहे. पांढराशुभ्र गालिचा आहे. उदबत्तीचा सुगंधित धूर शिरावा तसे आपल्या मच्छरदाणीत हे ढग शिरत आहेत. या मऊ लुसलुशीत शय्येवर साऱ्या कपड्यांचा त्याग करता यावा नि तुझ्यासमोर एखादे सुंदर नृत्य करावे, असे मला वाटतंय. मला जवळ घ्यावे, आपलीशी करावी, असे नाही तुला वाटत?''

राघव गप्प राहिला.

''गप्प का रे? बोल नं.'' कामोत्सुक झालेली मालती एकदम एकेरीत म्हणाली.

राघव गप्पच राहिला.

''काय झालं रे! बोल नं. नेहमी कसा बोलतोस राघूसारखा. मी तुझ्याजवळ आहे याची आठवण ठेव. मला तू हवा आहेस. मला कसलीतरी अनामिक भीती वाटते. मला जवळ घे.''

आणि ती राघवच्या मिठीत शिरली. अनेक वेळा मिठीत जाताना अंग चोरणारी मालती पुढारलेले अंग पुढे करीत होती. दंडावर दंड घासत होती. गालाला गाल भिडवीत होती. आपल्या एवढ्या प्रेमळ नवऱ्याला आपल्या देहाची अभिलाषा उरू नये, हा तिला अपमान वाटला आणि तिच्या मनात भयही उत्पन्न झाले. अकस्मात वृत्तीत बदल व्हावा, असे काय घडले? ज्या आपल्या शरीराच्या कोणत्याही भागाच्या दर्शनाने राघव बंड करून उठत होता, तो राघव एवढा थंड का झाला?

राघवचे डोळे तेजस्वी दिसत होते. एवढे की त्या डोळ्यांना डोळा देणे मालतीला कष्टदायक वाटत होते.

आणि या क्षणी मालतीला आपण एकट्या आहोत, ही जाणीव झाली. आपल्यावर, आपल्या अंगोपांगांवर आपला लाडला फिदा आहे या नशेत वेडावलेली, सुखावलेली मालती एकदम शुद्धीत आली! पुनरुक्ती काय?

पण एकदम आकाश भरले, कापसासारख्या तलम तलम तंतूंनी आकाश भरून गेले. निकटचा राघव आणि ती यांखेरीज सारी दुनिया दिसेनाशी झाली.

मालतीच्या डोळ्यांत पाणी जमा झाले होते. स्वतःच्या एकटेपणाचे,

असमर्थतेचे, नवरा दुरावल्याचे, सुखी संसाराला तडा गेल्याचे. पण तिने धैर्याने ते पाणी परत फिरविले...

राघवचा हात पकडून ती म्हणाली,

"चला, परतू या."

"थांबू या गं या देवभूमीत."

"नको."

"का?"

"स्मशानवत शांतता असलेल्या ही दुनिया म्हणे देवभूमी! कबरस्तान आहे हे मेले! ह्या बघा उंच उंच पांढुरक्या कबरी! चला, उठा."

राघव नाखुशीने वळला नि हलके चालू लागला. थंडगार पडलेला त्याचा हात तिने हातात घेतला नि कधीच न दाखविलेला वेग तिच्या पायांत आला.

घोडेस्वार घोडी घेऊन उभे होते. तेथे आल्यावर तिने पहिला श्वास सोडला.

अलपथ्थरवरच्या त्या डोंगरावरून खिलनमर्गचे पठार दिसत होते. तात्पुरत्या उभारलेल्या टेन्टसूमधल्या हॉटेलातून वर येणारा धूर दिसत होता. नि तो वर वर येत एकदम दिसेनासा होत होता. त्या खाली गुलमर्ग आडवेतिडवे सुस्त पडले होते. गोल्फ क्लबवर रोवलेली निशाणे गमतीदार दिसत होती. प्लाझा हॉटेलची लाकडी इमारत तर कामिनीप्रमाणे डोळा मारीत उभी होती. एखाद्या कॅलेंडरवरच्या चित्राचा तो देखावा वास्तविक मालतीला फार आवडला होता.

पण त्याहीपेक्षा राघवच्या रोगावर तोच एक उतारा होता- माणसांत जाणे!

गुलमर्गला परत आल्यावर अगदी सहजगत्या मालतीने घोडे क्लबकडे वळवले. बर्फाच्छादित डोंगरराजींनी वेढलेल्या सर्वांत खोलगट भागातील ती गोल्फ क्लबची इमारत पाहताच मालतीने सुस्कारा सोडला. आता आपण माणसांत आलो. राघवला आपल्याशी नसेल, तरी इतरांशी बोलावेच लागेल की नाही?

"आता जिन घ्यायची." एखाद्या सराइताच्या लकबीने ती पुटपुटली. राघवला-व्हिस्की द्यायची खूप तो बोलेपर्यंत, हसेपर्यंत, लाघट लाघट गुलगुल करेपर्यंत. चावट कोट्या करू लागेपर्यंत. अंगाला अंग घुसळेपर्यंत. वासना फुलून डोळ्यांत धग दिसेपर्यंत. 'राक्षस' जागा होईपर्यंत. आणि ती हसली खुदकन. थंडीने गारठलेल्या गालांवर तिने उबदार हातमोजा घासला. मघाशी काचोळी सैल केली होती ती बांधायची राहून गेली होती, हे आता तिच्या ध्यानी आले नि मग तिला आपल्याच देहाचे ते ओझे फारच जड वाटू लागले. खुपू लागले. त्याला स्पर्शाचा आधार हवासा वाटू लागला. अलपथ्थरच्या डोंगरावरचे

थंड, एकाकी, नीरस वातावरण, चोहोबाजूंनी पसरलेला हिमसागर यांनी ती मात्र गरम झाली होती. तिची लज्जा पळून गेली होती. तिला तिचा सवंगडी हवा होता तो जवळ असून तिला एकाकी वाटत होते.

तिच्या अंतःकरणात राघवाविषयी अपूर्व प्रेम उचंबळून आले होते. त्याच्याशिवाय सारे अपुरे आहे, हे तिला या अनंत एकांतात कळल्यामुळे तर राघव फारच तीव्रतेने हवा होता. तरीही क्लबचा कोलाहल तिला सुखाचा वाटला. मद्याचे गंध तिला सुखावून गेले.

क्लबमधून हॉटेलमध्ये परतताना मुंबईला परत जाण्याचा निश्चय मालतीने केला. का कुणास ठाऊक? मालतीला सारे काश्मीर अत्यंत आवडले होते. तरीपण राहावेसे वाटत नव्हते. कारण काहीतरी चुकत होते. राघव तिच्या शब्दांत होता. तिच्या इच्छेनुसार सारे आचार करीत होता. तिनेच मुक्काम आवरला नि विमानाने ती दोघे पठाणकोटला आली आणि काश्मीर मेलमध्ये परतण्यासाठी बसली.

रात्र झाली होती. अद्यापि मद्याच्या धुंदीत राघव होता. विमनस्कपणे मालती बाहेर पाहत होती. काश्मीरची थंडी केव्हाच संपली. पठाणकोटचा रखरखीत उन्हाळा सुरू झाला होता, आणि पंखे गरगर फिरत होते.

केव्हा एकदा घरी पोचतो, असे तिला झाले होते.

काश्मीर मेलच्या कूपेत येऊन मालती नि राघव स्थिरस्थावर झाली. गाडी सुटली. थंडीचा कडाका केव्हाच मागे गेला नि अंग जाळणारा उकाडा सुरू झाला. पंखे गरगर फिरत होते. चंबूतले थंड पाणी कोरडे पडणारे ओठ ओले करीत होते.

'गुलमर्गला दिसलेली, अलपथ्थरला वावरलेली, क्लबात मद्याचा आग्रह करणारी, प्रेमात पुढाकार घेणारी मालती ही मालती नव्हे.' राघव मनात म्हणत होता. मद्याच्या धुंदीत अस्पष्ट दिसणाऱ्या तिच्या चेहऱ्याकडे पाहत राघव विचार करू लागला, खाली मान असलेली शालीन अशी ही नववधू पुन्हा अवतरली म्हणायची. एकदम त्याच्या चित्तात क्षोभ आला नि तो उठला. मालती खिडकीतून बाहेर पाहत होती. एक क्षणभर वरपासून खालपर्यंत राघवने तिला न्याहाळली आणि एक मूक क्षुधा त्याच्या हृदयात बोलकी झाली. हलक्या हाताने त्याने मालतीचा स्कंध पकडला.

"माला-!"

"काय?" विचारतंद्रीतून जागे होत मालती म्हणाली.

"कसला विचार करतेस?"

"हं, कसला? तुम्ही जवळ असताना कसला हो विचार?"

"इकडे ये."

"नको."

"ये म्हणतो ना!" राघवने आपल्या बलिष्ठ हातांनी तिला जवळपास उचललेच.

"केवढ्याने दाबताय हो. खांदा उखडणार की काय माझा?"

"असे काय रागावतेस?"

"हळुवारपणा मुळी काही नाहीच."

"फार दुखले?"

"हं."

"चोळून देऊ."

"नको."

"रागावलीस?"

"नाही."

"मग बोल माझ्याशी."

"काय बोलू?"

"तू तशी बोलायची नाहीस."

असे म्हणत राघव वाकला नि तिच्या गालाचा त्याने चक्क चावा घेतला.

"काय राक्षस आहात हो?"

"That's it "

"म्हणजे हे बरे आहे. माझा गाल चावलात नि म्हणे That's it!"

"तुला नाही आवडत?"

"हा राक्षसीपणा?"

"हं."

"मग हा कुठे गेला होता कालपरवा, काश्मीरमध्ये असताना?"

"म्हणजे मी काश्मीरमध्ये असताना तुला एकदाही चावलो नाही?"

"अं हं!"

"एकदाही मस्ती केली नाही?"

"अं हं!"

"राक्षसीपणा केला नाही?"

"अं हं!"

"चुंबन घेतले नाही?"

"अं. हं. एवढेच काय विक्षिप्तपणे वागलात. बोललासुद्धा नाहीत."

"मी आपणहून तुमच्याजवळ आले तर..."

आणि मालती चक्क रडायलाच लागली.

"खरेच, खरेच मी असे वागलो?"

"आणि हे वर! विचारा आपल्याच मनाला."

"खरे सांगतेस?"

"शप्पथ!"

"अगदी मूर्खासारखा वागलो म्हणायचा मी. काय एवढी ही सोनपुतळी जवळ असताना काही केलं नाही? अरेरे! पण का बरे असे केले मी?"

"आवडत नसेन."

"ए, असे म्हणू नकोस. खरे सांगू? का कुणास ठाऊक, ती थंडी, ती उंची नि निर्मनुष्य सृष्टी माझ्या डोक्यात गेली आणि खरोखर अगदी नश्वर वाटले मला विश्व. मी त्या उंच उंच पर्वतावरून वर जाताना हलका होत होतो. देह गळून पडत होता. धुक्यात मी विरून जातोयसे वाटत होते. एका प्रवाहात सापडल्याप्रमाणे मी वर वर खेचला जात होतो.

"माझ्या शक्ती लुळ्या पडत आहेत, असे वाटत होते. मला वाटले की अज्ञात नि ज्ञात यांच्या मधल्या कठड्यावर मी उभा आहे आणि अज्ञातात मला कुणी खेचते आहे. माझा माझ्यावर ताबा नव्हता. मी हरवलो होतो."

"पुरे ना आता त्या आठवणी." मालती शोकावेगातून भानावर आली. पुन्हा त्या आठवणींनी तिच्या चित्तात एक अनामिक भय थरथरून गेले. नवऱ्याला त्या भ्रमिष्ट सृष्टीत जाऊ देताना घडलेला मन:स्ताप विसरणे हे सोईचे होते. काहीतरी अतर्क्य घडले होते हे खास; पण त्याची सावलीसुद्धा आता नको होती.

"मला क्षमा करशील?"

"हंऽऽऽ क्षमा? वेडे कुठले?"

"म्हण, क्षमा केली."

"बरं बाई म्हणते. मग झाले?"

"मग नेहमीसारखे रागव माझ्यावर."

"ते का?"

"मी जवळ आलो - धसमुसळेपणाने वागायला लागलो, की तू रागवायची ना?"

मालतीला हसू फुटले

"हसायला काय झाले?"

"आता तुमची मला भीती वाटतेय."

"का?"

"लाडीगोडी लावायची चाललीय."

"नाही बुवा."

"तर तर... आम्हांला आता ठाऊक झालीय तुमची तऱ्हा. हळूहळू खुशीत आणायचे नि मग..."

"मग काय?"

"इश्श!"

"सांग नं."

"नका हां, मला त्रास नका देऊ."

"तर तर! ते काही चालायचे नाही. हे बघ, एवढा वेळ राक्षस झोपला होता."

"आता काय?"

"आता जागा झालाय."

"तर तर! नको नं. हे केवढ्यांदा हो! खबरदार हं चावलात तर! राक्षस मेले. नको हे बघा व्रण उठले. नका नं. केवढ्यांदा आवळताय?"

उंच उंच चाललेल्या त्या जोडप्यातला शृंगार, काश्मीर मेलचा कूपे व्यापीत निघाला होता. आणि कामुक चीत्कार त्या गाडीच्या शिळेत विलीन होत होते. या सर्वसामान्य जनांतून वाट काढीत भरधाव चाललेली काश्मीरमेल उंच उंच जाणाऱ्या त्या शृंगाराला पुन्हा सपाटीवर आणत होती.

- ०-०-०-

.४.

वय वरुषे सोळा

सोळा संपली नि मीनाला सतरावे लागले. पण त्या वर्षाची चाहूल मात्र बरीच पूर्वी लागली होती. गेल्या वर्षात ती एकदम एवढी थोराड दिसू लागली, सुंदर दिसू लागली, की तिच्याकडं माना वळवून पाहणाऱ्यांची संख्या एकदम दसपट वाढली.

मीना ही मूळची प्रेक्षणीय मुलगी नव्हे; पण सोळाव्या वर्षात पदार्पण केल्यावर तिने प्रेक्षणीय रूप धारण केले, हे मात्र खरे. तिच्या अंगोपांगांत जसे फरक होत गेले तसेच तिच्या कपड्यांत, विभ्रमांत, माना वेळावण्यात, अन् सौंदर्य-प्रसाधनातसुद्धा!

एकुलती एक मुलगी म्हणून आणि आईवेगळी मुलगी म्हणून मला ती प्रिय होती. तिच्यावर प्रेम करावयाच्या नादात मी दुसरे लग्न करायचेदेखील विसरून गेलो. मीनाच्या आईने माझी संसाराची इच्छा इतक्या सर्वांशाने पुरवली होती, की तिच्या मृत्यूनंतर अन्य एखाद्या सामान्य स्त्रीला या तिने मांडलेल्या संसारात येऊ देणे मला अन्यायाचे वाटले.

मीनाची आई सुलोचना आपले जसेच्या तसे रूपसुद्धा मीनाला देऊन गेली असेल, अशी मात्र मी तिला परवा परवा हरितालिकेच्या दिवशी पाहीपर्यंत कल्पना नव्हती. आईचा भारी डाळिंबी शालू नि सर्व अलंकार घालून जेव्हा ती शेजारच्या

सीताकाकूंकडे पूजेला निघाली, तेव्हा मला सुलोचनाच समोर आहेसे वाटले. सारा मामला तोच. एक रंगाचे गोरेपण सोडले तर हुबेहूब सुलोचनाच!

मीना माझे सर्वस्व होती, आणि सुलोचनेच्या मागे तर तिच्यावाचून दुनियाच नव्हती. गेली बारा वर्षे मीच तिचा एकमेव सवंगडी होतो, आई होतो, बाप तर होतोच होतो.

या वर्षी कॉलेजात प्रवेश केल्यापासून तिने कात टाकली. पोरपण सोडले. तिची वागण्याची ठेवणच बदलली. ती केवळ देहानेच बदलली नाही, तर तिच्या आचारधर्मातही धडाधड बदल होत गेले. पूर्वी आम्ही बरोबर जेवायचे अन् स्वयंपाकीणबाई वाढायच्या. ती आता बाईंना बाजूला सारून स्वत: गरम गरम भाकरी, पोळ्या करी नि मला आग्रहाने खाऊ घाली, माझी प्रकृती, कपडे यांची चौकशी करी. आंघोळीचे पाणी काढी. थोडक्यात कर्तेपणाचा भाग तिच्यात उमटू लागला होता. पण या कर्तेपणाच्या अभिमानास्पद बदलाबरोबर तिच्या वागण्यातला साधेपणा गेला. कपड्यांची आवड वाढली. सौंदर्यप्रसाधने दुप्पट लागू लागली. खर्चांची कलमे वाढली. संध्याकाळी माझ्याशी गप्पा मारत चहा पिण्यासाठी धावत येण्याऐवजी कॉलेजातून परतताना तिला वेळ लागू लागला. कधी कधी एकटीच ती पडून राही. गंभीर होई. नको तिथे अकारण हसे.

तिच्या त्या बदलावर मी नाखूश होतो. कारण माझ्यापासून ती दूर होत चालली होती. माझ्या अंत:करणाचा या जगातला तो एकच प्रेमविषय, पण कसल्यातरी चमत्कारिक, अनामिक विचार-वर्तुळात ती गुंतत चालली होती. आता तिचा मनमोकळेपणा दुरावला होता, लाडे लाडे माझ्या अंगावर कोसळणे कृत्रिम झाले होते. हट्ट तर मुळी उरलाच नव्हता. तिच्या हास्याचा संताप यावा एवढे ते केविलवाणे होते आणि आपले काही वागण्यात चुकते याची जाणीव झाली की तिच्या वागण्यात एक नाटकी आपुलकी, प्रेम येई. त्याने तर मी फारच दुखावलो होतो.

वास्तविक ती केवळ माझी मुलगी नव्हती. त्याहून काहीतरी अधिक होती. तिच्या-माझ्यात मित्रत्वाचे नाते होते. आपल्या व्यथा तिनं मला सांगितल्याच पाहिजेत, एवढा माझा हक्क होता.

आणि म्हणूनच आमच्या संबंधावर पडलेले मळभ मला अगदी असह्य होऊ लागले होते.

एके दिवशी रात्री मी कशाने तरी जागा झालो, तो व्हरांड्यात मीना एकटक आकाशात बघत होती. कसला विचार करीत होती देव जाणे! कसलीतरी

चिंता तिला ग्रासत होती. उठून तिच्याजवळ जावे, असे रसरसून वाटले; पण अहंकार आडवा आला. तिला जर सांगायचे नसेल तर... थोडा वेळ गेल्यावर पहिला विरोध मनाने परतवला नि मी तिला हाक मारली. माझी हाक मलाच परकी वाटली. चमकून मीना जवळ आली. पलंगाच्या कडेवर बसली. 'काय', असे म्हणाली. अनेक दिवसांचा साचलेला दुरावा त्या क्षणात गोळा झाला. माझी लाडकी लेक कुशीत आली. पुन्हा पूर्ववत गुलूगुलू बोलू लागली. अपरात्री जागलेले नि गंभीर झालेले बापाने पाहिलंय, यामुळे अधिकच जीवघेणा लाडीकपणा वाणीत आणून बोलत राहिली. मला तिला काहीतरी सांगावेसे वाटत होते. पण सुखावलेली वत्सलता बेरंग करायला मन घेईना.

दुसऱ्या दिवशी मी निश्चय केला, या पोरीला माझ्यापासून दुरावणारे, व्यथित करणारे कोण आहे, ते शोधून काढायचे.

मी तिच्या मागावर राहिलो. तिच्यावर सर्वांगीण लक्ष ठेवू लागलो. तिची मनीपर्स धुंडाळू लागलो. कपाटातल्या पातळांतल्या घड्यांत काही गवसेल म्हणून त्या न्याहाळू लागलो. पुस्तकांच्या पानांत, वहीच्या शेवटच्या कागदावर, तिच्या मनाची व्यथा अकल्पितपणे प्रकट झालेली असेल, म्हणून तिच्या अनुपस्थितीत तिचे सारे टेबल मी उलथेपालथे केले. अधूनमधून ओळखता येऊ नये अशा तऱ्हेने 'गिरीश काळे' अशा सह्या दिसत होत्या. हा गिरीश तर तिच्या बदलत्या जीवनाला जबाबदार नसेल? या विचारासरशी मी चमकलो. म्हणजे ही मिरमुटली पोर हे चाळे करायला लागली की काय? आणि हा कुठला तरी चटोर, चावट पोरगा माझ्या मुलीसारख्या कोवळ्या नाजूक, फुलाला फूस लावतो आहे की काय? या क्षणाला मला तो अज्ञात तरुण अगदी एखाद्या कावेबाज चित्त्याप्रमाणे वाटत होता. माझ्या कल्पनेनुसार तो पोरगा हेतुपुरस्सर मीनाच्या मागे होता. केवळ तिची शिकार करण्यासाठी. तो अभ्यासात बेताचाच असणार होता. रूपाने फाकडा पण तब्येतीने काडीपहेलवान. नटरंगी पोषाख, चवचाल सवयी, सिगारेट, पान कदाचित दारूसुद्धा त्याच्या सवयीची असेल.

मी दुसऱ्या दिवशी संध्याकाळी कॉलेज सुटायच्या वेळेस मीनाच्या वाटेवर न दिसावा असा लपून राहिलो आणि मी कल्पिल्याप्रमाणे मीना नि एक पोरगा बरोबर घुटमळत रंगून गप्पा मारीत येत होती. हा पोरगा तर काळे नसेल? हा तर मोठा छाकटा पोरगा वाटत होता. त्यांच्या बोलण्यात ती दोघे एवढी रंगली होती, की सारे जग त्यांना तुच्छ होते. त्याचे हसणे, मीनाचे लाजणे त्यांचे एकमेकांत हरखून जाणे यांनी माझ्या अंत:करणात चर्रर झाले. माझ्या मुलीला माझ्यापासून

दूर जायला हा पोरगा जर कारण असेल तर...

पण त्यांची ती धुंदी विलक्षण होती.

हा कसला मोह. ही कसली वाटचाल. हे काय हसणे हरखणे. हा चकवा केवढा प्रभावी! त्यात माझी मुलगी चुकावी छे छे! हीच वेळ - हाच समय, या घातचक्रातून तिला सावरले पाहिजे.

रात्री घरी परत आल्यावर मीना खुशीत होती. अजून ती धुक्यात होती. दवाने चिंब होती. चांदण्यात डुंबत होती. तिच्या पावलांना धरा नव्हती. विचारांना धार नव्हती. शुद्धबुद्ध गेल्यागत ती नाचत होती. बागडत होती. तिच्याशी समोरासमोर हा सामना खेळणे शक्य नव्हते. माझ्या अंत:करणातला हा क्षोभ तिच्यासमोर व्यक्त करण्यात धोका होता. तिच्या बंडखोरीला जागा देण्यात तर केवळ धोकाच होता.

दुसऱ्या दिवशी तिच्या कॉलेजचे उपप्राचार्य श्री. कर्वे यांना मी फोन केला. त्यांचा व माझा फार स्नेह होता. मी त्यांची कॉलेजात गाठ घेतली. गिरीश काळे याची चौकशी केली नि शक्य झाले तर त्याला भेटण्याची इच्छा व्यक्त केली. सारे कसे जमून आले. तोच पोरगा चाचरत, घाबरत प्राचार्यांच्या खोलीत आला. हळूहळू मी त्याच्या-माझ्यातले अंतर नाहीसे केले नि मनमोकळेपणाने गप्पा मारता याव्यात असा भास उत्पन्न केला. तो बी. एस. सी.चा विद्यार्थी होता. मला एक पार्टटाइम केमिस्ट साहाय्यक पाहिजे आणि कर्व्यांच्या सांगण्यानुसार मी तुमची निवड करीन म्हणतो, असे सांगताच तो अधिकच फुशारला. बरोबरीने नि मोकळेपणाने बोलू लागला. मग त्याला घेऊन मी कॉलेजच्या कँटीनमध्ये गेलो. तिथे तो अधिकच खेळकरपणे बोलू लागला.

मी कॉलेजमध्ये दिवस काढले होते. मीही त्या वाटेवरून गेलो होतो. मुलांना काय आवडते, संभाषण कसे रंगते हे मी समजत होतो. माझ्या सर्व सामर्थ्यानिशी मी जनावर रोखीत हव्या त्या ठिकाणी रंबाळत नेत होतो. कॉलेजातल्या गमती अन् पोरी यांवर गप्पा येताच समोर बसणारे ते एवढेसे पोर फारच चेकाळले.

"आमच्या वेळी मुली नव्हत्या कॉलेजात. तुम्ही भाग्यवान आहात लेको."

"अहो, काही कामाच्या नाहीत. चांगल्या पक्क्या आहेत. अंगाला हात लावू देत नाहीत."

"काहीतरी थापाच मारता तुम्ही काळे."

"अहो, खरेच सांगतो."

"नाही. माझा नाही विश्वास बसत. तुम्ही मुलींबरोबर हिंडता, हॉटेलांत जाता, सिनेमाला जाता! स्पर्श घडत असणार, कधी संधी साधून, कधी सहज, एखाद्या वेळी तर पुढचेही..."

"हँ! अहो, काय सांगावे तुम्हांला? बाकीच्या पोरींचे जाऊ दे. त्यांची-माझी एवढी मैत्री नाही म्हणा. पण माझी एक मैत्रीण आहे. तिला मी खूप आवडतो. निदान असे ती म्हणते, गदगदून म्हणते. पण आश्चर्य वाटेल तुम्हांला, अहो, सिनेमाला नेले होते एकदा. हात लावायचा यत्न केला, झिडकारून टाकलान कारटीने!"

"नाव काय?"

"नो नो! आता तुम्ही फारच बारकाव्यात शिरू लागलात हं! काय नाव म्हणालात तुमचे?"

मी अभिनयपटूप्रमाणे खोटे नाव सांगितले. मघा तेच नाव परिचयाच्या वेळी कर्वे यांनी घेतले होते. पण आता माझ्या तोंडून खोटे सांगताना मला चोरट्यासारखे झाले होते.

"नका पोरीचं नाव सांगू हवंतर. कोंबडे झाकून ठेवले तरी उजाडायचे थोडेच राहील?"

"अहो पण झाकलंय कुणी? माझं काय लग्न झालंय तिला बुरख्यात ठेवायला? पण दाजीसाहेब, अहो बुरख्यातच ठेवायला पाहिजेत अशा पोरी. हिच्या आईबापांची-बाकी आई नाहीच आहे बिचारीला-बापाची मोठी लाडकी असावी. सारखं काही ना काही सांगत असते."

"बरे, तिचे नाव सांगू नका. तिच्या बापाचे सांगा."

"तिचेच सांगतो. मीना, मीना जोशी. काय मुलगी आहे म्हणून सांगू, मार डाला. कंडा. हे आमच्या भाषेतील शब्द विसरून जा. डोळे तर असे आहेत वाह! भोकरे, द्राक्षे, हरिणी, मीन, कमळ सारी खुजी. उपमाच नाही. तुलना फक्त एका डोळ्याची दुसऱ्याला."

माझ्याच मुलीचे हे संपूर्ण शरीरविज्ञान मी बराच वेळ ऐकत होतो. एकीकडे हर्ष होत होता तिच्या सौंदर्याचा. माझ्या अंकुराचा. पण ही तरणीताठी पोरे तिच्या रूपाकडे एवढ्या सविस्तरपणे पाहतात, हे पाहून रागही आला.

"मी सांगतो काळे तुम्हाला, तुमचं काहीतरी चुकतंय. या पोरी चांगल्या बनेल असतात. त्यांना तुमचा स्पर्श नको असतो, असे मुळीच नाही. त्यांना सगळे ठाऊक असते. पण त्या हेतुपूर्वक पुरुषाला झिडकारतात. अग्नी

चेतवण्यासाठीसुद्धा पंख्याला मान हलवावी लागते. माझी खात्री आहे, की तुम्ही जर जरा धीटपणा दाखवलात, तर हीच संतमुलगी म्हणाल ते देईल.''

क्षणभर गिरीश विचारात पडला. क्षणभर मी म्हणत होतो ते त्याला खरं वाटत होतं. पण लगेच त्याच्या डोळ्यांपुढे मीना दिसत होती. तिचे वागणे दिसत होते. तो तेवढ्यातल्या तेवढ्यात मीनाच्या वर्तनाची तपासणी करीत होता. शेवटी तो एवढेच म्हणाला, ''तुम्ही म्हणता तेसुद्धा विचार करण्यासारखे आहे. नाहीतरी तिच्या मनात काहीतरी असायचे आणि ती आपली मला मनात मोरू समजत असायची. बघतो यत्न करून.''

त्या संभाषणानंतर पुनश्च भेटण्याची वेळ नि जागा ठरवून आम्ही एकमेकांचा निरोप घेतला नि मी काय घडतंय त्याची वाट पाहू लागलो.

मीना ही चांगली मुलगी होती. आणि थोडी आत्मस्तुती करून सांगतो, की तिच्यावरचे संस्कार फारच चांगले होते. वाहवत जाण्याचे भय होते ते पुरुषविषयक कुतूहलामुळे आणि वसंतात फुटलेल्या मोहोराच्या गंधामुळे.

वसंत कुणाला भुलवत नाही? फुलोरा कुणाला वेडावत नाही?

एक दिवस मी ऑफिसातून येऊन स्थिरावतो, तोच घंटा वाजली. मी दार उघडून पाहिले तो मीना. डोळे लाल झालेले, दुःखाने चेहरा ओघळलेला, सफाईदार वस्त्राची घडी मोडलेली, कुंकू विस्कटलेले. मला भय वाटले. काय झाले असेल बरे?

दार लावण्यापूर्वीच मीनाने मला मिठी मारली नि ती रडू लागली. मी तिला थोपटले नि तिला शांत करू लागलो. काय झाले तेच मला कळेना, आणि बोलण्याच्या अवस्थेत ती येईनाच. कोचावर बसलो नि मांडीवर डोके ठेवून ती स्फुंदत होती.

''काय झाले?''

''काही नाही.''

''मला सांगायचे नाही?''

''काही नाही.''

''हे बघ माझ्यापासून तू आजवर काही लपवले नाहीस. मग हे का बरे सांगत नाहीस?''

''!''

''सांगणार ना?''

''रागावणार नाही?''

''अहं, मुळीच नाही. तू वाईट काही करणारच नाहीस आणि समजा काही झाले तुझ्या हातून तर ते दुरुस्त करायचे म्हणून तरी तू मला सांगायला हवेसच. सगळे सगळे सांग, घाबरू नकोस.''

''मला भीती वाटते पप्पा.''

''कुणा मुलाशी दोस्ती केलीस?''

''हं.''

''नाव काय?''

''गिरीश काळे.''

''काय करतो?''

''बी. एससी. ला आहे.''

''हुशार आहे?''

''स्कॉलर.''

''दिसायला.''

''!''

''लाजू नकोस. सांग ना.''

मीना चटकन उठली. आतल्या खोलीत गेली नि एक फोटो घेऊन आली.

''छान आहे.''

''!''

''स्वभावाने कसा आहे?''

''चांगला आहे.''

''आवडतो तुला?''

मीनाने आवंढा गिळला, 'आता नाही.'

''का नाही?''

''वाईट आहे तो. फार वाईट!''

''काय केलंन त्याने?''

''माझं लक्ष नाही असे पाहून माझ्या अंगचटीला आला अन्....''

''आणि मुका घेतलान.''

''!''

''आगाऊ, बनेल पोरगा दिसतोय.''

''नाही हो पप्पा. गेल्या दोन वर्षांत त्याने असलं कधी केलं नाही. फार

चांगला वागला होता. म्हणून तर मी त्याला मैत्री करू दिली. आज - आज मात्र तो अगदी असभ्यपणे वागला. पप्पा, पुरुष असेच दुष्ट असतात का हो?''

मी मीनाला कुरवाळली. तिला पोटाशी घेत मी म्हणालो, ''होय बेटा, पुरुष असेच असतात. तुझ्यासारख्या निष्पाप मुलीच्या स्नेहाचा ते असाच अर्थ लावतात. काही फसतात. तू शहाणी, तू वाचलीस. पण तू काय केलेस?''

''मी थोबाडीत मारली नि त्याला ढकलून दिले. पुन्हा प्राण गेला तरी त्याच्याशी मी बोलणार नाही. दुष्ट!''

त्या दिवसानंतर मी घरी परतायच्या आत मीना घरी असे. ती पूर्वीप्रमाणे लहान-अल्लड झाल्यासारखी वाटली. मी तिच्या तारुण्याचे पंख कापून टाकले होते. त्यामुळे पुन्हा सुसाट उडण्याचे त्राण तिच्यात उरले नव्हते. मला माझी मुलगी परत मिळाली होती. पण मीनाच्या वागण्यात एक खिन्नपणा होता आणि तो खिन्न चेहरा पाहिला, की माझ्या मनात चर्र होई. माझ्या मुलीने दुःखी असावे, हे मला आवडावे कसे?

ठरल्या दिवशी मी कॉलेजच्या कँटीनमध्ये गिरीशला भेटायला गेलो. दिसायच्या आत किंचित चेष्टेचा, थोडा तिरस्काराचा स्वर नि मुद्रा करून तो म्हणाला, ''खूप गुरू आहात!''

''म्हणजे हो?''

''आठवतंय तुम्हाला? गेल्या खेपेला तुम्ही सल्ला दिलात.''

''काय बुवा?''

''हल्लीच्या पोरींना धिटाई आवडते, अंगचट आवडते.''

''बरं मग?''

''मग काय? अहो, तुमचा उपदेश व्यवहारात आणला.''

''काय अनुभव?''

''कपाळाचा.''

''म्हणजे?''

''अहो, आम्ही एका मुलीच्या बाबतीत वापरला तुमचा उपदेश.''

''मग काय झाले?''

''जोडा बसला.''

''म्हणजे?''

''अहो, ती पोरगी अशी उसळली म्हणता! तिने असल्या मूर्खपणाची माझ्याकडून कल्पना केली नव्हती. तिला अपमान वाटला. थोबाडीत बसली ती

बसली, पुन्हा दर्शन घडले नाही.''

''जाऊ दे हो! पोरींना काय तोटा?''

गिरीश क्षणभर स्तब्ध झाला. त्याचा चेहरा खिन्न दिसला. स्वत:शी बोलल्यागत तो पुटपुटत म्हणाला, ''तुम्हांला नाही कळायचे ते. मीनाला पाहायला हवी. तुम्ही म्हातारे! तरुण माणसाची व्यथा तुम्हाला कळायची नाही. मीना नाही म्हणजे दुनिया नाही. तिने थोबाडीत मारली याचा खेद नाही हो! किंवा चार दिवस ती मला भेटली नाही म्हणूनही मी वेडापिसा झालो नाही. मला तिच्याशी लग्न करायचे आहे. कदाचित होईलही. कदाचित नाहीही. पण ज्या वेळेस-ज्या वेळेस मी जंगलीपणाने तिच्याशी लगट केली, त्या वेळेस विस्मय, भय आणि दु:ख यांनी भरून गेलेले तिचे टपोरे डोळे मी कधीच विसरणार नाही. दाजीसाहेब, माझी मीना मला परत मिळेल का हो?''

''का नाही मिळणार? तुझे प्रेम काय योग्यतेचे आहे, त्यावर ते अवलंबून आहे.''

''काय दिव्य करू म्हणता?''

''थोडे दिवस थांब. आजपासून एक वर्ष तिला भेटू नकोस. त्यानंतर तिच्यावरचे प्रेम कायम राहिले, तर मग ती तुला लाभेल खास!''

वर्ष गेले चिमणीच्या थव्याप्रमाणे. मीना तो घाव विसरली होती. कॉलेजात रमली होती. संध्याकाळी ती कधीही बाहेर राहिली नाही. घरी माझी वाट पाहत राही. माझ्या जगात रमत होती. जसजशी ती गिरीशला विसरत होती, तसतशा माझ्या अंत:करणाला यातना होऊ लागल्या. त्याची नि तिची मैत्री वाढू नये म्हणून मी धडपडलो. नि आता ती दोघे तुटली होती. एवढेच नव्हे, तर मीनाने त्या जगाकडेच पाठ फिरवली होती. तिने घरी राहू नये, माझ्या तोटक्या मैत्रीत तिने रमू नये, असेच मला वाटायला लागले. हाच नियतीचा अजब खेळ. रस्त्यावरून हिंडणाऱ्या तरुण जोडप्याकडे पाहिले की, मला पाप्यासारखे वाटू लागले. त्या सर्वांपेक्षा गिरीश नि मीना यांची जोडी उजवी होती. साजेशी होती.

त्यांना तोडून मी काय मिळवले? मीना केवळ माझी एकट्याची राहावी, हा अहंकार, तिच्या प्रेमात वाटेकरी नसावा हा क्षुद्रपणा, या माझ्या वागण्यात नव्हता का? मीना असे काय जगावेगळी वागली होती? तिच्या नशिबातला हा सुखाचा काळ मी का मोडूनतोडून टाकला होता?

घराभोवती आपण कंपाउंडला मेंदी किंवा कोरांटीची झाडे लावतो. त्यांनी वाढू नये म्हणून ती कापून टाकतो, का तर आपली शोभा बिघडते. मीही मीनाला

वाढू देणार नव्हतो. तिला माझ्या जीवनाची एक अनैसर्गिक भिंत बनवणार होतो.

एक दिवस अकस्मात मला रस्त्यात गिरीश भेटला. फार बदललेला, मोठा झालेला, बाळपण हरवलेला, फार फार गमावलेला. चेहऱ्यावरचा कोवळेपणा लपलेला. मला पाहताच तो थांबला. क्षुद्र हसला.

"कसं काय चाललंय गिरीश? काय करतोस हल्ली?"

"डेमॉन्स्ट्रेटर आहे जयहिंदमध्ये."

"अरे वा! मोठा दिसायला लागलास. बदललाससुद्धा!"

"प्रेमभंग झालेला मनुष्य एकदम प्रौढ दिसतो म्हणतात."

"अरे वा! मीनाला विसरला नाहीस तर!"

"स्वत:च्या डोळ्यांना विसरणं कसं शक्य आहे?"

"वा शायर!"

"खुपल्याशिवाय शायरी पैदा होत नाही. व्यथेशिवाय कविता येत नाही."

"मीना भेटली होती?"

"भेटली होती."

"मग?"

"एकदा नव्हे, दहादा. मुद्दाम गाठायचा यत्न केला. पण एक शब्द बोलली नाही. बोलायला राजीच नाही. ती म्हणते, मी तिच्या योग्यतेचाच नाही. मी दुष्ट आहे. काय बोलणार तिच्यापुढे? तिला खूप सांगितले की बये, त्या दिवशी जी मी तुझ्याशी अंगचट केली, ती एका मूर्ख माणसाच्या सांगण्यानुसार."

"मग काय म्हणाली?"

"म्हणाली, त्या इसमाला माझ्यापुढे हजर कर."

"माझी तयारी आहे."

"पाहा हं."

"Oh Yes!"

"केव्हा?"

"केव्हाही."

"कुठे?"

"कुठेही."

"ठीक. नप्पू गार्डनमध्ये उद्या संध्याकाळी सहा वाजता."

दुसऱ्या दिवशी संध्याकाळचे सहा वाजले तेव्हा मी बागेत शिरलो. बिचकत बिचकत मीना नि गिरीश तावातावाने बोलत होते. मी एकदम पुढे

जाऊन उभा राहिलो.

"दाजीसाहेब."

"पप्पा! तुम्ही!"

"हेच ते."

"तुम्ही? पप्पा, तुम्ही गिरीशला भरीला घातलेत?"

"त्याची परीक्षा पाहिली नि तुझीही. तो नापास झाला. तू पास झालीस. पण गेले वर्षभर त्याने शिक्षा भोगलीन. तू आता त्याला क्षमा करावीस मीना. तो चांगला मुलगा आहे."

"क्षमा! कुणाच्याही चिथावणीवरून का असेना, तो एका कुलस्त्रीची बेअदबी करू इच्छितो. त्याला तो कितीही चांगला असला, तरी मी क्षमा करणार नाही. विश्वासाने विश्वास मिळवावा लागतो. एकदा तो गमावला की प्रियकराचे नाते संपले. इतर चार पुरुषांसारखाच तो. माझ्याशी बोलण्यात, स्वप्नांशी खेळण्यात त्याला गंमत वाटत नव्हती. नव्या जगाशी ओळख नसलेल्या नव्या प्रवाशांनी परस्परांना साथ द्यायची, विश्वास द्यायचा, का धक्का द्यायचा.... तोंडघशी पाडायचं? ज्याला स्त्रीपासून सुख कसे मिळवावयाचे, हे कळत नाही तो प्रियकर कसला? तुमचे शिफारसपत्र घेऊन आला तरी गिरीश माझ्या दुनियेतून गेला तो कायमचाच!"

आमच्या दोघांच्याही तोंडावर पदराचा शेव उडवून ही बालपण संपलेली, कारटी चालती झाली. मी नि माझ्या मागोमाग गिरीश या विक्षिप्त मुलीकडे पाहत राहिलो.

- ०-०-०-

•५•

काट्यावाचून गुलाब कैसा!

शास्त्रीबुवा म्हटले म्हणून त्यांचे वय काही जास्त नव्हते. चाळिशी ओलांडली असेल नसेल. पण या वयात समाजात आदर, विद्वानांत मान्यता आणि सामान्यांत त्यांनी कुतूहल पैदा केले होते. शास्त्रीबुवांचा अभ्यास भूतात चाले. वर्तमानाची त्यांना दखल नव्हती वा भविष्याविषयी अपेक्षा नव्हती. बाजीराव, शिवाजी, शालिवाहन, चाणक्य, समुद्रगुप्त हे त्यांचे जिवलग मित्र! नावात त्यांना जिवंतपणा सापडे आणि त्यांच्याबद्दलच्या क्षुल्लक माहितीनेही त्याचे कमी-जास्त स्पंदन होई.

शास्त्रीबुवा ब्रह्मचारी होते आणि ब्रह्मचर्याचे तेज त्यांच्या डोळ्यांत, चेहऱ्यावर आणि कांतीत दिसत होते. मात्र त्याची जाणीव त्यांच्या वागण्यात मुळीच नव्हती. शास्त्रीबुवांचे व्यक्तिमत्त्व एवढे लोभस होते, की सदासर्वदा त्यांच्याभोवती गुणी माणसे गोळा होत. त्या माणसांना टाळायचे कसे, हा शास्त्रीबुवांच्या पुढे सदैव प्रश्न असे.

शास्त्रीबुवांच्या मित्रपरिवारात शास्त्रीबुवांच्या ब्रह्मचर्याबाबत अनेकदा चावट, गमतीची संभाषणे होत. त्या वेळी प्रत्युत्तराऐवजी एक मोहक हास्य शास्त्रीबुवा चेहऱ्यावर आणीत. ते एवढंच म्हणत, "गड्यांनो, लग्न करावयाचं राहून गेलं बुवा!"

खरं म्हणजे तेच खरं होते. शास्त्रीबुवांच्या इतिहास-संशोधनाच्या पायी, चांगल्या चांगल्या मुलींचे बाप त्यांच्यामागे

लागले असता त्यांनी नकार दिला. 'पुढे पाहू', या त्यांच्या शब्दद्वयाने अनेक उत्सुक स्त्रियांचे मनोभंग झाले. लग्न राहून गेले याबद्दल त्यांना कदापीही खेद झाला नाही वा त्यांच्या प्रसन्नतेत दुःखाची खूण दिसली नाही.

शास्त्रीबुवा अहोरात्र भूतकाळात वावरत होते. त्यांचा वेष, त्यांची रुची, त्यांचे बोलणे, सारे काही पेशवेकालीन होते. हातात मोगरीची माळ घालून रस्त्यावरून मिरवताना आपण काही वावगे करतो, असे त्यांना वाटले नाही. पुणेरी पगडी हे त्यांचे आवडते शिरोभूषण. गैरसमज व्हावा एवढ्या रसिकतेचे प्रदर्शन त्यांच्या वर्तणुकीत होत होते. त्यांच्या ब्रह्मचर्यात ढोंग नव्हते, ही खात्री पटे. पण स्त्रीच्या बाबतीत विरक्तपणा पतकरला तरी बाकीच्या अनेक जीवनस्वादांतही तो का पतकरावा, असे त्यांना वाटे. चांगले परीटघडीचे कपडे, उंची अत्तरे आणि जरीकाठी उपकरणे ह्या साजात त्यांच्या विद्वत्तेची बूज उलट वाढतच असे.

ब्रह्मावर्ताचा बाजीराव, नानासाहेब, तात्या टोपे, लक्ष्मीबाई हा कालखंड शास्त्रीबुवांच्या विशेष अभ्यासाचा विषय. '१८५७ चे स्वातंत्र्ययुद्ध' या शब्दांची ते टर उडवीत. या बंडात जरी अनेक मातब्बर मंडळी कामी आली, तरी त्यांनी जी उठावणी केली त्यामागे स्वातंत्र्याची चळवळ नव्हती. होता उघड उघड स्वार्थ. आज आवश्यकता आहे म्हणून या पोरकट बंडाईला युद्ध म्हणावयाचे असेल तर म्हणावे, हा त्यांचा विलक्षण सिद्धान्त होता, आणि त्यापायी त्यांनी मानखंडनेचे प्रसंग भोगले होते.

'स्वातंत्र्ययुद्ध, नव्हे शिपायांचे बंड' या त्यांच्या ग्रंथात अमोल माहिती, साधार विवेचन, अनेक पत्रे व उतारे दिले होते, आणि इच्छा नसूनही अनेक विद्वानांनी त्या ग्रंथाची मौलिकता मान्य केली होती. राजकारणी पुरुषांचा दावा मात्र निराळा होता. स्वातंत्र्याचा घोष करण्यासाठी काही ऐतिहासिक परंपरा तयार करावी लागते. ती आम्ही वर्षानुवर्षांच्या परिश्रमाने तयार केली आणि ही शास्त्री पाखंडीपणाने हा सारा बनाव उधळीत आहे, असे त्यांना वाटे.

शास्त्रीबुवांच्या साऱ्याच गोष्टी अशा फाजील सत्यान्वेषी होत्या. साहित्यावर, विशेषतः संस्कृत साहित्यावर व्याख्याने देताना ते अनेक हकीकती, विनोद, गंमती सांगून श्रोत्यांना हसवून सोडत. तथापि आपण सत्याचे उपासक आहोत हे न विसरता, ते अतिशयोक्ती हा अलंकार टाळीत. नव्या इतिहास संशोधनाची काही सामग्री कोठे मिळते याच्या वासावर असणाऱ्या त्यांना कुणीतरी सांगितले की ५७ च्या बंडात भाग घेणाऱ्या रंगो बापूजीची अखेर पाळेगावच्या गुप्त्यांकडे झाली. तिथे त्यांच्या हस्ताक्षरातला बराचसा पत्रव्यवहार सापडला होता.

स्वातंत्र्यसमर का बंड या वादाला हा पत्रव्यवहार फार मोलाचा ठरणार होता. आपल्या वाडवडिलांचा तो पत्रव्यवहार आपल्या हातून जाऊ देणार नाही, असे गुप्त्यांनी कळविल्यामुळे बरोबरीचे दोघे सहकारी व चार विद्यार्थी घेऊन एक दिवस शास्त्रीबुवा पाळेगावच्या भोसले जहागीरदाराकडे आले. शास्त्रीबुवा येणार याची वर्दी त्यांना होतीच. गुप्त्यांकडची सारी दप्तरे जहागीरदारांच्या वाड्यात हलली आणि रात्रंदिवस रंगोबाच्या अस्सल कागदपत्रांतील प्रत्येक शब्दावर शास्त्रीबुवांची कुशाग्र बुद्धी फेर धरू लागली. दप्तरे एवढी होती, की त्यांचा फडशा पाडणे काही सोपे नव्हते. हळूहळू बरोबरीचे विद्यार्थी कंटाळू लागले. सिनेमा, पूनम, सायंकाळच्या पोरीबाळींच्या मागच्या चकरा, मन्रो, बार्डोटचे चित्रपट यांची त्यांना सय येऊ लागली. इराण्याचा चहा आठवू लागला. वडा, मिसळ, दोसा यांसारख्या चविष्ट पदार्थांच्या आठवणींनी ते बेचैन होऊ लागले. तीच गत सहकारी प्राध्यापकांची होऊ लागली. विरहाचे चटके जाणवू लागले. रातोराती झोपेवाचून जाऊ लागल्या. बायकामुलांची आठवण कावू लागली. बायकोच्या सुग्रास स्वयंपाकाची व आग्रही आदरातिथ्याची खेडेगावच्या कदान्नाशी तुलना होऊ लागली. शास्त्रीबुवा १०० वर्षांपूर्वीच्या दुनियेत शिरले होते आणि तेव्हाच्या आठवणींत ते रमले होते. पण बाकीचे सारे कालपरवाच्या आठवणीत हुरहुरत होते. होता होता एक एक गळत अखेरी पाळेगावात शास्त्रीबुवा एकटेच उरले. शास्त्रीबुवा कामात मश्गूल होते. स्नानाला गरम पाणी, तासा-अर्ध्या तासांनी चहा, ऊन ऊन चविष्ट भोजन, न सुरकतलेली उबदार शय्या, पांढरीफेक धूतवस्त्रं, निदान एवढ्या गोष्टी त्यांना हव्याच होत्या. दिवसामागोमाग भोसल्यांच्या अनुपस्थितीत आदरातिथ्याचा रंग ओसरला आणि शास्त्रीबुवांचा वारंवार हिरमोड होऊ लागला.

भोसले असेच एकदा पाळेगावला आले, तेव्हा शास्त्रीबुवांची हालत पाहून नाखूश झाले. त्यांनी नोकराचाकरांना शिवीगाळ केली. आपल्या अनुपस्थितीत जुन्यापान्या रद्दीत तोंड खुपसून बसणाऱ्या या विद्वान पुरुषाचे आदरातिथ्य आपल्या कामचुकार नोकरांकडून मनाजोगते व्हायचे नाही, हे त्यांनी ओळखले आणि कांबळेमास्तरांना बोलावून शास्त्रीबुवांची देखभाल करावयास सांगितली.

शास्त्रीबुवांची योग्यता कांबळेमास्तरांना माहीत होती. त्यांची काही सेवा करावयास मिळाली, तर त्यांना हवीच होती.; पण श्रीमंत इनामदारांच्या ध्यानी आली नाही, तरी कांबळेमास्तरांच्या ध्यानी एक अडचण आली. आपल्या घरचे खाणेपिणे या सोवळ्या शास्त्रीबुवाला चालेल काय?

इच्छा असूनही कांबळेमास्तरांना तो धोका परवडेना. त्यांनी ही अडचण कन्या शाळेच्या हेडमिस्ट्रेस बडवेबाईंना सांगितली आणि बडवेबाईंनी शास्त्रीबुवांची देखभाल करण्याचे कबूल केले.

मालतीबाई बडवे हे पाळेगावचे भूषण होते. वय पस्तिशीच्या सीमेवर रेंगाळत होते. वाढत्या वयाबरोबर बाईचे तारुण्य ओसरायला नाकबूल होते. लहानखोर बांधा, हसतमुख चेहरा, सखोल डोळे आणि तेज:पुंज झळाळी यांयोगे त्यांना पाहिल्यावर त्यांच्याविषयी मन एका आदराने भरून जाई.

बाई अविवाहित होत्या. तशाच राहणार होत्या, असे म्हणायला हरकत नाही. लग्नाचे वय निघून गेले हेसुद्धा समजले नाही. प्रथम शिकण्यात, मग शिकविण्यात ही सुकुमार बाई रमली आणि तारुण्य गमावून बसली. नव्हता खेद, नव्हती खंत, अन्य वयस्क अविवाहित मास्तरणींसारख्या त्या चिडखोर नव्हत्या. उदास नव्हत्या. ओझे उचलत नव्हत्या आणि म्हणूनच आपण हा व्यवसाय जगावर उपकार करण्यासाठी करतो, अशी आततायी भावना त्यांच्या ठायी नव्हती. अजून वाचावे, लिहावे, शिकावे, असे त्यांना वाटत होते आणि आपल्या गावी शास्त्रीबुवा इतिहास संशोधनास्तव येणार, या कल्पनेने त्या हरखून गेल्या होत्या.

ज्ञानापुढे मान लवणे हीच खरी सुसंस्कृतपणाची कसोटी. शास्त्रीबुवांचा लौकिक वृत्तपत्रांतून त्यांच्या कानी येई. त्यांच्या व्याख्यानांचे गोषवारे छापून येत. मालतीबाई बडवे मनात खजील होत. आपण उगीच शिकलो, असे व्याख्यान आपण देऊ शकत नाही, लेख लिहू शकत नाही, व्याख्यान ऐकूसुद्धा शकत नाही, असे त्यांना वाटले. तोच मजकूर वर्षानुवर्षे शिकविण्यापेक्षा नवनवे ज्ञान शोधण्यात केवढा बरे आनंद असेल!

शास्त्रीबुवा पाळेगावात आले. एकदोनदा ते त्यांना दिसलेही. त्यांच्या डोळ्यांतील ज्ञानतेजानेच त्या बावरल्या. त्यांना वाटले, 'या ज्ञानयोग्याची सेवा आपल्या हातून घडावी; पण आपण एक मामुली मास्तरीणबाई. कसे जमणार हे?'

ज्या वेळेस कांबळेमास्तरांनी हा प्रस्ताव मांडला त्या वेळेस केवळ त्या खूशच झाल्या नाहीत, हरखून गेल्या. आणि दुसऱ्या दिवसापासून शास्त्रीबुवांच्या साऱ्या गोष्टी त्या जातीने पाहू लागल्या.

शास्त्रीबुवांना व्यवस्थेतला बदल ताबडतोब जाणवला. चहाची चव बदलली. भरलेल्या चहाच्या कपावर झाकणी आली. त्या झाकणीत कुटलेली सुपारी दिसू

लागली. स्नानाच्या पाण्याला कसलातरी सुगंध येऊ लागला. धूतवस्त्रांची झळाळी वाढली, घड्या रेखून येऊ लागल्या. पुस्तकांच्या चवडी, कागदपत्रांच्या चळतीसुद्धा सौंदर्य धारण करू लागल्या. शास्त्रीबुवांचे स्नान आटोपून ते त्यांच्या बैठ्या मेजापाशी येत, तेव्हा पांढऱ्याशुभ्र मोगरीची माळ ठेवलेली असे. खोलीतली स्वच्छता, उदबत्त्यांचा घमघमाट, जेवणाच्या ताटातल्या सुग्रास भोजनाचे स्वाद सारे काही शास्त्रीबुवांच्या मनाला लगटून गेले.

या साऱ्या गोष्टींची शास्त्रीबुवांना चटक लागली आणि या गोष्टी आहेत अशाच होणे नैसर्गिक होते, हे त्यांच्या चित्तात पक्के बिंबले. एखादी गोष्ट उणी पडली, तर ते फुरंगटू लागले. वाट पाहू लागले.

हे सारे करणारी व्यक्ती कोण, हे त्यांना नीटसे पाहायला मिळाले नव्हते. कधी तरी निसटता रंगीत फडफडता पदर दिसे. कधी बांगड्यांची किणकिण ऐकू येई. कधी कधी गोरी गोरी पावलेच दिसत. त्या तशा दर्शनाने आदरातिथ्यातली गोडी अधिकच वाढे.

एक दिवस स्नानाचे पाणी कोमट झाले आणि शास्त्रीबुवा रुष्ट झाले नि संतापून ओरडले, "हे पाणी आहे? कसल्या कुग्रामात येऊन पडलो कोण जाणे? काय माणसे आहेत...?"

बायकी आवाजात बांगड्यांची किणकिण मिसळली आणि कुणीतरी पुढे आले. शास्त्रीबुवांनी मान वर केली.

"मी मालतीबाई, इथल्या शाळेत टीचर आहे. मीच व्यवस्था ठेवते इथली."

"तुम्ही होय."

"हो! पाणी निवलं काय?"

"नाही, तसं नाही."

"थांबावं जरा. देतेच एवढ्यात पाणी गरम करून."

"कशाला? ठीक आहे हो! एवढे दिवस थंडच पाणी नव्हतं का? आताशा तर गरम पाणी मिळतंय. काही नको."

"असं कसं? तुम्ही इथले पाहुणे आहात. तुमचे आदरातिथ्य नीट झाले पाहिजे. तुमच्या घरी काय, तुमची बायकामुले नीट करत असतील सारे. अशा हालांची सवय कुठली?"

शास्त्रीबुवा हसले. ते म्हणाले, "बाई, तुम्ही कुणीही असा. तुमच्याकडून होते आहे ही सेवा उभ्या जन्मात मला मिळाली नाही. मी फटिंग. नोकरचाकर

करतात त्यावर भागवावं लागतं मला.''

"म्हणजे तुमचं लग्न झालेलं नाही?''

"केव्हा करणार हो लग्न? आम्ही कलंदर आज इथं तर उद्या तिथं. रात्र-अपरात्र कामं करीत बसणार. आपल्याबरोबर आणखी एका अश्राप बाईला कशाला दुःखात टाकायचं? लग्न करायचे राहून गेलं. बाकी करायचंय काय लग्न म्हणा?''

"असं कसं म्हणता? तुमच्यासारख्या माणसाला तर या बारीकसारीक गोष्टी, जेवणखाण चांगलंचुंगलं मिळालं पाहिजे. देशाला, समाजाला उपयोग आहे तुमचा. असं एकटे राहिलात तर उतारवयात देह क्षीण होईल, तेव्हा काय कराल?''

नंतर बाई केव्हा गेल्या ते शास्त्रीबुवांना कळलेच नाही. बाईंचे वाक्य त्यांच्या डोक्यात घर करून राहिले. 'एकटे राहिलात तर काय होईल शेवटी!' लग्न झाले म्हणजे स्नानाला पाणी गरम मिळते. वाफाळणारे जेवण मिळते, घर स्वच्छ राहते, काळजी करणारे कोणी असते, वाट पाहणारे कोणी असते.

'खरेच असते. लग्न म्हणजे म्हणतात तेवढी दगदगीची गोष्ट नाही तर! बरे असते एकूण विवाहितांचे आयुष्य! खावं, प्यावं, हसावं, खिदळावं.'

'आपण सुखी होतो का दुःखी? आपले आयुष्य तसे पाहता सुखाचेच म्हटले पाहिजे. पण हे असं काही नव्हतं आजवर मिळालं. एका पुरुषाची एवढी काय म्हणून एका स्त्रीने काळजी करावी, सेवा करावी, आदर करावा?''

'विवाह करणारे सारे मूर्ख म्हणत होतो आपण; ते काही खरे नव्हते एकूण!'

आणि त्या क्षणापासून ते फडफडणारे पातळ, ती हसरी जिवणी, तो नाजूक पदर व ती ठेंगणी चाल हे सारे दिसते, केव्हा याविषयी शास्त्रीबुवांना ध्यास लागू लागला.

कागदपत्रांत डोके खुपसून बसलेल्या शास्त्रीबुवांना अचानक याद येई, त्या रेखीव शब्दांची आणि त्यांची नजर अकस्मात त्या व्यक्तीला शोधू लागे.

मालतीबाई कधी कधी दिसत. ठेंगणा बांधा, गोड लकब, सरळ नाक, गोरापान तेजस्वी वर्ण आणि आदराने, श्रद्धेने थरथरून जाणारे डोळे अशी ती मूर्ती शास्त्रीबुवांना प्रेक्षणीय वाटे. भूतकाळातून वर्तमानकाळात येताना त्यांची चलबिचल होई.

आपले पाहणे चुकीचे आहे हे त्यांना कळे. कधीही स्त्रीकडे पाहताना न

बावरलेले डोळे अकारण दुसरी दिशा शोधत आणि समोरच्या कामातील चव अकारण नाहीशी होई.

मालतीबाईंचा वावर हा शास्त्रीबुवांच्या सुखाचा विषय होऊ लागला. वस्त्रांत केलेला प्रत्येक बदल आपल्यासाठी असावा, अशी उगाचच त्यांच्या मनाला भूल पडू लागली.

आपण पुरुष आहोत आणि मालतीबाई एक स्त्री आहे, अविवाहित स्त्री आहे याची जाणीव आज कधी नव्हे ती शास्त्रीबुवांना होऊन राहिली आणि मालतीबाईंची अंगोपांगे ते न्याहाळू लागले. त्यांना त्या ठायी चेतना जाणवू लागली. आयुष्यात कधी त्यांनी स्त्रीकडे असे रोखून पाहिले नव्हते. स्त्रीची उघडीवाघडी कायासुद्धा त्यांच्या बाबतीत काही घडवू शकली नव्हती. पण आता मालतीची केवळ आठवण काहीतरी चलनवलन घडवू लागली.

असाच एक दिवस होता. कामाचे ढीग उलगडून पडले. रात्र लांबली होती. एक नवा मुद्दा उलगडत होता. शास्त्रीबुवांची ब्रह्मानंदी टाळी लागली होती. त्यांच्या विवेचकतेने शब्दरूप धारण केले होते. चांदण्याचा पट्टा सरळसोट त्यांच्या अंगावरून वाहत गेला, त्याकडे शास्त्रीबुवांचे लक्ष गेले नव्हते.

पाणी पिण्यासाठी म्हणून शास्त्रीबुवा उठले आणि खिडकीतून चूळ भरून टाकण्यासाठी त्यांनी खिडकीतून वाकून पाहिले.

समोरच्या इमारतीतल्या खिडकीकडे त्यांचे सहज लक्ष गेले. मंचकावर विसावलेल्या एका स्त्रीवर एक पुरुष वाकला होता. त्या स्त्रीच्या अंगोपांगांशी खेळत होता. लटका प्रतिकार होत होता. आवरलेली वस्त्रे फिस्कारीत होता. नाजूक चीत्कार कानी येत होते. चांदण्याच्या लांबड्या पट्ट्यात चमचमणारे अर्धनग्न स्त्रीचे ते चेतोहारी रूप शास्त्रीबुवांच्या निद्रिस्त कामनेला जागे करून गेले. वक्षांशी झटापट करणाऱ्या त्या तरुणाचा त्यांना मत्सर वाटला. झटू देणाऱ्या त्या स्त्रीचा त्यांना राग आला.

समोरचे दृश्य पाहू नये असा विवेक शिकवणाऱ्या मनाला त्यांनी झिडकारले नि ते न्याहाळून पाहू लागले. त्या कोलमांगीशी जंगली माणसाप्रमाणे वागणाऱ्या या परपुरुषाविषयी त्यांच्या मनात एवढा तिरस्कार दाटला, की झटकन त्यांच्या मुठी आपोआप वळल्या. एक तीव्र अभिलाषा त्यांच्या मनाला चाटून गेली आणि त्यांना वाटले, या घटकेला मालतीबाईंच्या खोलीवर जावे आणि त्या विचाराने ते एकदम बिचकले. मालतीबाईंशी असले काहीतरी भलतेसलते करण्याची कल्पनाच त्यांना भयंकर वाटली. वस्त्रमुक्ता मालती दिसेल तरी कशी? आणि

ते चपापले. खरेच की! आपण तो विचारच केला नाही. चमचम करणाऱ्या त्या उघड्या तेजस्वी त्वचेचा स्पर्श केवढा मधुर असेल! आणि त्या अधोमुखीचे निरोगी ओठ-तो समोरचा मनुष्य जे करतो आहे, ते आपण करू शकू काय?

आणि असे म्हणता त्यांच्या हातांनी ओठ चाचपले. त्यांवरच्या बाळसेदार मिशा चाचपल्या आणि अखेरीस एक सुस्कारा सोडला.

दुसऱ्या दिवशी त्यांना पिवळ्या लखोट्यातले पत्र मिळाले. पुणे युनिव्हर्सिटीतर्फे दरवर्षी एका विद्वानाला चार-पाच व्याख्याने देण्यासाठी नेमले जाई. त्या व्याख्यानांनिमित्त त्या जाणत्या विद्वानाचा सत्कार होई. हजार रुपये मानधन मिळे आणि त्या विद्वानाचा एखादा ग्रंथ प्रकाशित केला जाई. बरेच दिवस शास्त्रीबुवांना हा सन्मान मिळावा, म्हणून खटपट चालली होती. अखेरीस 'महाराष्ट्राचे भारतात स्थान' या मौलिक विषयावर व्याख्याने देण्याचे आमंत्रण शास्त्रीबुवांना आले. व्याख्यानाविषयी चर्चा करण्यास्तव शास्त्रीबुवांना युनिव्हर्सिटीप्रमुखांना भेटण्यास जायचे होते.

एरवी शास्त्रीबुवांना या सन्मानाचा अत्यानंद झाला असता. आताही झाला होता; पण तो संपूर्ण नव्हता. एका चालू दिनक्रमात वाट पाहण्याची त्यांना लागलेली सवय बोचत होती. कोणताही क्षण भाग्याचा ठरणार होता. मालतीच्या संगतीतल्या कळ्यांना गंध सुटणार होता.

कुणाला ठाऊक, त्या नाजूक क्षणांना वाचा फुटेल. कुणाला ठाऊक, त्या नाजूक हालचालींची गुंतागुंत होईल, अंतरे तुटतील, पण जाणे भाग होते. या भाग्याला इथंच ताटकळत ठेवून जाणे भाग होते.

"उद्या मी जायचे म्हणतो."

"उद्या?" विलक्षण आश्चर्य.

"म्हणजे कायमचा नव्हे, परत येणार आहे." दबलेल्या आवाजात सुटकेचा नि:श्वास विरघळत होता. "थोडं काम होतं युनिव्हर्सिटीत."

"परत केव्हा येणार?"

"परवा पहाटे परत येईन. नाइलाज म्हणून केवळ जाणार."

"जायलाच हवं! जावं आपण, आपल्या विद्वत्तेचं चीज होतय. जावं आपण. सरस्वतीची कृपा आहे आपल्यावर. लक्ष्मीसुद्धा प्रसन्न होईल."

पुढे काय बोलायचे, हे शास्त्रीबुवांना कळले नाही. बाजीरावाच्या मस्तानीवरच्या प्रेमाचे वर्णन करायला त्यांची रसवंती तयार होती. नेपोलियनच्या प्रेमाचे वर्णन करायला त्यांची वाणी केव्हाही तयार होती. भूतकाळातल्या सर्व प्रेमिकांची

तरफदारी करावयास त्यांना जोर होता. पण स्वतःचे गाऱ्हाणे सांगताना त्यांची जीभ लटकी पडली. मालतीच्या प्रत्येक हालचालीचा, आविर्भावाचा विचार करीत शास्त्रीबुवा पुण्यास आले. एरवी बायका-पुरुषांच्या संमिश्र समाजात न विरघळणारे शास्त्रीबुवा बिचकू लागले. स्त्रियांशी फटकळपणे बोलण्यासाठी सदा वखवखलेली त्यांची जीभ मार्दवाचा रस्ता काढू लागली. सर्वांनाच शास्त्रीबुवांच्यातला फरक जाणवला.

त्यांची चेष्टा करण्यासाठी तत्त्वज्ञानाचे प्राध्यापक नाना पुराणिक म्हणाले, ''बुवा, तुमचे या वेळचे इतिहास संशोधन तुम्हांला बदलवून टाकणार बहुतेक!'' बुवांनी हा विनोद परतवला नाही. ते निव्वळ हसले.

प्रत्येक माहितगार विवाहितावर त्यांनी साश्चर्य लक्ष टाकले. संसाराला अर्थ असतो एकूण! इतिहासातले अवघड असे एखादे बिकट खटले ज्या क्षणी सुटते तो क्षण आणि स्त्रीच्या रुसव्याचे एखादे बिकट खटले ज्या क्षणी सुटते तो क्षण, सारख्याच आनंदाचे ना?

लग्न ही पळून जावे, अशी गोष्ट खचित नाही. मग आपण तर लग्नापासून पळालो होतो, का लग्न आपल्यापासून पळाले होते? लग्नाची कशी म्हणून ती आवश्यकताच पटली नाही. मग या आयुष्यापासून एवढी वर्षे आपण दूर का राहिलो? आणि त्याच क्षणी त्यांच्या अंतःकरणात मालतीबाईंचा लोभस गोबरा देह आमंत्रण देऊन गेला.

'लग्न' आणि ते मालतीबाईंशी! लोक हसतील, एवढी वर्षे ब्रह्मचर्यात काढून प्रौढ वयात एका मास्तरीणबाईंशी केलेल्या या लग्नाने लोक आपल्याला हसतील. त्या हसण्यातला उन्मत्त तिरस्कार पुनःपुन्हा परावर्तित होऊन शास्त्रीबुवांच्या हृदयात घुमला. पण आवरून धरलेला संयमाचा बंधारा आता कोसळला होता. लोकापवाद आता तो थोपवू शकत नव्हता.

मालतीबाईंशी लग्न या शब्दप्रयोगातील नावीन्य गेल्यावर उरले ते केवळ शब्दातीत होते. एकदा नव्हे, अनेकदा शास्त्रीबुवांनी मालतीबाईंच्या अनावृत देहाचे रेखाटन केले. पण कधी न पाहिलेल्या, न अनुभवलेल्या त्या चित्राला पूर्णाकृतीच येईना.

संध्याकाळी, अर्ध्या पहाटेला काळंवडलेल्या उत्तररात्री, आषाढातल्या ओलावलेल्या हवेत, झाकाळलेल्या पावसाळी हवेत, धुकारलेल्या उनाड सकाळी, तापलेल्या भर दोनप्रहरी, चोवीस तासांतल्या प्रत्येक क्षणात ते मालतीबाईंसमवेत संग मागत होते. विद्वत्तेची पिसे झडून ते एक पिसाट प्रेमिक झाले होते.

त्यांच्या मनाने नवा आवेग घेतला आणि आपल्या त्या प्रौढ शानदार विद्वत्तेला पोषक पोशाखाची त्यांना गैरसोय वाटू लागली. पगडी कपाटबंद झाली. बंद गळ्याचा लांब डगला भेटीच्या वस्तूंत जमा झाला. त्यांच्या पीळदार मिशा त्यांनाच टोचू लागल्या आणि मग खिशातले घड्याळ, वीस वर्षांपूर्वी वडिलांनी घेतलेले पेन, जुनी हिऱ्याची बटणे, पांढरे शुभ्र सदरे, लखनवी चढाव सारे गेले आणि बघता बघता शास्त्रीबुवा चालू जगात आले,

आपण करतो आहोत ते चुकत तर नाही ना, असा क्षणभर त्यांच्या मनात विचार आला; पण त्यांनी तो परतवला. मालतीच्या प्रेमाला पात्रच व्हायचे असेल तर...

शास्त्रीबुवांच्या मनाच्या फुलपाखराला केवळ मालतीच्या फुलाची ओढ लागली आणि कसलाही वेळ न दवडता त्यांनी गाडी गाठली.

नवा वेष, कपडे, वस्तू त्यांना बोचत होत्या. चांदणे खुपत होते. वेग जाचत होता. ताल चिडवत होता.

पहाट होता होता त्यांचा डोळा लागला. मंगलवेषात सजलेली, मुंडावळ्या बांधलेली मालती त्यांना दिसली. आणि मग त्यांना राहवले नाही. ते जागे झाले ते बर्थवरून खाली पडत असल्यामुळेच.

त्या स्वप्नाचे, आपल्या अधीरपणाचे त्यांना हसू आले आणि मग मात्र ते केवळ हसतच राहिले. मुक्कामाला गाडी आली ते टांग्यात बसले आणि टांगा शाळेच्या मागच्या गल्लीतल्या मालतीबाईंच्या घराशेजारी थांबला, तेव्हा एक चिंतातुर जंतू जागा झाला. सारे शौर्य मावळले. मालतीने नकार दिला तर... पण नकार का द्यावा? उलट, तिला केवढा सन्मान वाटेल! समजा, तिला लग्नच करायचे नसेल तर आणि तिला आपल्याबद्दल काही वाटत नसेल तर...

'काय आपण वेडे? काय धरून चाललो आहोत आपण?'

दारावर थाप मारावी, का टिचकी मारावी, का हाक मारावी, हेच शास्त्रीबुवांना समजेना. थोडा धीर धरून त्यांनी दाराची कडी वाजवली.

थोडी हालचाल, मग दाराशेजारी परिचित श्वासोच्छ्वास आणि मग किंचित त्रासिक स्वरात 'कोण आहे', हा प्रश्न.

"मी शास्त्री, पंडित शास्त्री."

मी या शब्दातली ओळख पटताच पुढच्या शब्दासाठी न थांबताच दार उघडले गेले. पण दारातून रस्ता मिळेना. मालतीबाई शास्त्रीबुवांकडे पाहतच राहिल्या. त्यांच्या नजरेत विलक्षण आश्चर्य आणि एक वेडसर झाक उमटलेली

शास्त्रीबुवांना दिसली.

काय बोलावे, कुणी बोलावे?

"अवेळी आलो म्हणून आश्चर्य वाटलं?"

"आश्चर्य तर खरंच!"

"मग चुकलं माझं, मला वाटतं."

"छे! या या, बसा."

मालती मागे सरकली. तिने पदर सारखा केला. मोरीवर जाऊन डोळ्यांना पाणी लावले आणि ती दुसऱ्या खुर्चीवर येऊन बसली.

"मी आता आलो म्हणून राग आला?"

"नाही."

"खरंच सांगा."

"खरंच नाही."

"कुणी काही म्हणतील म्हणून तर वावगं वाटत नाही ना?"

"तसंसुद्धा नाही."

"मग तुमच्या डोळ्यांत नेहमीचा भाव नाही. अपरिचितपणा, अप्रसन्नपणा का?"

"तसंही नाही."

"मी जातो. क्षमा करा."

शास्त्रीबुवा उठले. थांबा असा आग्रह नाही, बसा नाही.

शास्त्रीबुवांना काय करावे, तेच सुचेना. सारी गंमत नष्ट करणारी ती शांतता, स्तब्धता नुसती खायला आली. दरवाजापाशी जाऊन ते परत आले नि म्हणाले, "मालती, मी तुला मागणी घालायला आलो होतो."

"मला माहीत आहे."

"तुझा नकार आहे तर."

"?"

"बोल नं, नकारच समजू ना मी?"

"रागावू नका, गैरसमज करून घेऊ नका."

"मुळीच नाही. खचित रागावणार नाही. जगात स्त्री ही एक सुंदर वस्तू आहे हे तू मला शिकवलंस. मग मी कसा रागावेन?"

"तुम्ही रागावलात तर वाईट वाटेल मला."

"पण मी शपथपूर्वक सांगतो मालती, तुझ्यावर रागावणं शक्य नाही.

वाईट जरूर वाटेल. पण मला का नाकारलंय? सांगशील मालती?''

"........"

"मी आवडलो नाही का तुला?''

"..... ...."

"लग्न करायचंच नाही असा तर नव्हता निश्चय तुझा?''

".... ...."

"दुसऱ्या कुणावर तर प्रेम नाही तुझं मालती?''

एकामागोमाग येणाऱ्या प्रश्नावर केवळ 'हं' असा एक हुंदका गडगडत बाहेर आला.

"क्षमा कर मला मालती. मला कल्पना नव्हती. तुझ्या श्रद्धापूर्ण वागण्यात, प्रेमळ सेवा-चाकरीत मी भुलून गेलो. मला वाटलं, माझ्याबद्दल तुझं प्रेम दाखविण्याचा तुझा तो मार्ग आहे. माझ्याबद्दल कधी आकर्षण वाटलंच नाही तुला?''

"वाटलं.''

"मग? नाही का म्हणालीस मालती.''

"कसं सांगू तुम्हांला? माझ्या मनोमंदिरात एका देवतेची मूर्ती आहे. पुस्तकाच्या गराड्यात बसलेला, ज्ञानाची जोपासना करणारा, जुन्या जमान्याच्या शानदार वस्त्रभूषणांत शोभणारा, ज्ञानी, पढिक, विद्वान असा एक भोळाभाबडा पुरुष माझ्या मनात अजून रेंगाळत आहे. स्त्रीबद्दल त्याला अभिलाषा नाही. कारण तो आपल्याच नादात मश्गूल आहे. खरे सांगू, अशा देवतेला मी भजत होते. त्याच्या ज्ञानवेडावर प्रेम करीत होते आणि केव्हातरी लग्न करून किंवा लग्नाशिवाय मी त्याची होणार होते. गुलाबाच्या काट्यावर माझी भक्ती जडली होती. पण आता कवचकुंडले काढल्यावर कर्ण जसा दिसला असेल, तसे तुम्ही दिसता आहात. प्रेमिक म्हणून या अशा अवतारात तुम्हाला पाहिलं आणि माझं प्रेम गोठून गेलंय.''

"पण...''

"रागावू नका. जे विझून थंड झालं, ते पुन्हा पेटणार नाही. पेटवू नका. मला क्षमा करा. तुम्ही जाऊ शकता.''

-०-०-०-

.६.

कळले न कधी कोणा

त्या डोळ्यांतली अस्वस्थता मला सारखी बोचत होती.

माझ्यासमोर बसणारी मुलगी, असेल तीस-बत्तीस वर्षांची. मी तिला चुकून मुलगी असं म्हटलं, कारण स्त्रियांच्या रूपसौंदर्याची माझी पट्टी आता बदलली आहे. आयुष्य अत्यंत मनस्वीपणानं आणि मुक्तपणानं भोगल्यामुळे असेल, कोणतीही स्त्री आता मला साद घालू शकत नाही. ज्या दिसताच अनेकांच्या माना गर्रकन फिरतात, त्या स्त्रियासुद्धा मला आता फारशा आकर्षू शकत नाहीत. तृप्त माणसाचं हे असंच होतं. माझ्या डोळ्यांत किंवा हृदयात सुंदर स्त्रीला जागा आहे; पण आता एके काळची ती वखवख उरलेली नाही.

शक्य आहे, माझ्या रक्तातील सळसळ कमी झाली असेल. हेही शक्य आहे की स्त्री आणि पुरुष ज्या ओढीनं एकत्र येतात, त्या ओढीचा मथितार्थ आता मला कळू लागला असेल. कदाचित असंही असेल, की वेगवगळ्या भरजरी, सीफॉन, नायलॉनच्या वस्त्रांआड एकच एक नागवी मादी ताटकळत असते, याचा मला शोध लागला असेल. काहीही असो; स्त्रीचं सौंदर्य, तिची उत्तमांगं, तिचं नाजूकपण, तिच्या डोळ्यांतलं आव्हान किंवा तिच्या थरथरत्या देहातील समर्पणभाव या साऱ्यांना माझ्या आयुष्यात एके काळी जे स्थान होतं, ते आता उरलेलं नाही. पण तरीही स्त्रीचं प्रक्षोभक दर्शन आणि जीवघेणं आमंत्रण

ही मला अजूनही संपूर्णपणे विसरता आलेली नाहीत.

आता ही समोरची उंचनिच, सडसडीत, सावळी मुलगी सौंदर्यवतीत जमा होण्यासारखी खास नसेल. तिच्यात व्यंग काढण्यासारखं जरी काही नसलं, तरी चटकन लक्ष वेधून घेण्यासारखं काही नाही. तिचे विलक्षण कुळकुळीत लांबसडक केस ती बसलेल्या खुर्चीच्या खाली लोंबताहेत, तिचे विलक्षण चातुर्याने वापरलेले कपडे, तिच्या व्यक्तिमत्त्वाचा एक पडदा दुभंगवू पाहत आहेत. तिच्या हाताची सडसडीत बोटं टेबलावर तिनं घट्ट रोवलेली आहेत, आणि एका हरवलेल्या नजरेनं ती कधी माझ्याकडं, तर कधी माझ्या मागं असलेल्या तैलचित्राकडं, तर कधी कुठेतरीच बघत आहे. तिच्या व्यक्तिमत्त्वात शिरण्याचा माझा प्रयत्न कितीतरी वेळ चालू आहे. ती मनमोकळेपणानं बोलू लागली तर माझी खात्री आहे, की तिचं जे हरवलेलं असेल ते तिला सापडेल. तिच्या आवाजाला एक नाद आहे आणि तो आवाज ऐकायला मिळावा म्हणून तिला बोलकी करण्याचा मी प्रयत्न करतोय.

होय. तिची-माझी एकदोनदा यापूर्वी गाठ पडली आहे. ती कवी आहे हे कळलं तेव्हा मला थोडं बरं वाटलं. एका कविसंमेलनात तिची गाठ पडली. तिच्या त्या डोळ्यांतली विलक्षण अस्वस्थता मला जाणवली. चार-चार ओळींच्या तीन-चार कविता तिनं तेव्हा म्हटल्या. एका विलक्षण आर्त अशा एकाकीपणाचं दु:ख त्यांतून ओसंडत होतं. गजल या उर्दू काव्यप्रकाराचा तो एक नमुनेदार मराठी प्रयत्न होता. तिचं ते दु:ख मात्र उर्दू वाङ्मयातून उसनं आणलेलं नव्हतं. तिनं प्रत्येक कवितेच्या शेवटी श्रोत्यांकडून वाहवा मिळवली. परंतु तिच्या डोळ्यांत कृतार्थता कोठेच दिसली नाही. अतिशय नेटकेपणानं ती रंगमंचावर उभी होती, आत्मविश्वासानं कविता म्हणत होती, आणि या जगाशी आपला काही संबंध नाही, अशा अलिप्ततेनं मिळालेली वाहवा पापण्यांबाहेर ठेवत होती.

त्या कविसंमेलनात तिची-माझी ओळख करून देण्यात आली, पण मग मी तिला विसरलो. आठ-दहा दिवसांनंतर ती माझ्या ऑफिसात आली. माझ्या समोर बसली, आणि मोठ्या कागदावर बायकी परंतु नेटक्या अक्षरांत लिहिलेल्या छोट्या छोट्या कवितांचा एक जुडगा तिनं माझ्या हातात दिला. तो हाती घेत मी म्हणालो, "या कविता छापीन मी केव्हातरी."

"न वाचताच!"

"हो. परवा तुमच्या कविता ऐकल्या, निराळ्या वाटल्या. मराठीमध्ये अशी सूत्रबद्ध मूडी कविता फार थोडी असते."

"आणि त्यातलं निराळेपण?"

"ते तर अगदीच नवीन आहे. अशी उदास, एकाकी कविता तुमच्यासारख्या तरुण मुलीनं लिहावी..."

"तरुण? अहो मी बत्तीस वर्षांची आहे."

"वा, म्हणजे अगदी ऐन तारुण्यातच आहात! तिशी उलटेपर्यंत माणसाला तारुण्य जाणवत असतं. शस्त्राची धार कळते, पण ते वापरायचं ज्ञान नसतं. पुष्कळशा स्त्रिया तिशीतच आजीबाई होतात, हे सोडून द्या. परंतु पाच-दहा वर्षे संसार केल्यावर स्त्रीला बरंवाईट, सरसनिरस कळायला लागतं. आपल्याजवळ नेमकं काय आहे, हे न कळल्यामुळं उन्मत्तपणानं सगळ्याचंच प्रदर्शन करणाऱ्या स्त्रीपेक्षा, आपलं सामर्थ्य कोठे आहे हे कळणारी स्त्री पुरुषाला अधिक आवडते आणि म्हणून मी म्हणालो, 'अशा सुंदर समजदार वयात तुमच्या काव्यात हे औदासीन्य आलं कोठून?"

"तुम्हांला बराच अनुभव दिसतोय."

"म्हटलं तर आहे, म्हटलं तर नाही. स्त्री-पुरुष संबंधात प्रत्येक अनुभव हा तसं पाहता निराळा असतो, किंवा म्हटलं तर एकच असतो... ते जाऊ दे. आपण फार गंभीर बोलू लागलोय. या गावात तुम्ही नवख्या दिसता."

"हो. मी बेळगावची."

"पुण्याला काय सहज?"

"नाही. नोकरी मिळाली तर करणार आहे."

"न मिळायला काय झालं? किती शिकलात तुम्ही?"

"मी बी. ए. आहे. इंग्रजी आणि संस्कृत हे माझे विषय होते. जमलं तर एम. ए. करणार आहे इथं."

"या वयात?"

"मघाशीच तर तुम्ही म्हटलंत की हे नेमकं समज येण्याचं वय आहे."

"वा! बरोबर पकडलंत की मला! तुमचे मिस्टर काय करतात..."

ती एकदम सावरून बसली. लोंबणारे केस तिने खांद्यावर ओढून घेतले. तिच्या डोळ्यांत एकदम काहीतरी चमकून गेलं. चेहऱ्यावरचे स्नायू ताठरले. ती एकदम गंभीर का झाली, हे मला कळायला मार्ग नव्हता. परंतु संभाषणाची रंगत बिघडली, हे मी ओळखलं. माझ्या डोळ्यांतील कुतूहल तिच्या लक्षात आलं. तिच्या चेहऱ्यावर एक अनपेक्षित खेळकरपणा तिनं आणला आणि ती म्हणाली.

"ते डॉक्टर आहेत."

"आय सी! वास्तविक मी तुम्हांला अनावश्यक काहीतरी माहिती विचारली असं नाही ना वाटलं?"

"नाही, नाही. मुळीच नाही. माझ्या गळ्यात लोंबणारं हे मंगळसूत्र पाहून कोणीही हा प्रश्न विचारला असता आणि एवढंच कशाला, मला नोकरीची गरज का आहे, मी पुण्यात का आले, इथंच नोकरी का करू इच्छिते, असले प्रश्न अगदी सुसंगत आहेत."

"आय ॲम सॉरी! तुमच्या मिस्टरांबद्दल काही विचारायलाच नको होतं."

"नाही, तुम्ही विचारलंत यात चुकलं तर काही नाहीच; पण तुम्ही विचारलं नसतंत तर माझ्या मनात अंदेशा उत्पन्न झाला असता. एखादी गोष्ट सांगावी अशी माझ्या संसाराची गोष्ट मी तुम्हांला सांगितली तर तुम्हांला कंटाळा येईल, पण माझे मिस्टर डॉ. पुराणिक अतिशय चांगले आहेत. त्यांचं माझ्यावर खूप खूप प्रेम आहे. मी म्हणाले, मला पुण्याला राहायला आवडेल, तर त्यांनी खुशीनं माझ्याबरोबर येऊन माझी मांडामांड करून दिली... आमचे एक स्नेही आहेत राजमाचीकर म्हणून. त्यांच्या बंगल्यातल्या औटहौसमध्ये मी राहते. या तुमच्या ऑफिसच्या मागच्याच बाजूला..."

"हां, हां. राजमाचीकर वकील!"

आणखी थोडा वेळ बसून ती निघून गेली. चार-सहा दिवसांनी पुन्हा एकदा आली, आणि तिच्या-माझ्यातला दुरावा पुष्कळच कमी झाला. माझा स्त्रीविषयक दुर्लौकिक तिच्या कानावर आला असेल, या कल्पनेनं मी तिला एकदा म्हणालो,

"तुम्ही माझ्याकडं वेळी-अवेळी येता, मोकळेपणानं वागता-बोलता, हे तुमच्या यजमानांना कळलं तर?"

"ते तुम्हांला चांगलं ओळखतात."

"काय, म्हणता काय?"

"तुमची नि त्यांची कोल्हापूरला एकदा गाठ पडली होती आणि...."

"आलं लक्षात, दॅट डॉ. पुराणिक!"

का कुणास ठाऊक, माझी इच्छा नसतानासुद्धा माझ्या चेहऱ्यावरचे भाव बदलले असले पाहिजेत. एका मेडिकल कॉन्फरन्समध्ये मी त्यांना पाहिले असेल. पन्नाशी उलटलेल्या त्या प्रौढ डॉक्टरशी माझी ओळख व्हावयाचं वास्तविक कारण नव्हतं. परंतु त्या माणसानं रक्तदाबावरचं काही संशोधन केलं, असं माझ्या कानावर होतं. तेव्हा माझं साप्ताहिक नव्हतं. मुंबईच्या एका वृत्तपत्राचं

प्रतिनिधित्व मी करीत असे आणि मुलाखतीच्या निमित्तानं त्यांचा-माझा थोडा परिचय झाला. पण या एवढ्या प्रौढ माणसानं समोर दिसणाऱ्या तशा अर्थानं त्याला विशोभित स्त्रीशी लग्न का करावं, हे अर्थात मला कळण्याजोगं नव्हतं. हे जोडपं व्यवहारात किती विजोड दिसत असेल, याचा-माझ्या डोळ्यांपुढे चित्रपट उभा राहिला. माझ्या मनातल्या या शंका त्या चतुर मुलीच्या डोळ्यांत दिसल्या, आणि त्याच वेळी हे माझ्या ध्यानात आलं, की समोर दिसणाऱ्या, या डोळ्यांना काहीही जोखता येईल.

"तुम्हांला आश्चर्य वाटतंय, ते मी समजू शकते. परंतु अशा आश्चर्यकारक गोष्टी कितीतरी घडतात. माझं लग्न झालं तेव्हा मी सोळा वर्षांची होते. बेळगावला मी कॉलेजच्या रेसिडेन्सीत राहत होते. डॉ. पुराणिक आमच्या वसतिगृहाचे मेडिकल ऑफिसर होते. त्या वेळी वृत्तपत्रांतून त्यांच्या या नेमणुकीबद्दल खूप खूप वेडंवाकडं लिहून येत होतं. पुराणिकांचा लौकिक तसा बरा नसावा. डॉक्टर म्हणून ते निष्णात असतील; परंतु स्त्रियांच्या हॉस्टेलवर देखरेख करावी, असा त्यांचा लौकिक तर खासच नव्हता. त्यांच्यावर चौकशी कमिटी नेमण्यात आली, त्या वेळी काही विद्यार्थिनींच्या साक्षी घेण्यात आल्या. त्या वेळी तर मी खूप लहान होते. खरं म्हणजे हे काय चाललंय, ते मला कळत नव्हतं. मला एवढंच दिसलं, की चार-पाच माणसांच्या संशयास्पद नजरेला तोंड देणारा एक धीरोदत्त माणूस माझ्या नजरेला नजर मिळवून माझं साहाय्य मागत होता. जणूकाही माझ्या एका शब्दावर त्याचं सारं आयुष्य अवलंबून होतं. पुढं त्या चौकशीत डॉक्टर निर्दोष सुटले आणि मग त्यांनी राजीखुशीने आमच्या कॉलेजचं कामही सोडून दिलं. लक्षात ठेवा, पंधरा-सोळा वर्षांपूर्वीची गोष्ट. अत्यंत अद्ययावत कपडे डॉक्टर पेहरायचे, उंची सेंट्स वापरायचे, आणि एखाद्या विजयी योद्ध्याप्रमाणे हवेत चालायचे. मला हे कळायला हवं होतं, की अशा सौंदर्यात सुख असतंच असं नाही. परंतु आगीकडं झडप घ्यावी, त्या पतंगाचं मन असण्याचं माझं वय होतं.

"इतक्या देखण्या, इतक्या व्यक्तिमत्त्वसंपन्न माणसाला बदनामीपासून वाचवण्याचा का कुणास ठाऊक, माझ्या मनात एक निश्चय होऊ लागला. मला वाटलं, या सुंदर देहावरून आपलं कोरांटीचं फूल ओवाळून टाकावं.

"पण आयुष्य ही मोठी गंमत आहे. मला वाटलं, मी डॉक्टरांना सुधारू शकेन. पण मला ते मुळीच जमलं नाही. डॉक्टरांचं स्वैर आयुष्य चालू होतं. जितकं डॉक्टर बेबंद वागत होते, तितकं मला अवसान चढे. त्यांचं-माझं नातं हे

नवराबायकोचं नव्हतं. एका शब्दानं मी त्यांना कधी वाकडं बोलले नाही. पण का कोणास ठाऊक, त्यांचं वागणं अकस्मात बदललं. ते माझी जपणूक करायला लागले. माझ्या आवडी, माझी रुची यांविषयी ते फार दक्षता घेऊ लागले. दवाखान्याचा वेळ सोडला, तर ते सारा वेळ माझ्या अवतीभवती असत. मद्यपानाच्या पार्टीज वगैरे टाळू लागले. कधी मद्य घेतलंच तर माझ्या अनुमतीनं घरीच घेऊ लागले. हा बदल त्यांच्यात का झालाय, हे मला तेव्हाही कळलं नाही आणि या घटकेपर्यंत मीही त्यांना विचारलं नाही. परंतु माझ्यामुळं ते सुधारलेले आहेत, हे मात्र नक्की आणि मग मी केलेल्या प्रमादाची हळूहळू जाणीव झाली.

"तसं डॉक्टरांच्यात नि माझ्यात काय साम्य? वयाचं, रूपाचं, रुचीचं काहीही साम्य नसताना आम्ही संसार ढकलीत होतो. त्यांच्या सहवासात मी स्त्री आहे हे मला कधी जाणवलंच नाही. ते मायाळू आहेत, माझ्यासाठी वाट्टेल ते करतात; परंतु काहीतरी कुठंतरी चुकलंय..."

"पण तुम्ही शोधून काढलंत का, त्यांच्यात हा बदल का झालाय ते?" मी तिला विचारलं.

"त्यांना कोठल्याही प्रकारचा मनस्ताप व्हावा, असं मला वाटत नाही. पण त्यांच्या त्या पतित्वाची भावना नसलेल्या अस्तित्वाने त्यांच्याजवळ राहणं मला फार चमत्कारिक वाटतं. मी त्यांना म्हणाले, मी पुण्याला जाते. त्यांनी कसलीही शंकासुद्धा व्यक्त केली नाही. उलट, ते मला म्हणाले, तुला जिथं बरं वाटेल तिथं राहा. खरं सांगू, या त्यांच्या बोलण्यावरून मी समजले की माझं उरलंसुरलं नवरा-बायकोचं नातं तुटलंय आणि एखाद्या बापानं मुलीची काळजी घ्यावी, अशी ते माझी काळजी घेताहेत."

"तुमच्या पुण्याच्या वास्तव्याचं खूप मोठं स्पष्टीकरण झालं नाही हे!"

ती हसली. हसताना तिचे सुंदर दात मला दिसले. तिच्या त्या सडसडीत बांध्याला आणि मन:प्रवृत्तीला न शोभणारा निकोप आरोग्याचा एक नमुना माझ्यासमोर एकदम उभा राहिला. अंजिरी जिभेनं तिनं ओठ टिपले. तिच्यातलं सारं औदासीन्य ओंजळीतून पाणी गळावं तसं गळून गेलं आणि मग वाङ्मय, काव्य अशा कितीतरी विषयांवर आम्ही बोलत राहिलो. तिला संभाषणकला चांगली अवगत होती. तिचं वाचनही चांगलं असावं. बोलता बोलता खूप वेळ गेला. मध्ये खूप माणसं येत होती, जात होती; पण आमच्या संभाषणाचा धागा तुटला नाही. किंबहुना तिनं तो तुटू दिला नाही. ऑफिस बंद करायची वेळ झाली, इतर लोक निघून गेले, तरीही आम्ही बोलत राहिलो. केव्हातरी रंगलेली

ही बैठक मोडावीच लागली. परंतु उठता उठता मघा बाहेर काढून ठेवलेलं औदासीन्य तिच्या मुद्रेनं धारण केलं. ती म्हणाली,

"मी तुमचा फार वेळ घेतला."

"नाही, मुळीच नाही. खरं सांगायचं तर अशा या संभाषणातून आपण वाढत असतो, शिकत असतो."

"आपल्या इतक्या वेळच्या संभाषणात मी स्त्री आहे, हे तुम्ही विसरलात."

"बिफोर वी गेट अप, मला तुम्हांला सांगितलं पाहिजे. माझ्या आयुष्यात मी खूप बरावाईट वागलो आहे. एकापेक्षा अनेक स्त्रियांशी माझे संबंध आहेत. एका स्त्रीच्या संबंधात तर मी चांगलाच पोळलोय. कदाचित त्यामुळे असेल, पण स्त्रियांबद्दल मला आता काही आकर्षण राहिलेलं नाही. शिवाय जगातील प्रत्येक सुंदर वस्तू माझ्यासाठीच निर्माण झाली, असं मला चुकूनही वाटत नाही. अनेकांच्या हपापलेल्या किंवा वखवखलेल्या नजरा पाहिल्या, की त्यांची कीव येते! मला तुम्ही आवडलात, पण तुमच्याकडून मला काहीही नको आहे. तुम्ही इथं येत चला, संकोच न करता येत चला. पवित्र नात्याची मी अप्रतिष्ठा करू इच्छीत नाही; म्हणून मी तुम्हाला बहीण वगैरे काही मानणार नाही. मला ती तसली ढोंगं आवडत नाहीत."

ती एकदम उठली, आणि माझ्याजवळ आली. आणि तिनं माझ्या डोळ्याला डोळा लावून पाहिला. कधीच नाही इतक्या तीव्रतेनं तिच्या तारुण्याची सळसळ मला जाणवली. तिनं वापरलेल्या अगदी सुक्ष्मगंधित सेंटनं तर मला कसलं तरी आमंत्रण दिलं. अशा काही वेळा असतात, की जगातली सारी सौंदर्यं एकत्र गोळा होतात आणि आपल्यासमोर उभी राहतात. ते सर्वस्पर्शी सौंदर्य ज्ञानाच्या पलीकडचं असतं. तो गहिरा क्षण आता समोर ठाकला होता. समोरची स्त्री ही मघा पाहिली ती नव्हती. परिस्तानातल्या एका अदभुत लावण्यलतिकेच्या अस्पर्श विळख्यात मी खेचला जात होतो.

मी तिच्या खांद्यावर हात ठेवला. तिच्या निळ्याशार डोळ्यांत शिरण्याचा प्रयत्न केला आणि त्या काळ्या समुद्रात बुडून जाऊ की काय, या भीतीनं माझ्या साऱ्या शक्ती गोळा केल्या. खांद्यावरची ती पकड घट्ट करीत मी म्हणालो,

"तू फार चांगली आहेस. कोणालाही सुखी करशील अशी आहेस. मला तू आवडली आहेस. माझ्या आयुष्यात यायला तुला फार उशीर झाला आहे. नव्या खेळण्याचा मोह वाटावा, असं बालपण मी हरवून बसलोय आणि का कुणास ठाऊक, जिला वासना म्हणता येणार नाही किंवा ममत्वही म्हणता येणार

नाही, असली काहीतरी विचित्र ओढ तुझ्यापायी उत्पन्न झाली आहे. मला माहिती आहे. या क्षणी तू कशालाही कबूल होशील. हा क्षण साधण्यात कदाचित पुरुषार्थही असेल; पण मला वाटतं, तो नाकारण्यातही कमी पुरुषार्थ नाही.''

अश्रूंनी चिंब झालेल्या तिच्या डोळ्यांनी तिनं मला नीट जोखलं. माझे हात घट्ट पकडून ते तिनं आपल्या डोळ्यांत भिजवले आणि विजेच्या वेगाने निरोप न घेता ती चटकन निघून गेली. ती निघून गेल्यानंतर सारं ऑफिस मला विचित्र वाटलं. तिच्या मागं उरलेला सुगंध मला जाळू लागला. एका विलक्षण तृप्त आनंदात एक तितकंच व्याकूळ करणारं दुःख मिसळून गेलं.

त्याच्यानंतर दुसऱ्या दिवशी सकाळी ती माझ्याकडं आली. मला वाटलं होतं तिला मी दुखावलं, तेव्हा ती येणार नाही. पण उलट काल काहीच घडलं नाही, असं तिच्या वागण्यातून मला जाणवलं. तिच्या-माझ्या नात्याला आता एक निराळा अर्थ उत्पन्न झाला होता. का कुणास ठाऊक, एखादा परमेश्वरी शक्तीचा स्पर्श मला जाणवत होता. त्यानंतर वेळोवेळी ती माझ्याकडे यायची, भोवतालच्या नजरासुद्धा काहीतरी कुजबुजू लागल्या. माझ्या ऑफिसमधले आणि घरातले लोक माझ्या आणि तिच्या संबंधांबद्दल काहीबाही बोलू लागले. मी कधीच तसल्या प्रवादांची फिकीर केली नव्हती. परंतु आधीच बदनामी झालेल्या माझ्यासारख्यामुळं, एका विवाहित स्त्रीचा अधिक नावलौकिक व्हावा, ही गोष्ट मला ठीक वाटत नव्हती. एके दिवशी मी म्हणालो,

"लोक आपल्याबद्दल काय बोलतात, त्याची तुला कल्पना आहे का?''

"हो. नसायला काय झालं?''

"त्याबद्दल तुला काही वाटत नाही?''

"नाही बाई, त्यात काय वाटायचंय?''

"आणि डॉ. पुराणिकांना!''

"त्यांनाही काही वाटत नाही. उलट, त्यांना तर सगळं मी कळवते. काही काही मी चोरून ठेवत नाही. आणि खरं सांगू का, तुमचे न माझे कसलेही संबंध असते, तरीही त्यांना काहीही वाटलं नसतं. मी काहीही करून सुखी व्हावी, एवढीच त्यांची इच्छा आहे.''

"काहीही करून म्हणजे? एखाद्या पुरुषाशी संबंध ठेवूनसुद्धा?''

"त्याला काय झालं?''

"कमाल आहे! हे असलं काय विचित्र नातं आहे नवराबायकोचं?''

"पण आहे की नाही? आणि मी सांगते यात काहीसुद्धा खोटं नाही हं!''

"मग डायव्होर्स घेऊन लग्नच का करत नाहीस तू दुसरं?"

ती हसली. खिन्नपणानं हसली. त्या हसण्यात अगतिकता होती. अनिच्छा होती, आदर होता आणि भेकडपणाही होता. आंधळ्या मनुष्याला अपरिचित ठिकाणी नाहीतरी दिशा कुठं कळतात? तसंच काहीसं आंधळेपणही तिथं होतं.

नंतर काही दिवसांनी डॉ. पुराणिक तिला भेटायला पुण्याला आले, तेव्हा त्यांना ती घेऊन माझ्याकडे आली. ते विचित्र जोडपे पाहून मला खरोखरच त्यांची दया आली. अशा या विचित्र अवस्थेत कुठल्यातरी निरर्थक नात्यांनी जखडून घेऊन त्यांनी एकत्र का राहावं, हेच मला कळेना. ती म्हणाली त्याप्रमाणं डॉक्टर खरोखरच मोडून गेलेल्या झाडासारखे वठले होते. ती कशीही वागली असती, तरी त्यांनी तिला विरोध केला नसता. पण त्यांच्या अगतिकतेचं कारण तरी काय, हे त्यांना विचारण्याचा मोह मला आवरला नाही. केव्हातरी थोडा वेळ आम्हा दोघांना एकांत मिळताच मी त्यांना विचारलं, "डॉक्टर, मी काही तुम्हाला विचारलं तर राग येणार नाही ना?"

"ओ, नो! मुळीच नाही. तुम्हांला सगळं माफ आहे. अनूच्या लेखी तुम्ही एवढे मोठे गृहस्थ आहात, की माझ्या आणि तिच्या नात्यापेक्षा तुमचं आणि तिचं नातं जास्त जवळचं आहे. खरं विचाराल तर तिला आवडेल असा पुरुष तिच्या आयुष्यात आला आणि तो माझ्यापासून तिला छिनवून घेऊन गेला, तर मला अतिशय आनंद होईल."

"मग तुम्ही तिला तसं का सांगत नाही."

"ओ नो! डोन्ट मिसअंडरस्टँड मी! तिला मला निराधार करायची नाही. तिलाच आपणहून कोणाचं आकर्षण वाटलं, ती सुखी झाली, तर मला हवंय. ते बळ तिला यावं म्हणून तिनं इथं राहावं, या कल्पनेला मी संमती दिली."

"पण मला वाटत नाही डॉक्टर तसं काही होईल असं!"

"दॅट्स माय वरी! माझ्या घरात ती हिंडतेफिरते, तेव्हा मला माझ्या प्रत्येक गुन्ह्याची आठवण होते आणि माझी मान खाली जाते. तिच्याशी मी लग्न करायला नको होतं आणि केलं तर तिच्याशी चांगलं वागायला हवं होतं."

"पण असं अकस्मात काय घडलं डॉक्टर, की ज्यामुळं आपल्या बायकोवर आपण अन्याय करतो असं तुम्हांला वाटू लागलं? एकाहून अनेक स्त्रियांशी संबंध ठेवणं या समाजात काही फार अन्यायजनक मानलं जात नाही, आणि त्याहीपेक्षा ही गोष्ट उघड उघड माहीत असतानाही तिनं तुमच्याशी लग्न केलं, हे विसरता कामा नये."

"खरं आहे तुमचं म्हणणं! तिच्या-माझ्या वयातील अंतर मी मनानं भरून काढू शकलो असतो. कदाचित अन्य स्त्रियांशी असलेल्या माझ्या संबंधांबाबत तिची समजूत पटू शकली असती. पण मी तिला मातृत्व देऊ शकणार नाही, हे तिला मी कसं पटवून देऊ शकेन. खरं म्हणजे या गोष्टीचं ज्ञान मला झालं नसतं, तर बरं झालं असतं, पण अचानक ही गोष्ट माझ्या ध्यानात आली, की मी केव्हाही पिता होऊ शकणार नाही."

"हे तुमच्या अकस्मात कसं लक्षात आलं?"

"माझ्या एका डॉक्टर मित्राला त्याच्या पेशंट्ससाठी प्रभावी शुक्रजंतूंची गरज होती. बाह्यत: पौरुषाची सर्व लक्षणं असलेली माणसं स्त्रीला सुख देऊ शकतात; पण पुष्कळदा मूल देऊ शकत नाहीत. अशा एका स्त्रीपेशंटला नकळत मातृत्व देण्यासाठी त्याला पुरुषशुक्र हवं होतं. त्यानं माझी तपासणी केली. मला कसलीही शंका नसल्याकारणानं ती तपासणी मी होऊ दिली. त्यानं जेव्हा मला असं सांगितलं, की बाजारू स्त्रियांच्या अतिरिक्त संगतीनं माझ्या क्रियाशक्तीचा मी नाश करून घेतला आहे, तेव्हा माझंच मला एक भयानक चित्र दिसलं. अनूसारख्या कोवळ्या तरुण मुलीनं माझ्यावर आशिक होऊन मला सर्वस्व दिलं; पण मी तिला मात्र काहीच देऊ शकलो नाही. तिच्या-माझ्या संबंधांचं स्वरूपच मग बदललं. तिच्याशी पती म्हणून संबंध ठेवणं हे मला लाजिरवाणं वाटू लागलं. तरीसुद्धा माझ्या मनात असं येई, की तिच्या म्हणून नैसर्गिक भुका असतीलच की नाही? कर्तव्यबुद्धीनं, मानखंडना करणारा किळसवाणा असा आमचा शरीरसंबंध कधी-कधी घडे. पण ती कधी थरारली नाही किंवा उत्तेजित झाली नाही. तिच्या थंडपणाकडे पाहिलं की मला खरोखरच शरम वाटे. वाटे, हे ओंगळ आयुष्य काही खरं नाही. आंब्याचा मोहोर जळावा तसं माझ्या आयुष्यातलं स्त्रीसुख जळून गेलंय. माझ्या आयुष्यात अनेक मोहोर येऊनतरी गेले होते. अनेक उत्कंठा, अनेक रोमांच मला सोबत करीत असतात. पण अनूचं काय? लग्नानंतरच्या काही दिवसांत समर्पणाच्या भावनेनं तिनं काही हुंकार दिले असतील. तेच आणि तेवढेच. माझी फार इच्छा आहे की माझं मळलेलं वस्त्र तिनं फेकून द्यावं आणि नवीन उबदारसं सुंदर आयुष्य सुरू करावं."

डॉक्टरांच्या डोळ्यांत पाणी थरारलं. पुरुषाचे अश्रू मुळातच केविलवाणे असतात. कुठेतरी मर्मभेद होऊन डॉक्टर खचले होते. धीर द्यायच्या ते पलीकडेच गेले होते.

डॉक्टर निघून गेल्यानंतर काही दिवस निघून गेले. अनुराधा माझ्याकडे

येतच होती. आणि एक दिवस ती माझ्याकडे आली असतानाच बाळू पोतदार माझ्याकडे आला होता.

बाळू पोतदार ही एक वल्ली होती. वय असेल बावीस-तेवीस. डोळे भरकटलेले, तोंडात चारमिनार, विस्कटलेले कपडे आणि सारखी उच्च स्वरात झुंज घेण्याची तयारी. सगळं जुनं मोडीत घालणं किती आवश्यक आहे, हे तो सर्वांना पटवून सांगत असे. त्याच्या तोंडी अभद्र- असभ्य असे वाक्प्रयोग अनंत वेळा येत. समोर बाई बसलीय हे लक्षात न घेऊन तो असंच काहीतरी विचित्र बोलला. अनुराधेच्या अस्तित्वाची मी त्याला आठवण करून द्यायला गेलो, तर तो माझ्यावरच खेकसला.

''अरे बाबा, त्या बाईची तक्रार नाही नि तू का कुरकुरतोस? का हो खरं की नाही? नाव काय म्हणालात तुमचं?''

''मी-माझं-मी मिसेस अनुराधा पुराणिक. मी एम. ए. करते आहे इथं.''

''कशाला? एम. ए. होऊन काय दिवे लावणार? आहात ते काय वाईट आहे?''

''असं कसं म्हणतोस तू बाळू? शिकण्यात काय वाईट आहे लेका?''

''शिकून शिकून नादान, निष्क्रिय, षंढ माणसांची संख्या वाढवायची ना? डॅम धिस एज्युकेशन!''

खरं पाहता बाळू पोतदार आता आला नसता, तर बरं झालं असतं. बाळूचं एकंदर तत्त्वज्ञान बायकांना राहो, पण माझ्यासारख्या पुरुषालाही परवडण्यासारखं नव्हतं. फडके-खांडेकरांपासून तो गाडगीळ-भाव्यांपर्यंत सगळ्यांचा उल्लेख तो 'ढोंगी हरामखोर' असाच करावयाचा. क्षुब्ध झालेल्या, अनावर झालेल्या, उगाचच रागावलेल्या तरुण पिढीचं बाळू पोतदार हे एक प्रतीक होतं.

पण का कुणास ठाऊक, अनुराधा मात्र त्याचं बोलणं काळजीपूर्वक ऐकत होती. त्याचं भडक, उद्धट आणि शिव्यांनी भरलेलं बोलणं अतिशय भाविकतेनं तिला ऐकताना पाहून मला धक्काच बसला.

पण तो धक्का काहीच नव्हता. बाळू पोतदार आणि अनुराधा पुष्कळदा एकत्र दिसू लागले. पुष्कळजण त्यांच्या त्या फिरण्याचा निराळाच अर्थ लावू लागले.

माझ्याकडचं तिचं येणंही थोडंसं कमी झालं. मी आपली माझी स्वत:ची समजूत करून घेतली, की अनुराधा आणि बाळू पोतदार एकमेकांत गुरफटले. अनुराधाने दिलेल्या कविता माझ्या वृत्तपत्रात मी छापल्या होत्या. अंक प्रसिद्ध

झाल्यानंतर चार-दोन दिवसांनी ही दुक्कल माझ्या ऑफिसमध्ये आलो. बाळू पोतदार पुष्कळच बदलला होता. त्याने केस नीट विंचरले होते. कपडे त्यानं सभ्य माणसाला शोभतील असे घातलेले होते. त्याच्या डोळ्यांतला आणि बोलण्यातला रागही थोडा ओसरला होता. अनुराधेच्या डोळ्यांत दिसणारं एकाकीपण आता पार हरवलं होतं. ती पूर्वीपेक्षा थोडी अधिक तरुण वाटत होती आणि तिच्यात असा काही फरक पडला होता, की त्याचं नेमकं निराळेपण माझ्या लक्षात येईना.

पण मी थोडासा सुखावलो, हे नक्कीच. अनुराधा तर सुखावली होती, यात काही शंकाच नाही. त्या दोघांचं काही अनामिक नातं कुठूनतरी जाणवत होतं. कधी कटाक्षाचं, कधी परस्परांच्या समर्थनातून किंवा त्यांच्या स्पर्शातुरतेतून. असं दृश्य पाहायला नाहीतरी मोठी मौजच असते. बाळू पोतदाराची वाङ्मयातील मते जरी मला मान्य नसली, तरी त्याच्यातलं सळसळणारं तारुण्य आणि आवेश मला नेहमी आवडत असे. कोणीही आवरू न शकणाऱ्या या बलदंड तरुणाला अनुराधेनं इतक्या थोड्या दिवसात माणसांत आणलेलं पाहून मलाही थोडा चमत्कार वाटला. बरोबर जुळलेला तंबोरा गायकाशी जसा एकरूप होऊन जातो आणि नादब्रह्म निर्माण करतो, तसंच या दोघांचा स्वर जुळला होता असं दिसत होतं.

असेही काही दिवस गेले. या भेटीतून व मैत्रीतून काहीतरी घडण्याची मी वाट पाहत होतो. पण काही घडलेले दिसेना.

एक दिवस अनुराधा एकटीच माझ्या ऑफिसात आली. मी तिला विचारलं, "आज बाळू कसा नाही आला तुझ्याबरोबर?"

"तो आज मुंबईला गेलाय, येईल उद्या."

"खुशीत आहेस ना?"

ती हसली, पण त्या हसण्यानं मला खूप काही काही कळलं.

"ठीक आहे."

"बाळू कसा काय आहे?"

"ग्रेट."

"पुढे काय करणार?"

"काही विचार केलेला नाही."

"पण करायला नको का?"

"काय गरज आहे?"

"गरज कशी नाही?"

"त्याच्याविना काय अडलंय का?" चिडक्या स्वरात तिनं विचारलं.

"हे बघ, चिडून काही फायदा नाही. असं बेजबाबदारपणानं किती दिवस राहणार?"

"मग काय करायला हवं अण्णासाहेब!"

"साधी गोष्ट आहे. डॉक्टर तुला डायव्होर्स द्यायला तयार आहेत. डायव्होर्स घ्यायचा नि बाळूशी लग्न करायचं. छानदार घर करायचं, मुलं होऊ द्यायची..."

"खरंच, बाळूची मुलं... किती छान असतील नाही! इवली, इवली गुलाबी तळव्यांची, भुर्‍या केसांची, किती मजा येईल नाही!"

आणि ती कुठल्यातरी अज्ञात स्वप्नात रमून गेली. सारी अभ्रं अस्तंगत झाली आहेत, अशा अनंत नितळणाऱ्या अवकाशाचा निळा पारवा घुमट वर्धमान सूर्यकिरणांनी गुलाबी झाला होता. एक रंगीबेरंगी पाखरू ते अवकाश छेदीत जणू धाव घेत आहे. खूप खोलवर तिची दृष्टी आता पोचली होती. आता ती केवळ स्त्री नव्हती. तेही झालं होतं एक पाखरू. प्रकाशामुळं आलेला उत्साह पंखांत न मावू शकणारं...तिच्या त्या स्वरूपाकडे पाहताना मला मत्सर वाटला. या निकोप, स्वप्नवेड्या, उबदार स्त्रीनं आपल्या आयुष्यात किती सुखं निर्माण केली असती, या कल्पनेनंच माझ्या अंगावर रोमांच उठले.

"अण्णासाहेब, असं काही होईल का हो?" या तिच्या प्रश्नासरशी मी भानावर आलो. म्हणालो,

"न व्हायला काय झालं? आयुष्य तसं फार सुंदर असतं. फक्त आपल्याला ते कळायला हवं."

"कुणास ठाऊक?" ती झटकन उठली आणि निघून गेली.

काही दिवसांनी बाळू पोतदार माझ्याकडे आला. नेहमीसारखा तो ओरडत ओरडत आला नाही. त्याचे डोळे ओढलेले होते आणि त्याची बेफिकिरीही त्याला सोडून गेलेली होती. तो येताच मला म्हणाला, "आपण कुठंतरी बाहेर जाऊ या!"

त्याच्या स्वरातला वेगळेपणा ओळखून मी चटकन उठलो. गाडी काढली आणि कॉफीहाउसमध्ये गेलो. या आडवेळेला कॉफीहाउस रिकामं होतं. एका कोपऱ्यात जाऊन बसल्यावर तो म्हणाला,

"अनू म्हणजे एक मूर्ख मुलगी आहे."

मी म्हणालो, "का बरे बाबा?"

"आय प्रपोज्ड हर! लक्षात ठेव अण्णा, लग्नसंस्था वगैरे मी मानत नाही हे तुला माहीत आहे. पण मला ती हवी आहे ना, ती सगळीच्या सगळी हवी आहे. तिनं मला सगळं काही दिलंन, अगदी सगळं दिलंन तरी ती दुसऱ्याच्या मालकीची वस्तू आहे हे मला विसरता येत नाही. तिनं डायव्होर्स घ्यावा आणि माझी व्हावं. पण ती नाही म्हणते. ती म्हणते त्याची गरज काय? म्हणजे तिच्या नवऱ्याची त्याला हरकत नाही. तिची हरकत नाही. इज इट नॉट शेमफुल टु कीप ऑन लाइक धिस? मला ती हवी आहे अण्णा. तिच्यावाचून मी जगू शकणार नाही."

"अरे, पण तूच म्हणत होतास ना, की लग्न म्हणजे गुलामगिरी आहे म्हणून!"

"मला शब्दांत पकडू नको रे अण्णा! असेन म्हणालो असेन तसं. पण त्याचा अर्थ असा थोडाच आहे, की माझेच शब्द माझ्यावर फेकून माझं कुणी खेळणं करू पाहील! मॅरेज डज मेक ए डिफरन्स!"

"मला काही तुझं बोलणं पटत नाही. अनुराधेचं तुझ्यावर प्रेम आहे हे तर खरं! ती तुझ्याशी प्रतारणा करत नाही हेही खरं, बरं, कोणी तुला तुमच्या संबंधांबाबत अडचणीत टाकत नाही. लग्न करण्यानं तसा काय फरक होणार आहे?"

"ठीक आहे. कर माझी चेष्टा तू पण. माझ्यासाठी तिची तू समजूत काढणार आहेस का नाही, हे सांग."

"मी पाहतो प्रयत्न करून."

आणि काही दिवसांनी अनू जेव्हा आली, तेव्हा तिला बोलू देण्यापूर्वीच मी म्हणालो,

"अनू, मी काही विचारलं तर खरं उत्तर देशील?"

"देईन की! न द्यायला काय झालं? पण त्यापूर्वी मी काय सांगते ते ऐकून घ्या. मी बाळूशी लग्न करणार नाही. कधीही लग्न करणार नाही."

"पण का? तुला तो आवडतो ना?"

"फार आवडतो, त्याच्यासाठी मी काहीही करायला तयार आहे."

"मग तुझ्या लग्नाला का विरोध?"

"मी आज बेळगावला जाते आहे कायमची. मी डॉक्टरांना तसं पत्र लिहिलंय. मी पुन्हा कधी परत येणार नाही. बाळूला तर नक्कीच भेटणार नाही. त्याचा आर्जवीपणा आणि आक्रमकपणा या दोहोला मी पुरी पडणार नाही. मला

माहीत आहे, तो खचेल, माझ्यावर रागावेल, मी त्याला दुरावले असे वाटेल; पण काही काळानं तो मला विसरेल. सारं आयुष्य त्याच्यापुढं आहे. कोणी एखादी व्यक्तिमत्त्वसंपन्न स्त्री त्याच्या आयुष्यात येईल आणि तो मला विसरून जाईल. मी मात्र त्याला कधीच विसरणार नाही, आणि मला विसरायचं कारणही नाही. तुम्ही मात्र त्याची समजूत काढा नि त्याच्यावर लक्ष ठेवा.''

"भले! त्यानं मला तुझी समजूत काढायला सांगितली. लग्न न करण्याचा हट्ट तू सोडावास यासाठी मी त्याची वकिली करणार होतो आणि तू म्हणतेस, त्याची समजूत मी घालावी?''

"होय, तो फार हळवा आहे. युद्ध करण्याच्या पावित्र्यात तो जरी सदैव बोलत असला, तरी त्याचे युद्धाचं अवसान खोटं आहे. त्याच्या कर्तृत्वाला अवसर नाही म्हणून जगावर तो चिडलेला असला, तरी तो एक हळवा, भाबडा कलावंत आहे. माझ्याबद्दलचं त्याचं आकर्षण हा त्याच्या झपाटलेल्या वेडाचा प्रकार आहे, आणि तो वेडाचा उमाळा संपला, तर त्याची कदाचित फसगत होईल. माझ्यापेक्षा तो खूप खूप लहान आहे. चोयटी आणि ऊस यांचं जे नातं आहे तेच त्याचं आणि माझं नातं आहे, आज नाही, दहा वर्षांनी त्याच्या हे लक्षात येईल म्हणून म्हणते, हीच वेळ त्याच्या आयुष्यातून बाहेर पडण्याची आहे.''

"वेडी आहेस तू अनू. तू म्हणतेस इतकं अंतर त्याच्यात आणि तुझ्यात नाही, आणि तारुण्य वयावर थोडंच अवलंबून असतं? तू कविमनाची आहेस, रसिक आहेस, सुंदर आहेस. तू आणि बाळू सुंदर संसार कराल.''

ती हसली. खिन्नतेनं, थोडं तुच्छतेनं.''

"पंधरा वर्षं सुकत गेलेलं झाड बाहेरून हिरवं दिसलं, तरी फुलणार नाही. फळणार नाही-शीऽऽऽ'' अंगावर किळसवाणे काहीतरी पडावे असे तिने अंग चोरून घेतले.

ती गेली आणि त्यानंतर परत कधीही आली नाही. बाळू पोतदारही कधीच आला नाही. कधी कधी संध्याकाळच्या वेळात माझ्या ऑफिसात मी एकटाच असतो, ती वापरत असलेला तो सेंट माझ्या अंगावर धावून येतो असं वाटतं आणि तो गंध मला अस्वस्थ करतो. अनुराधेचं ते रसरसतं तारुण्य माझ्या अंगाला बिलगलंय असं वाटतं. तिच्या त्या अंजिरी जिभेनं ओशट झालेले ओठ माझ्या ओठांशी भिडताहेत, असं जाणवतं. तिला मी एकदा नाकारली याविषयीची एक कळ माझ्या अंतःकरणात चमकून उठते. तिच्या हस्ताक्षरांत लिहिलेले

कळले न कधी कोणा / ८७

कवितांचे कागद मी ड्रॉवरमधून काढतो आणि त्यांवर हलकेच ओठ टेकतो.

-०-०-०-

.७.

सुख सामोरी, मी पाठमोरी

'बिस्ट्रो' मधून सुलभा आणि नारायण बाहेर पडली. पुढे होऊन त्याने दार उघडले, सुलभेला येऊ दिले. मग स्वत: तो बाहेर आला. नुकत्याच झालेल्या संभाषणातल्या कोवळिकीने त्याचे मन फार सुखावले होते. सुलभेसारख्या मुलीला आपल्याबद्दल काहीतरी वाटत होते, वाटत आहे. जर दहा वर्षापूर्वी आपण केलेल्या चढाईला तिने योग्य जबाब दिला असता तर... त्याच्या मनात आले.

त्या वेळची सुलभा फार निराळी होती. पाडाला आलेल्या फळाप्रमाणे तिच्या कांतीवर तकाकी होती. भरलेल्या कणसाप्रमाणे ती पुष्ट होती. पावसाळ्यात फोफावलेल्या गवताप्रमाणे तिच्या अंगोपांगांवर तारुण्य नुसते वेड्यागत वाढले होते. डोळ्यांची दिशा खाली असे. पण विभ्रम दशदिशांत हेलावत असत. ती हसली की, पांढऱ्याशुभ्र बदकांची एक रांगच रांग पाण्यातून डोके काढून पाहताना तिच्या तोंडात दिसे. कोणाशीही बोलताना प्रथम ती आपल्या जिभेचा शेंडा वरच्या ओठावरून फिरवी आणि त्या वेळेला ती अशी सुंदर दिसे की, तिच्या लाभासाठी वाटेल ते करायला तयार व्हावे. तिच्या ओठांवरचा तो ओशटपणा जणू खुणावून बोलावी. त्यावर प्रकाश पडला की तो चकाके आणि त्यावरून पुन:पुन्हा जेव्हा निळीतांबडी उफाळलेल्या अंजिरासारखी जीभ फिरे, तेव्हा तर ते ओठ मोठे उन्मादक

भासत. पावडरचे पुंजके कुणाच्यातरी स्पर्शाने सारखे व्हावयासाठी वाट पाहत असत. फिरत्या पंख्याच्या धारेने फिस्कारत असणारे केस सारखे करण्याच्या वेळी तिच्या बाहूंचा झोला असा काही वर उठे की, नको तिकडे दृष्टी अगदी खोलवर पोचेच पोचे. मग सारा दिवस ती वाकते केव्हा आणि त्या चांदक्या पोलक्यातल्या मानेखालच्या खिडकीतून काही दिसते केव्हा, याची वाट पाहत नारायणाला उन्हाचे चांदणे होत असे.

एक नव्हे, दोन नव्हे, आज अकरा वर्षांहून अधिक काळ लोटला. या सुखाची वाट पाहावी, मिळाले की तृप्त व्हावे, अशा अपेक्षातृप्तीच्या चक्रात तो अडकून गेला होता.

अकरा वर्षांत सुलभेची रूपे पालटत गेली. नवागत तारुण्याला बंदिस्त करणारे अंगभर कपडे पहिल्यापहिल्यांदा वापरल्यावर ऑफिसच्या वातावरणात रुळत जाऊन जेव्हा ती तोकडे कपडे वापरू लागली, तेव्हाही नारायणाने तिला पाहिले होते. तेव्हा तर तिच्या कांतिमान त्वचेचे दर्शन पोटभर घेता येत होते. पुष्ट बाहूंच्या गौरवर्णात जरीच्या पोलक्याचे गर्दवर्णीय काठ जेव्हा रुतून बसत, तेव्हा नारायणाचे मनही तिथे रुतून बसले होते.

आजही मन तिच्या त्या बाहूंच्या गोलाईवर रुतून बसले होते. पण त्या बाहूंची गोलाई उतरली होती, तेज ओसरले होते. सुलभा आता प्रौढत्वाच्या पायरीशी पोचली होती.

ताजेपण काही न्यारेच असते. नळातून येणारे घडाभर पाणी आणि वाहणाऱ्या ओढ्यातला एक चुळका यांची कधीतरी तुलना होईल का? पहिल्या वाफेचा सुगंधित घासभर जिरेसाळ भात आणि पुन्हा पुन्हा तापवलेला-निवलेला असा अगदी पोटभर भात यांची तुलना व्हायची नाही. ताजेपणा हासुद्धा सौंदर्याचा एक प्रकार आहे. अन्य सौंदर्याचा स्पर्श न झालेल्या अनेक वस्तू केवळ ताजेपणामुळे आकर्षक वाटतात.

शेकडा नव्वद मुली असतात सामान्यच. कुठे अपरे नाक, जाड भिवया, तिरकी दृष्टी, दातांची आगेमागे वाटचाल, भुरा रंग, अंगचोर बांधा, बावळी नेसण, चाबरे केस, नको तिथे वाढ, नको तिथे पाड. पण असे असून या सर्व मुली खपतात; योग्य वेळी खपविल्या तर ताजेपणामुळे. यौवनाचा हा स्पर्श एकदम त्यांच्यात सौंदर्य ओतून जातो.

मग आजही सौंदर्याच्या खुणा उरलेली ही सुलभा जेव्हा नुकतीच कोठे उमलत होती, तेव्हा किती जीवघेणी असेल?

नारायणला ऑफिसमध्ये नुकत्या आलेल्या सुलभेला आवाक्यात घेता आले नाही.

त्याच्या डोक्यात फडक्यांचे नायक होते. माडखोलकरांच्या नायिका होत्या आणि त्या आदर्शामुळे त्याने जरा आगाऊपणा केला आणि तो तीर चुकला एवढे खरे. सुलभा बावचळली आणि तिने त्याला फटकारून लावले.

नव्यानव्याने आलेली ती मुलगी. सगळ्यांच्या नजरा अंगाला खुपत होत्या. नको तिथे टोचत होत्या. नेसणीच्या आत पोचत होत्या, पोटाच्या घडीत लपत होत्या. मानेवरच्या केसांत शिरत होत्या. कानाची पाळी तापवीत होत्या, आणि नको ही नोकरी आणि नको ते दृष्टिफेक असे करून टाकत होत्या.

आणि म्हणून एखाद्या मांजरीप्रमाणे सुलभा नारायणच्या अंगावर फिस्कारली. अशी अगोचर, अनोळखी, आक्रमक विचारपूस करायची काय गरज होती म्हणून. गरज होती दोघांनाही; पण वेळ साधली नाही एवढेच खरे.

आणि तिच्या डोळ्यांतल्या अकारण क्रौर्याला नारायण धाबरला आणि त्या भयाने त्याने जी एकदा मान खाली घातली, ती आजपावेतो अकरा वर्षे.

ऑफिसमध्ये आलेल्या सुलभेचे क्षितिज पहिल्यापहिल्यांदा फार मोठे होते. सुटाबुटांत वावरणारे, गाड्यांतून हिंडणारे, संध्याकाळी व्होल्गा, क्वालिटी, बॉम्बेलीत मैत्रिणींना फिरवणारे, एक दिवसाआड एम्पायर, मेट्रोत खेप टाकणारे, एप्रिलच्या उन्हात मसुरी, सिमला, उटी, कोडी यांच्या सफरी आखणारे असे गोड बायकी चेहऱ्यांचे, बायकांसारखे हसणारे तरुण तिच्या तेव्हा डोळ्यांपुढे होते. अशांपैकी कोणी तिच्याशी लगट केली असती तर कुणास ठाऊक, तिला कदाचित मानवली असती. पण नारायण म्हणजे अवतार होता. तिच्या पुरुषांच्या आदर्शाला अगदी खुपणारा, भाबडा दिरणारा, कुणीही राबवून घ्यावे असा बावळा चेहरा असणारा.

आणि त्याचा आगाऊपणा तिने कसा खपवून घ्यावा?

स्वप्ने होती हंसाची आणि समोर होता बगळा. स्वप्ने होती टेनन्टसची समोर होती सोलन. स्वप्ने होती ओनीलची, समोर होता गुलाम गार्ड, स्वप्ने होती काबुली द्राक्षांची, हाती होती करवंदे. तडजोडीला जागा नव्हती, स्वप्नांना बांध नव्हता. आणि तिच्या त्या स्वप्नांनी नारायण मात्र वावटळीत फिरावा आणि फेकला जावा तसा पाचोळा ठरला.

दिवस सरकत गेले. यौवन घेऊन सरकत गेले. पाड घेऊन गेले. रंग घेऊन गेले. रस शोषून गेले. भरती संपली होती. ओहोटीला आरंभ झाला होता.

नव्हाळी ओंजळीतून गळत होती.

नकळत सुलभेला हे कळत होते; पण काय करावे ते सुचत नव्हते. या तारुण्याला आवरणे शक्य नव्हते. कुणी वडीलधाऱ्यांनी जमवून द्यायचे वय उलटले होते, आणि पुढाकार घेऊन कुणाशी जमवणे पटत नव्हते. लायक पुरुष नारायणशी झालेल्या घटनेपासून दूर राहत होते आणि नालायक पुरुष जिभल्या चाटीत मान फिरवून फिरवून नजर टाकीत होते.

नारायण मात्र जो एकदा खाली मान घालून गेला, तो कायमचाच. त्याच्या आयुष्याच्या साऱ्या उत्साहावर, बडबडीवर, चळवळीवर त्या प्रहाराने एकदम एक दाट आवरण पडले. तो अंतर्मुख झाला. अबोल झाला आणि चोरून सुलभेच्या अंगोपांगांवर नजरेचा हात फिरवण्यात रंगून गेला.

अकरा वर्षांपूर्वी कापलेले नारायणाचे पंख अकस्मात एकदम फुटले, त्याला वाटलं, 'असंच का जायचं आपलं आयुष्य? सुलभा सुंदर आहे, हवी आहे; पण सुलभ नाही. पण म्हणून तिच्या या स्वप्नात असंच का रमायचं? या दुर्मीळ गुलबकावलीच्या शोधात गळत चाललं आहे आपलं तारुण्य. कोणाशी तरी बोलावं, हितगुज करावं, असं भाग्य नाहीच का आपलं? कोणाची साथ नको का आपल्याला? कसं गुजरावं हे आयुष्य? काय करावं? भरारावं वाटतं आहे, पण पंख नाहीत. पळावंसं वाटतं आहे तर पाय नाहीत. गावेसे वाटतं आहे, पण स्वर नाहीत.'

त्याच सुमारास, 'पत्रमैत्री संस्थे'च्या एका जाहिरातीला त्याने उत्तर धाडले. गंमत म्हणून, विरंगुळा म्हणून, चूष म्हणून. एक टोपण नाव घेऊन मित्राचा पत्ता देऊन.

पत्राला उत्तराची अपेक्षा नव्हती. कारण कसल्याच सुखाच्या अपेक्षा करण्याची त्याला सवयच नव्हती.

एक दिवस निळ्या लिफाफ्यात, सुंदर कागदावर, सुंदर किरट्या अक्षरांचे त्याला एक पत्र आले. अनेक आली. त्या पत्रांतून त्याचे गळते यौवन पुन्हा गवसले. पुन्हा पंख फुटले, पाय उगवले, स्वर लागला. आयुष्याला अर्थ आला. एका अज्ञात सुंदरीच्या त्या सहजीवनात तो विरघळत चालला. दिवसभर खर्डेघाशी करताना समोरची लेजर्स त्या निळ्या लिफाफ्यातील सुगंधित पत्रांसारखी वाटू लागली. हळूहळू परिचय, रुची, आवडते ग्रंथकार, सवयी, लकबी, स्वप्ने या साऱ्या साऱ्यांची देवघेव झाली. नावाचा शोध न करता, भेटीची अपेक्षा व यत्न करायचे नाहीत या अटीवर.

पण हळूहळू त्या मैत्रीचा वेग बेबंद होऊ लागला. पत्राचे व्यसन झाले. शब्दांचे जंजीर झाले. मैत्री आवडली तरच त्याची नाती होतील, असे वाटायला लागले. संकेतात्मक सूचना झाल्या. अनावर झाले तेव्हा शेवटी नारायणने लिहिले.

प्रिय सुमित्रे,

सुमित्रा हे नाव तुला आवडते हे बघून मला आनंद वाटला. पण तुझी पत्रे अलीकडे भरभर का येत नाहीत? तुझ्या पत्रांची वाट पाहत होतो. नेहमीचा दिवस चुकला. तुझ्या पत्रांची एवढी सवय झाली आहे की, त्याशिवाय आता जगणे अशक्य झाले आहे. पण खरं सांगायचं तर आता तू कोण आहेस, कशी आहेस हे प्रत्यक्षात पहण्याची इच्छा वाढते आहे. नुसत्या तर्कावर आणि स्वप्नांवर मी दिवस तरी किती काढावेत? तुला समोर पाहून माझा कदाचित अपेक्षाभंग होईलही. पण सत्यासारखे सुंदर काही नाही या जगात. तू लिहितेस, मी तुला आवडतो, माझी पत्रे आवडतात. मग मी तुझ्या भेटीची अपेक्षा केली तर तुला राग खचित येणार नाही. तू कशीही असलीस, तरी मला आवडशील. मात्र मी तुला आवडण्यासारखा खचित नाही. मी अगदी गबाळा, बावळा आणि मंद बुद्धीचा आहे. रूपही बेताचेच आहे. कुणाही स्त्रीला माझा मोह पडणार नाही. मी जगतो आहे हे जीवनही फारसे सुखावह नाही. कारकुनी पेशात जगणाऱ्याला सुखाची अपेक्षा करता येईल, त्यापेक्षा मी अधिक सुखी आहे. कारण एकतर मी एकटा आहे आणि शिवाय तुझ्या पत्रांची मला सोबत आहेच. मोत्याच्या दाण्यांसारख्या अक्षरांत लिहिलेली ती तुझी सुगंधित पत्रे माझ्या उशीखाली असतात. रात्री जाग आली, अस्वस्थ झालो की, त्यांतली पत्रे मी उचलतो नि खुशाल माझ्या हृदयाशी घट्ट धरतो. क्षणभर मला वाटते, की मी तुलाच मिठीत घेतली आहे. तू कोण, कशी, कुणाची याचा विचार न करता या गरीब बिचाऱ्या सुमित्रेवर मी अत्याचारच करतो आहे. तुला जर मी आवडत नसलो, आणि तुझी संमती नसली, तर मी अशा तऱ्हेने तुझ्या पत्रांना आलिंगन देणे म्हणजे पापच आहे. पण सांगू

सुमित्रे, तूच सांग, मला जर तू एवढी आवडते आहेस, तर मी तुझ्या पत्रांना कुशीत घेतलं तर त्यात अनीतिकारक काही आहे का? तू जर माझ्या वागण्याचा निषेध केलास, तर मी कधीही तसा वागणार नाही. पण तुला भेटल्यावाचून यापुढे मला दिवस काढता येणार नाहीत. मी या जगात एकटा आहे. एकाकी आहे. मला आयुष्यात कसलेही सुख मिळालेले नाही. मिळेल असे वाटत नाही. तुझ्या या मधुर पत्रांशिवाय कसल्याच सुखाचा मी वाटेकरी नाही.

तुला पहावे अशी मी मागणी करतो, म्हणून माझा राग धरू नको. नाहीतर भेट राहोच, पण माझे हे पत्रसुखसुद्धा मी हरवून बसेन; सुमित्रे, मला तू भेटू शकशील काय?

तुझाच,
मित्र.

प्रिय मित्रा,

मित्र म्हणजे सूर्य. माझ्या जीवनात प्रकाश आणणाऱ्या मित्रा, तुमच्या या अशा पत्राची मी वाट पाहत होते, गेले अनेक दिवस. आणि आता कधीकाळी हे असे पत्र येईल, ही आशाही मावळत चालली होती. मला भेटायची तुम्हांला उत्सुकता आहे म्हणता नि मला तुम्हांला भेटावेसे वाटत नसेल काय? पण मी लिहिले ते नीट लक्षात घ्या. तुम्हांला वाटते तेवढी मी सुंदर नाही नि तरुणही नाही. मी तीस वर्षांची प्रौढ बाई झाले आहे. अलीकडे तर मी म्हातारीच झाली आहे, असे मला वाटू लागले होते. पण तुमच्या काव्यपूर्ण पत्रांनी मला पुन्हा तरुण केले आहे. अंधारलेल्या आयुष्यात उजेड आणला आहे. जगण्यावर विश्वास ठेवायची इच्छा उत्पन्न केली आहे. तुम्ही लिहिता ते इतके सुंदर असते की, त्याच्या अर्थापुढे, काव्यापुढे मला दुसरे काही ध्यानी घेताच येत नाही. तुम्ही खरं पाहता कवीच व्हायला हवे होतात. तुमच्या व्यवसायाशी मला काय करायचंय? तुमच्या मजबद्दलच्या लोभाशी, माझ्याबद्दलच्या आकर्षणाशी आणि प्रेमाशी माझा संबंध. तुम्ही कारकून आहात असे तुम्ही लिहिता. मी तरी काय सरदारकन्यका

वाटले की काय तुम्हांला? मी इतके दिवस स्पष्ट लिहिले नव्हते, पण मीसुद्धा एक मामुली कारकूनच आहे. तीही नोकरी केलीच पाहिजे म्हणून करणारी कारकून. तुम्ही सांगता तसेच एकाकी, निष्क्रिय आयुष्य मीही जगते आहे

फार वर्षांपूर्वी माझ्या सहकाऱ्यांपैकी एकाने घोगऱ्या आवाजात मला काही विचारले होते. तेव्हा अंग रोमांचित होऊनही मी त्याला झटकून टाकले होते. थोडे भीतीने, थोडे तुच्छतेने. तेव्हा माझ्या उड्या मोठ्या होत्या. तुमचा मात्र पत्रपरिचय होईतो मी त्या घोगऱ्या आवाजाची आठवण करीत रात्री जागवीत असे. डोळे ओलावीत असे. पण तुमच्या पत्राने माझा एकटेपणा पळाला आणि मला एका अनोळखी, अज्ञात मित्राची संगत मिळाली. रूप, वर्ण, गुण यांपासून मुक्त असणाऱ्या या माझ्या मित्राला मी मला आवडणारे रूप, गुण, पोषाख, ऐट बहाल करीत असते. आणि नाना रूपांत पाहत असते.

आता प्रत्यक्ष पाहताना कल्पनेचे सितारे थोडे कोसळतील असे तुम्ही म्हणता, ते खोटे नाही. पण जे आहे ते पतकरले पाहिजे. तुम्ही म्हणता तेच खरे. सत्यासारखे सुंदर काही नाही. तुम्ही सुंदर नसाल, साधे असाल, गरीब असाल; पण मला आवडलाच. परमेश्वराची रूपे आपण आपल्या इच्छेनुसार कल्पित असतो नि मग त्याची पूजा करतो. तसेच माझे झाले आहे. आपले आकर्षण रूपापासून मुक्त आहे, हेच फार बरे आहे. आपल्या दोघांना जर आपण एवढे आवडत असलो. तर सत्याला न भिता आपण एकमेकांना भेटायला मुळीच हरकत नाही.

देव जर दयाळू असेल. तर आपला फारसा अपेक्षाभंग होणार नाही अशी आशा करू या आणि-आणि-मी भेटेन, म्हणाल तेव्हा नि तिथे -

आपली,
सुमित्रा.

प्रिय सुमित्रे,

माझ्या हातून आनंदाने शब्दच लिहिले जात नाहीत. चर्चगेटच्या प्रवेशद्वाराशी शनिवारी ४ वाजता. ओळखीसाठी मी निळा टाय लावीन.

तुझाच,
मित्र.

प्रिय मित्रा,

येत्या शनिवारी? नको गं बाई इतक्या लवकर! मला भीती वाटते. मी जर तुम्हांला आवडले नाही तर! तर माझे सारे सुख, तुमच्या या पत्रभेटीचे सुख मी का सोडावे? मला फार भीती वाटते.

माझ्याबद्दल तुम्ही भलत्याच अपेक्षा बाळगल्या आहेत, असे दिसते. नकोच तो धोका. इतक्या लवकर तरी नको. छान छान पत्रेच लिहा.

तुमची,
सुमित्रा.

प्रिय सुमित्रे,

किती वेडी आहेस तू! किती भित्री! आणि भीती तरी कसली की तू मला आवडशील की नाही? तुला कसे सांगू, नि कितीदा सांगू? तू कुणीही असलीस, कोणत्याही जातीची, कुरूप असलीस, तरीसुद्धा मला आवडशील. तुझी टापटीप, सौंदर्याची आसक्ती, नीटनेटकेपणा, सुगंधाची आवड तुझ्या गोजिऱ्या पत्रात दिसतात. यामुळे तुझ्यातले एक निराळेच सौंदर्य मला प्रतीत झाले आहे. तरुणपणातले हट्ट वाढत्या वयात, उतरत्या यौवनात कमी करायचे असतात. तू जशी तरुण नाहीस तसा मीही नाही. आता आपल्याला सोबत हवी आहे. मला एकटे चालायची भीती वाटते. एकटे राहायची भीती वाटते. तुलासुद्धा वाटत असेल. पण या भलत्या भयाने तू ग्रस्त होऊ नकोस. मी तुझी वाट पाहणार आहे. शनिवारी - चार वाजता, चर्चगेट स्टेशनच्या मुख्य प्रवेशद्वाराशी. तुझ्या आवडत्या निळ्या रंगाचा टाय घालून

मी वाट पाहतो आहे.

तुझा,
मित्र.

लाडक्या मित्रा,

मी येते. शनिवार केव्हा येईल कुणास ठाऊक? दिवस सरणार नाहीत लवकर. शनिवारीच कशाला, आपण गुरुवारीच भेटायला हवे होते. मी येते. सांगितल्या ठिकानी, सांगितल्या वेळेला, निळी साडी नेसून, निळा रुमाल हातात घेऊन.

पण गडे, तुम्ही याल ना? का मला वेडीला वाट पाहायला लावाल? आपली ही जगावेगळी भेट पाहायला कळवले असते, तर देवदेखील अस्मानात आले असते.

विसरायचं नाही हं, आणि लवकर या.

तुमची,
सुमित्रा.

शनिवार उजाडला. आज चिमण्या-कावळ्यांना सोनेरी पिसे फुटली होती. शुष्क झाडांच्या पिवळ्या पानांवरसुद्धा सोनेरी रंग चढला होता. जग सुंदर झाले होते. रस्ते उत्साहाने धावत होते. समुद्रसुद्धा लाटांशी लाडे लाडे खेळत होता. एप्रिलच्या उन्हातसुद्धा गुलजारपणा होता.

मनासारख्या गोष्टी घडत गेल्या. परटाने कपडे वेळेवर दिले. बस स्टॉपवर आल्याबरोबर बस मिळाली. नारायण पुन:पुन्हा कपड्यांकडे नजर टाकी आणि सारे ठाकठीक पाहून त्याला बरे वाटले. खिशातल्या निळ्या लिफाफ्यावरून त्याची बोटे फिरत तेव्हा तर त्याला वाटत होते की, आपण एका मऊ गालावरून हात फिरवीत आहोत.

ऑफिसमध्ये जाताच त्याला वाटले, खरेच आपण या रूक्ष वातावरणात इतकी वर्षे कसे राहिलो? फायली, लेजर्स, कागदपत्रांचे भारे कसे सहन केले? आपण कवीच व्हायला हवे होते. निदान लेखक, छान छान शब्दांच्या वराती झगझगणाऱ्या कल्पनांच्या बत्त्या घेऊन आपण काढायला हव्या होत्या.

ऑफिसमध्ये जागेवर येताच त्याचे लक्ष सुलभेकडे गेले आणि तो आश्चर्यचकित

सुख सामोरी, मी पाठमोरी / ९७

झाला. गेल्या अकरा वर्षांत इतके सुंदर कपडे, इतकी सुंदर मुद्रा त्याला दिसली नव्हती. आणि कधी नव्हे तो त्याची नजर जाताच ती हसली. अशी जर ती यापूर्वी एखाद् वेळेस हसली असती तर नारायणाला स्वर्ग तुच्छ भासला असता. पण ती हसली अन् तिच्या सुंदर दातांची पलटण लखकन चमकून गेली, आणि त्यापाठोपाठ तिच्या ओठांवरून जीभ फिरली.

नारायण अगदी वेडा झाला. त्या अज्ञात सुंदरीच्या पत्रावर भुलून तिच्या लाभासाठी हे जवळचे सुख आपण दवडले, असे तर नाही ना होणार? पण आता काय उपयोग? या हास्याला आता उशीर झाला. अकरा वर्षे वाट पाहिली; थोडी नव्हे.

त्याचे कामाकडे लक्ष नव्हते. सुलभा आज अगदी वेड्यागत का वागते, हे नारायणाला कळेना. कधी नव्हे ते ती वारंवार हसत होती. नव्या निळ्या साडीचा पदर सावरीत होती. सुलभा पुन्हा अकरा वर्षांनी तरुण झाली, असे दिसत होते. अकरा वर्षांपूर्वीची सारी सौंदर्ये तिच्या ठायी नारायणला पुन:पुन्हा दिसू लागली.

तीच ती सुलभा. चाल तर अशी ऐटबाज की वाटे, हिला चालायला या फरसबंद पदपथापेक्षा आपले हृदयच द्यावे! पदोपदी तयार व्हावे. तिच्या पुष्ट देहाच्या एखाद्या घडीत आपण लपून बसावे.

गॉगल हातात घेऊन ती कामासंबंधी कुणाशी बोलत असताना पदराचा काठ एका बोटाभोवती गुंडाळत असे. ते बोटच आपण व्हावे.

घड्याळाचे काटे फिरत होते. नारायण घड्याळाकडे नि सुलभेकडे पुन:पुन्हा पाहत होता. त्याला सारखे वाटत होते की, हक्काने सुलभेच्या तृप्त रत्नमाणकांचा खजिना न्याहाळण्याचा आजचा हा शेवटचा दिवस. आज अकरा वर्षे आपण समोरासमोर बसून एक शब्दसुद्धा तिच्याशी बोललो नाही. उगीचच आपण तिला घाबरलो.

तेवढ्यात पुन्हा एकदा सुलभेची दृष्टी नारायणाकडे गेली. आणि ती पुन्हा हसली. नारायणाला कुठूनतरी एक नवे सामर्थ्य लाभले. शेवटच्या दिवसाचे, सुमित्रेच्या भेटीचे. तो उठला. सुलभेच्या टेबलाशी गेला. खाली वाकला. दीर्घ परिचयाच्या स्वरात म्हणाला, "मिस गुणे प्लीज, आज ऑफिस सुटल्यावर कॉफी घ्यायला याल का?"

कानांवर विश्वास न बसल्याने सुलभाने किंचित मान हलवली.

नारायणला वाटले की अकरा वर्षांनंतर पुन्हा तीच पुनरावृत्ती झाली

असणार. पण एवढ्यात एक नवे लाघवी हास्य, ओठांची उघडझाप आणि डोळ्यांचा एक विभ्रम झाला. किंचित स्निग्ध आवाजात ती म्हणाली,

"काय, आज विशेष? अकरा वर्षांत एकदासुद्धा आठवण झाली नाही की हो!"

"तसं काही नाही. अगदी सहज वाटलं. आपण समोरासमोर बसतो, पण बोलत नाही, हसत नाही. आपण काही शत्रू नाही. काय हरकत आहे थोडा परिचय असायला?"

"पण मग गेल्या अकरा-बारा वर्षांत कुणी अडवलं होतं तुम्हांला?"

"पण एकदा विचारलं होतं, तेव्हा - तेव्हा तुम्ही चिडलात."

"अहो, तेव्हा मी नवीन होते इथं. बुजले तुम्हाला. मुली प्रथमतः बुजतातच. चुचकारायच्या ऐवजी तुम्ही पळूनच गेलात. मुलींच्या ओळखी काही सोप्या नसतात महाराज! 'फिरून यत्न करून पाहा. हा धडा शिकला आहात की नाही लहानपणी?"

नारायणला हसू आले. सुख सामोरे होते आणि आपण पाठमोरे होतो. आणि हे केव्हा कळले, तर त्या सुखाचा नाद सोडून आपण अज्ञात सुखाच्या सफरीवर निघालो तेव्हा. आज शनिवारचा संकेत दुसऱ्या मुलीशी करून आपण या ओशट गप्पा मारतो आहोत तिसऱ्याच मुलीशी. गेल्या शनिवारी हा प्रसंग घडला असता, तर या शनिवारचा हा संकेत ठरवावा लागला नसता.

"शिकलो आहे पण विसरलो होतो. आज आठवण झाली. म्हटलं, फिरून टाकावा खडा. लागला तर लागला."

"वा वा! म्हणजे तुमचा खेळ व्हायचा नि आमचा जीव जायचा!"

"नाही हो!"

सुलभा दिलखुलास हसली. एवढ्याने की, शेजारच्या चार-दोन माना सर्रकन तिच्याकडे फिरल्या. मग ती बुजली अन् हळूच पुटपुटली. "येते, पण थोडा वेळच हं. चार वाजता मला बाहेर जायचंय. लवकर सोडलं पाहिजे तुम्ही."

किंचित घोगऱ्या आवाजात नारायण पुटपुटला, "एकदा धरलं तर मी सोडणार नाही. धरता आलं मात्र पाहिजे."

सुलभा गोरीमोरी झाली. पण लगेच मनात हरखूनही गेली. असले काही लागट, चावट ऐकायची तिला सवय नव्हती.

मग ऑफिस सुटेपर्यंत सुलभाची नि नारायणची जेव्हा दृष्टादृष्ट होई, तेव्हा सुलभेचा हात पदर सावरण्यासाठी अकारण फिरे आणि एक अस्फुट हास्य

सुख सामोरी, मी पाठमोरी / ९९

सर्वांगावर झळाळून जाई.

नारायण अगदी पेटून गेला. ही सुलभा आपल्याबरोबर एखाद्या छानशा उपाहारगृहात येणार, खेटून बसणार, गोड गोड बोलणार, विनोदाला हसणार. छे! हे काही सत्य नव्हे. नव्हेच नव्हे. असे कसे शक्य आहे? अकरा वर्षांपूर्वी आपल्या सळसळत्या तारुण्याला छाटून टाकणाऱ्या या धारदार सुरीचे मोरपीस व्हावे, हे कसे शक्य आहे?

आजच्या या दिवसाला झाले आहे तरी काय? उगाच आपली सुखाची वृष्टी करावी म्हणजे काय?

घड्याळ फिरले, टेबले आवरली जाऊ लागली. कपडे सावरले जाऊ लागले. वर्तमानपत्रांच्या, मासिकांच्या घड्या झाल्या आणि घरट्याची दिशा धरून जाण्यासाठी सारे ऑफिस सज्ज झाले.

पण नारायणला आणि सुलभाला थोडा वेळ मागे राहणे भाग होते. लोकांची नजर चुकविण्यासाठी आणि ऑफिस सुटताच निर्मनुष्य झालेल्या ऑफिसमधून दोघे बाहेर पडली.

नारायणने कुठे जाऊ या म्हणून विचारलेसुद्धा नाही. कारण त्याला एका नवीन सामर्थ्याचा साक्षात्कार झाला होता आणि एकमेकांच्या पावलांवर पावले टाकीत, लगटून, कुजबुजत हसत चालत दोघे बिस्टोमध्ये आले.

बँडचे सुंदर स्वर, अधूनमधून एखादे सुंदर इंग्रजी गाणे Kiss me, Honey-Honey kiss me! आरामशीर कोच, थंड वातावरण, मंद आवाजातील कुजबुजी, संकेत, गरम गरम पदार्थांचे सुगंध, तरुण, भरलेल्या प्रमदांचे सुगंध, लडिवाळ गप्पा, सारे काही सुलभेच्या नि नारायणाच्या रक्तात भिनले होते. डोळ्यांत आले होते. आपल्या तोंडून कोण बोलते आहे, हे त्यांना कळत नव्हते. हे शब्द आपण कोणत्याच पुस्तकात वाचले नव्हते. कधी ऐकले नव्हते. ते येतात कुठून? आपल्या मुखातून? पण ते येत होते. रक्त तापत होते. कॉफी थंड होत होती. शेजार अरुंद होत होता.

सुखाने नि दुःखाने नारायण कळवळला होता. केवळ निकटपणसुद्धा इतके सुखाचे असते, हे त्याच्या ध्यानी नव्हते. एवढे सुख कुशीजवळ यावे नि ते सोडून आपल्याला दुसरीकडे जायचे असावे, हा काय न्याय झाला? सुखाने बरसात करावी आणि त्या सुखाच्या स्वीकारास आपण अपात्र असावे! निष्ठुर नियतीच्या या खेळाला काय म्हणावे?

"किती मजेत गेली दुपार, नाही?"

"खरंच, फार फार मजेत."

"तुमच्या चेहऱ्यावरून तुम्ही एवढे संभाषणचतुर असाल, असं काही मला वाटलं नव्हतं."

"पण तुम्हांला एवढं गोड बोलता येतं, गोड वागता येतं, गालाला खळी पाडता येते, स्पर्श झाला तर सहन करता येतो, हे मला तरी कुठं माहीत होतं?"

"आपण अकरा वर्षे फुकट घालवली."

"हं."

"आणि आजसुद्धा मला तुमच्याशी बोलण्याचा धीर झाला, का माहीत आहे?"

"का?"

"आयुष्यात प्रथम मी एका मुलीला भेटायचा संकेत केला आहे. कदाचित अखेरचा. म्हटलं, मग तुम्हांला का भ्यावं? तुमच्यावरचा मी मानत आलेला हक्क सोडायचं जिवावर आलं होतं."

"तुमचं लग्न ठरलंय?"

"लग्नच असं नाही, पण माझा शब्द गेला आहे. तो शब्द देण्यापूर्वी मी तुमच्याशी बोललो नाही. का देव जाणे, मी भ्यालो. वाटलं, पुन्हा फटकारून टाकाल. विचार केला, तुमच्यासमोर बसून तुमच्याकडे बघण्याचं भाग्यतरी आहे आपल्या नशिबात, ते का नष्ट करा?"

"तुम्ही माझ्याकडे पाहत होता?"

"हो."

"मीसुद्धा तुमच्याकडे पाहायची, खूप वेळा."

"उगीच काहीतरी सांगू नका. मला कशा दिसल्या नाहीत मग कधी?"

"मुली असं डोळ्याला डोळा देऊन बघत नाहीत. मनीपर्सच्या आरशात मी तुम्हांला बघायची. तुम्ही पहिल्यांदा माझ्याशी बोलायला आलात, तेव्हा मी तुमच्याशी फार वाईट वागले, नाही?"

"पण आज तुम्ही फार चांगल्या वागलात, फार चांगल्या. अगदी सगळी भरपाई केली. आजचा दिवस मी विसरणार नाही. कधीही."

"पण उशीर झाला. फार उशीर झाला. शेजारी शेजारी बसलो नि दूर राहिलो. अज्ञात राहिलो. आम्ही मुली सुरुवातीला भलत्यात भ्रमात असतो नि ओंजळीतून जेव्हा सारं गळून गेलेलं असतं, तेव्हा ओंजळ घट्ट धरतो. उपयोग नसतो. सांभाळण्याजोगं काही राहिलेलंच नसतं."

एक चमत्कारिक, उदास क्षण जमा झाला. टेबलावर टेकलेल्या सुलभेच्या हाताला चोरटेपणाने नारायणाने आपली बोटे लावली. तिने प्रतिकार केला नाही. म्हणून तिचा हात हातातही घेतला. त्याला वाटले, काहीतरी करावे नि या मुलीचा उदासपणा गिळून टाकावा.

पण तेवढ्यात तिने हळूच एक स्निग्ध नजर टाकली. हात सोडण्याची विनंती नजरेत दिसली. ती म्हणाली, ''माझ्या दृष्टीनंसुद्धा उशीर झाला आहे. मीसुद्धा-मीसुद्धा माझी उरलेली नाही.''

''तर मग उदास का तुम्ही?''

''कारण तुमच्या ठायी जीव जडला होता माझा म्हणून. तुम्ही थंड गोळ्याप्रमाणं निष्क्रिय झालात तेव्हाच मी तुमच्यावरचं मन काढू लागले. पण अजून पुरतं निघालेलं नाही. आता निघालं पाहिजे. कारण तुम्ही तुमचे राहिला नाहीत. मलाही निराळी दुनिया उभी करायला पाहिजे, नाही?''

''होय.''

''चला उठू या. चार वाजायला आले. निघालं पाहिजे आपल्याला.''

''चला.''

ब्रिस्टोमधून सुलभा नि नारायण बाहेर पडली आणि सहजगत्या चर्चगेटकडे चालायला लागली. दोघांची मने तुडुंब भरली होती आणि म्हणून रस्ता अबोल झाला होता. बोलायचे तरी काय? साऱ्या आयुष्याचा रस ज्या शब्दांत उतरला होतां, ते शब्द अजून कानात घुटमळत होते. चर्चगेट दिसू लागताच नारायण एरॉसकडे वळला. हेतू असा की, चर्चगेटपाशी घोटाळताना आपण निदान सुलभेच्या ध्यानी येऊ नये.

स्निग्ध नजरा, हस्तस्पर्श आणि निरोप.

नारायण एरॉसकडे वळला. सुलभा चर्चगेटकडे. अंतर वाढत चालले, दृष्टीचा टप्पा सरला आणि स्टॅनव्हॅकपर्यंत चक्कर मारून झपझप पावले टाकीत नारायण परत चर्चगेटकडे आला.

आणि चर्चगेटच्या दरवाजाच्या सावलीत उभ्या राहिलेल्या सुलभेला पाहून तो थोडा रुष्ट झाला. आता त्याला त्याच्या अज्ञात मैत्रिणीला, सुमित्रेला भेटायचे होते आणि सुलभेच्या समोर त्याने तिची वाट पाहायची कशी?

तेवढ्यात सुलभेची नजर त्याच्याकडे गेली नि ती म्हणाली,

''हे काय, तुम्ही अजून इथंच?''

''नाही, ज्याला भेटणार होतो तो नाही भेटला त्याच्या ऑफिसमध्ये.

तुम्ही अजून कशा इथं?''

''मी, मी म्हणजे माझी मैत्रीण येणार होती चार वाजता. मग आम्ही जाणार होतो पिक्चरला. पण अजून कशी नाही आली कुणास ठाऊक?''

घड्याळाकडे पुन्हा नजर टाकताच नारायणला कळून चुकले की, 'सुमित्रा', ती अनामिका यायची वेळ चुकली. सव्वाचार झाले. काहीतरी घोटाळा झाला असला पाहिजे. बायकांच्या जातीला उशीर क्षम्यच मानला पाहिजे हे खरे असले, तरी असल्या मुलाखतीची वेळ चुकविण्याइतकी काही सुमित्रा वेडी नाही. मग तिची व्यर्थ वाट पाहण्यापेक्षा सुलभेच्या सहवासाला का मुकावं?

पण हे बोलावं कसं? सुमित्रेच्या भेटीच्या निमित्ताने आलेले उसने बळ आता ओसरले होते.

''तुमची मैत्रीण येईलसं दिसत नाही. हरकत नसेल तर आपण थोडावेळ भटकू या कुठंतरी?''

एक क्षणभर सुलभाने नारायणकडे रोखून पाहिले. तिचा निर्णय होत नव्हता. हातचे सुख सोडवत नव्हते आणि पाय उचलत नव्हते. ती एकदम हसली नि म्हणाली, ''चला जाऊ या, पण कुठं जाऊ या?''

''तुम्ही म्हणाल तिथं.''

''असेच चालत गर्दी नसलेल्या हॉटेलमध्ये जाऊ या.''

ज्या पावलांनी मघा वाटचाल केली, तीच पावले होती; पण मघाची ओढ त्यांत नव्हती. मग हॉटेल आले. तेच हॉटेल होते. पण गीत काही जमेना. मध्ये घडलेल्या आणि न घडलेल्या गोष्टींनी घडी बिघडली होती. तो रंग भरेना.

''एक विचारलं तर रागावणार नाही ना?''

''नाही. का?''

''काही गोष्टी बोललेल्या बायकांना आवडत नाहीत.''

''किती बायकांचा अनुभव आहे तुम्हांला?''

''नाही, तसं नाही. पण खासगी गोष्टींत लक्ष घातलेलं आवडत नाही बायकांना.''

''पुरुषांना?''

''नाही म्हणजे कुणालाच.''

''झालं तर! मग मी काही विचारलं, तर राग येईल तुम्हांला, खासगी?''

''नाही बुवा, मुळीच नाही. अहो, विचारतंय कोण आम्हांला? साधंसुद्धा काही विचारत नाहीत, मग खासगी कोण विचारतंय?''

"विचारू मग?"

"विचारा."

"तुम्ही त्या मुलीला शब्द दिलाय तो."

"परत घेता येईल की नाही, असंच ना?"

"..........."

"तुम्हांला आवडेल?"

"नाही आवडणार. कुठल्याच स्त्रीचा मनोभंग झालेला मला आवडणार नाही."

"?"

"पण तुम्ही जसा शब्द दिलाय, तसा तिनं दिलाय तुम्हांला?"

"अर्थातच."

"एवढी आवडते तुम्हांला ती मुलगी?"

"आवडणं म्हणजे काय?"

"हवंसं वाटणं."

"मग हवीशी वाटते ती मला. पण कुणास ठाऊक, तिला पाहिल्यावर ती मला हवीशी वाटेल की नाही?"

"म्हणजे?"

"तिची भेट झाली नाही अजून."

"मग प्रेम कसं बसलं? आणि शब्द देण्यापर्यंत?"

"हसाल तुम्ही. वेडा म्हणाल मला. पण मी ज्या मुलीवर प्रेम करतो आहे, ती कोण आहे हे मला ठाऊक नाही."

"म्हणजे?"

"मला तुम्ही वेडा म्हणाल. एखादी मुलगी काळी किंवा गोरी हे कळल्याशिवाय प्रेम कसं करतात पुरुष? पण अगतिक झालेल्या माणसाला तेवढासुद्धा प्रेमाचा आधार पुरतो. मी तो आधार घेतला."

"तुम्ही अगतिक का झालात?"

"सहप्रवासाची ओढ म्हणून."

"मग कुणी तुम्हांला आजवर भेटलीच नाही?"

"भेटली, आवडली. पण तिला मी आवडलो नव्हतो."

"कोण ती?"

"माझ्यासमोर आहे ती."

"तिला तर तुम्ही आवडत होतात."

"पण तिनं दाखवलं नाही."

"दाखवायचं म्हणजे काय करायचं? डोळा घालायचा का मिठी मारायची? शृंगाराचे संकेत समजून घ्यावे लागतात."

"मला तुमचा कोणताच संकेत कळला नाही."

"तुम्ही ऑफिसमध्ये यायच्या आधी मी यायचे."

"यात संकेत कसला?"

"म्हणजे तुम्हांला येताना, खुर्चीवर बसताना, मला पाहता येत होतं."

"आणखी?"

"सारी अकरा वर्षे, सारी अकरा वर्षे तुमच्याशी मी प्रेमाचे संकेतच करीत होते. तुमचं माझ्यावरचं प्रेमतरी तुम्ही काय मार्गानं दाखवलंत?"

"प्रेम होतं एवढं खरं; दाखवायचं राहून गेलं."

"सगळ्यांचं असंच होतं."

"पण आज उशीर झाला. फार झाला. इतका की, आपण दोघांचे उरलो नाही."

"असं का म्हणता? ज्या मुलीला तुम्ही आपली म्हटली आहे, तिनं तुम्हांला उद्या नको म्हटलं तर? ती तुम्हांला भेटलीच नाही तर? तर मग तरी तुम्ही..."

"मग मी रिकामा आहे तुमच्यासाठी. पण तुम्ही तुम्ही त्या वेळेला माझी वाट पहाल?"

"पाहीन, जरूर वाट पाहीन."

"कोण आहे असा दुर्भागी पुरुष? तुमची प्राप्ती झाल्यावर तुम्हांला सोडणारा?"

"असंच झालंय."

"म्हणजे तुम्हांला आशा दाखवून तुमची कोणी फसवणूक केली का?"

"नाही. फसवणूक नाही; चुकामूक म्हणू या, चुकामूक."

"दैव अशी गंमत अनेकदा करतं. तुमची नि माझी नाही का गेली अकरा वर्षे चुकामूक झाली. सुख हाती येतं असं वाटतं आणि पुन्हा पाठमोरं होतं. नाव तरी काय त्या भाग्यवंताचं."

"तो अनामिक आहे."

"माझ्या मैत्रिणीसारखा, सुमित्रेसारखा?"

"काय? सुमित्रेसारखा? सुमित्रा! म्हणजे नारायण, नारायण तूच तर

नव्हेस माझा मित्र? अनामिक प्रियकर?''

सुलभेला चक्कर आली आणि ती नारायणच्या खांद्यावर कलंडली. ग्लासातले थोडे पाणी तिच्या डोळ्यांना लावताच ती बेहोशीतून जागी झाली.

''काय म्हणते तरी काय आहेस, सुलभा तू?''

''अरे, तूच तो माझा मित्र. मीच तुझी सुमित्रा. समोरासमोर बसून मी तुला ओळखू शकले नाही. तुझा निळा टाय, माझी निळी साडी. अरे, किती वेडे आहोत आपण नारायण!''

''....जीवन केवढं अकल्पित आहे. जर मी तुझ्याबरोबर परत इथं हॉटेलमध्ये आले नसते, तर माझा मित्र तू आणि तुझी सुमित्रा मी, हे कदाचित कळलं नसतं. आपापल्या सवंगड्याची गाठ पडली नाही, म्हणून खिन्न मनानं आपण घरी परतलो असतो. फसवणूक झाली म्हणून समोर उभे राहून आपण एकमेकांना ओळखू शकलो नाही. आणि पराभवाच्या शरमेनं परत भेटलोही नसतो.''

''एक दिवसात करावयाच्या प्रवासाला आपल्याला अकरा वर्षं लागली.''

''पण पुढचा प्रवास आपण लवकर करू.''

''आणि हा निळा टाय, निळी साडी यांचं काय करायचं?''

''आणि ही गुलाबी संध्याकाळ नि अस्मानी पत्रं-यांचं काय करायचं?''

''वेडे, असे क्षण, असे संकेत, अशा आठवणी घट्ट पकडून बंदिस्त करायच्या असतात.''

सुलभेला ते सारं सुख असह्य झालं. नारायणच्या अधिक जवळ सरकत ती म्हणाली,

''आता मला सोडू नकोस. मला घट्ट जवळ घे.''

''सुलभा, हे हॉटेल आहे.''

''माझं भान हरपलं आहे रे! मी बेहोष झाले आहे. वेडी झाले आहे. नारायण, माझ्या मित्रा, मला सोडू नकोस.''

-०-०-०-

.८.

स्पर्श

मनुष्य म्हातारा केव्हा होतो? केस पिकू लागले म्हणजे, का अंगाला सुरकुत्या पडू लागल्या म्हणजे? प्रकृतीची चिंता लागली म्हणजे, का जगाची चिंता लागू लागली म्हणजे? 'आमच्या वेळी हे असं होतं' अशा वाक्याने सुरुवात होऊ लागली की 'कसले सिनेमे, कसली चावट गाणी' असे बोलावेसे वाटू लागले म्हणजे? कांद्याची खमंग भजी, मलई कुलपी, टेस्टदार मिसळ, गरम गरम हुरडा या गोष्टींवरील प्रेम नाहीसे झाले म्हणजे? की चांदण्या रात्री, थंडगार पहाटे, धुकावलेल्या जंगलात, नदीकाठी फिरायची ओढ कमी झाली म्हणजे?

मला वाटते, असतीलही ही म्हातारपणाची लक्षणे! असतील, आणखीही असतील. सुंदर गोष्टींचे आकर्षण कमी झाले, की तारुण्य संपलेच म्हणायचे! नवीन तऱ्हेची डॅकरॉन्स बाजारात आली, तेव्हा पहिली पँट आपण वापरली पाहिजे असे वाटणारे तरुणच होते, यात शंका नाही. जवाहरलाल नेहरूंचे भाषण रेडिओवर ऐकू म्हणणाऱ्याबद्दल काय बोलावे? ते भाषण चार-दोन लाखांच्या भाऊगर्दीतच ऐकण्याला अर्थ आहे! बडे गुलामच्या घरी खासगी बैठक ऐकायला मिळणार असली, तरी केवळ हलायचा कंटाळा म्हणून घरी बसून रेडिओवरचे दळण ऐकणारी माणसे कदाचित रसिक असली तरी म्हातारीच!

सौंदर्याची आग जिथे उरली नाही, तिथे आले वार्धक्य. सुंदर सेंट्स, सुंदर कपडे, सुंदर चित्रे, कविता, गोष्टी, जगातल्या सुंदर गोष्टींच्याकडे लक्ष असते, ते तरुणाचे. कुरूप, दरिद्री, हिडीस गोष्टी जरी दिसल्याच तरी तारुण्य बंड करते; चिंता करीत नाही. मग मनुष्य म्हातारा केव्हा होतो? काही कल्पना नाही. पण वसंतराव मात्र म्हातारे व्हायला लागलेत, अशी आता भीती वाटते आहे. वसंतराव वास्तविक म्हातारे का व्हावेत? पन्नाशीला आले आहेत, तरी कांती तुकतुकीत आहे, चेहरा हसरा आहे, डोळ्यांत तेज आहे. एकदा डॅकरॉनचा अस्मानी सूट घातला की कुर्बान करावी वाटे, असे आगळे रूप आहे त्यांच्याजवळ. ते चालू लागले, की शेजाऱ्याला त्यांच्या अंगावरून येणारा सुगंध उन्मादित करतो. एकतर तो सुगंध कोसळत येतो आणि तो नवीन असतो. वसंतरावांना चिंता कधी लागलेली कुणी पाहिलेली नाही आणि काही कारणही नाही. संसारात असायचे ते सर्व काही आहे. अधिकार, संपत्ती, बायको, मुले. ते म्हातारे व्हायचे कारण काय?

एके काळी वसंतरावांनी सारे शौक केले होते. अजूनही कधी सटीसामासी ते शौक करतात. ब्लॅक लेबल, शिव्हास अशी अनेक मद्ये अनेकवार प्राशन केलीच होती; पण दुर्मीळ, महागड्या आणि न विसरता येतील अशा अनेक बाटल्यांतल्या वाईनचा भरपूर स्वाद घेतला होता. कपड्यांच्या बाबतीत तर आजवर ते सदैव आघाडीला होते. मुंबईच्या बंदरात कापड येण्यापूर्वीच ते त्यांच्या माथ्यात प्रथम जाई आणि लगोलग स्वार होई. बायकांच्या बाबतीत तर ही आपली, ही दुसऱ्याची, असा भलताच विवेक बाळगण्याची त्यांना गरज लागली नाही. बायका त्यांच्या अंगावर आपणहून कोसळत होत्या. खुणावण्यापूर्वी, संकेतापूर्वी.

खरे सांगायचे, तर ते सुख त्यांनी मागायच्या आत इमानी नोकराप्रमाणे त्यांच्या दाराशी खडे होत असे. पण नीट पाहणाऱ्याला मात्र वसंतराव आता म्हातारे होणार, अशी चिंता जाणवू लागली होती. अलीकडे सायंकाळी ते घरी अनेकदा लवकर येत. मग बाहेर जायचा ते आळस करत. एखाद्या बाईचा फोन आला, तर चक्क टाळत. सवयीने ते चांगले कपडे वापरत, सेंट्स ओतत इतकेच. पण त्या सुगंधावर लुब्ध होणाऱ्या स्त्रिया मिठीत घेण्यासाठी त्यांचे हात शिवशिवत नसत. ते अलीकडे सभ्य-प्रापंचिक-सरळमार्गी गृहस्थासारखे वागू लागले होते.

एक दिवस रविवारी सकाळी त्यांच्या सालस पत्नीने त्यांच्यासाठी गरमागरम

बटाटे वडे केले आणि सिगारेट ओढीत बसलेल्या त्यांच्यापुढे आणून सादर केले. ते पाहताच वसंतराव कंटाळल्या चेहऱ्याने म्हणाले, "हे काय? इतक्या सकाळी हे खायचं काय काढलंस सावित्री?"

"सकाळी? अहो, दहा वाजलेत..."

"पण बटाटेवडे... आता नको बुवा. उगाच तेलकट खाऊन त्रास व्हायचा..."

सावित्री क्षणभर उभीच राहिली. वडे हे वसंतरावांचे अमृतखाद्य होते आणि वेळी-अवेळी केव्हाही त्यांना वडे लागत असत. सावित्रीबाई सुगरणपणे त्यांना नित्य वडे खाऊ घालत असत. आपल्या नवऱ्याला निदान सुट्टीच्या दिवशी वडे लागतातच हे ठाऊक असल्यामुळे मोठ्या हौसेने त्यांनी ते बनविले होते.

"त्रास कसला? चार-दोन वड्यांनी व्हायचाय?"

"नाही, पण नकोच. घशात जळायचं..."

"काय, म्हातारे झालात की काय?"

"मी म्हातारा, अगं? समजलीस काय मला? जरा दोघं आरशापुढं उभं राहू या, म्हणजे कळेल कोण म्हातारे ते..."

"अहो, मी तर म्हातारी झालेच आहे. मुलं झाली, आता माझं काय आहे मेलीचं?"

"हेच ते... हेच म्हातारपण. चाळिशी ओलांडली नाहीस तू. तुला म्हातारी व्हायला काय झालंय? गबाळे कपडे, गबाळे वागणं, रडकं बोलणं, असं उदास आयुष्य जगायचं आणि काय राह्यलंय म्हणत ढकलायचं आयुष्य. काय अर्थ आहे त्यात?"

"पण हवा कशाला अर्थ आता? आता मुलांच्या आयुष्याकडे पाहावं. सुनीलचं उद्या लग्न होईल. अरुणही मोठा होतो आहे. त्यांच्या सुखदु:खांत आपण रमावं. आपण असं जे जन्मभर करायचं, नटायचं, मुरडायचं ते दुसऱ्यासाठीच ना?"

"हो, हो. दुसऱ्यासाठीच! तू चांगले कपडे घातलेस, केस फुलवलेस, फुलं माळलीस, थोडा रूझ लावलास, एखादं नव्या पद्धतीचा पोटिमा, व्ही कट, लो कटचं पोलकं घातलंस, अंग दिसेल न दिसेल असं एखादं नायलॉन गुंडाळलंस, तर काय जग कोसळणार आहे? उलट, मला तू शोभून दिसशील. मी असा चांगला दिसायचा यत्न करतो आणि तू नंबर एकची गबाळी! आज नव्हे, किती दिवस असंच चाललं आहे...."

"अहो, तुमचं लक्ष दुसऱ्यांनी आपल्याकडं पाहावं म्हणून असतं..."

“असतं, पण काय बिघडलं?...”

“बिघडलं काय? काहीच नाही. पण चांगल्या रंगरोपणात नि कपड्यांत लपवलं तरी वय लपविणार कोठवर? आता सुनीलला वीसावं लागेल. नातवंडं होतील वर्षभरात. हरी हरी करावयाचे, नातवंडं खेळवावयाचे दिवस, या दिवसांत हे भलते रंगढंग कशाला..?”

“तू म्हातारी झाली असशील, मी अजून तरुण आहे, तरतरीत आहे, सुंदर आहे आणि तसंच मला राह्यचं आहे!”

“तुम्हांला खूप राह्यचं हो, पण तुम्ही तसे राहणार नाही. तुम्ही म्हातारे झालात! तेलकट खाल्ले की घशात जळायला लागतं, भात खाल्ला की गॅस्टिक ट्रबल व्हायला लागतात! उसने अवसान कोठवर आणणार?”

“गप्प बस!” चेष्टेत चाललेल्या या संभाषणात ‘गप्प बस’ या आवाजाने अकारण कठोर भाव उत्पन्न केला नि नवराबायकोची सकाळ बिघडली. कधीही न चिडणारे वसंतराव चिडले.

सावित्रीबाई मुकाट आत निघून गेल्या, आणि विचार करीत वसंतराव आरामखुर्चीत पडले.

मागे मागे जाताना वसंतरावांनी आपल्या आयुष्याच्या डोहात उडी मारली आणि तळ शोधायचा प्रयत्न केला. अगदी वीस-बावीस वर्षांपूर्वीच्या दिवसांतल्या बऱ्यावाईट गोष्टींची याद त्यांना आली.

वसंतराव पहिल्यापासून हे असेच होते. या त्यांच्या वयातसुद्धा त्यांच्याभोवती गोपीजनांचा मेळावा असतो. नुकतीच कुठे घाटाला सुरुवात झाली होती; तेव्हा गाडी केवढ्या गतीने पळत असेल...

होती, अनेक ललनांना त्यांच्या मिठीत जागा होती. रंग, जात, देश, उमर यांविषयी त्यांनी कधी घासाघीस केली नाही. या फुलाचा चोळामोळा केव्हा करीन अशा मस्तीत, झेपावणाऱ्या मुलीला ते कुस्करीत, आणि तशा वेड्या मुलीही अनंत होत्या. जरा कोठे अंग भरते आहे, रक्ताला धावायची सवय झाली आहे, आवरावयाचे कसे नि कुठे याचा विचार ठरायचा आहे; त्या कोवळ्या वयात पतंगाप्रमाणे त्या वसंतरावांवर येऊन कोसळत होत्या. मोठे उमदे दिवस होते ते! सोनेरी! प्रत्येक क्षणी नव्या विजयाचा मद, नव्या तारुण्याचे आवाहन, नव्या सुगंधाचा स्वाद! वसंतरावांचे रक्त केवळ त्या आठवणींनीसुद्धा तापले आणि शिणलेल्या-थकलेल्या मनाला एकवार पुनश्च ताजेपणा आला आणि ते आरशासमोर जाऊन उभे राहिले.

होय, आपण आता ते पूर्वीचे उरलो नाही. केस काळे असले, तरी तेज ओसरले आहे. त्वचेला सुरकुत्या पडायला लागल्या नसल्या, तरीसुद्धा ती झळाळी ओसंडत चालली आहे. सडसडीतपणा जाऊन अकारण भरीवपणा आला आहे. आणि हे काय?

कपड्यांबद्दल तर आपली बेपर्वाई वाढत चालली आहे. दाढीसुद्धा पूर्वीसारखी करण्याकडे आपला कल नाही. रुमाल, सेंट्स, पेन्स, सिगारेट्स, उभे राहणे, गोडगोड बोलणे, ओठातल्या ओठांत बोलणे, थोड्या वात्रट, थोड्या नाटकी संभाषणातले रंग....होय, बदललेय. आता सारे बदललेय.... बदलले असले पाहिजे.

किती दिवसांत या ज्योतीवर एकाही पतंगाने झेप घेतलेली नाही... अरे बापरे! खरंच की! ही मात्र चक्क म्हातारपणाची खूण. कोणत्याच तरुणीचे लक्ष आपल्यावर जाऊ नये, म्हणजे आपण म्हातारे झालो हेच खरे!

तसे पाहावयास गेले तर गेल्या वर्षभरात सात-आठ तरुण पोरींची भरती त्यांच्या ऑफिसात झाली होती. त्यांपैकी आपणहून तर राहोच, पण संधी मिळूनही कोणाच पोरीने त्यांना स्नेहाचा कटाक्ष दिला नव्हता. मग बोट, मनगट, बाहू, स्कंध, मस्तक, कपोल आणि जे केवळ देण्यासाठीच खडे असतात, उन्नत असतात, पुष्ट असतात ते उरोज कसे मिळणार?.... अरेरे, गेले का ते दिवस? कोणाची निवड करावी, हा प्रश्न पडावा, असे ते दिवस... आणि कोणी निवड करील काय असे वाटावे, असे हे दिवस. आपण म्हातारे... छे छे! ही देखणी छबी का नाही कोणाला आवडणार... आपले फुगीर गाल... चावरे दात, लांबसडक बोटे आणि लोहसम सामर्थ्यशाली बाहू कोणाला भुरळ पाडणार नाहीत? ठीक आहे, हे आव्हान आहे असे समजतो मी! बघू या मी म्हातारा आहे का नाही ते! सावित्री मूर्ख आहे. तिला काय कळतेय?....

दुसऱ्या दिवशी सकाळी वसंतराव ऑफिसमध्ये आले ते वीस वर्षांनी तरुण होऊन. त्यांचा नवा डॅकरॉनचा सूट, नवे शूज, अमेरिकन टाय, चापूनचोपून बसवलेले केस, सिगारेटचा टिन आणि सिगारेट ओढण्याची आगळी लकब, सारे काही वीस वर्षांपूर्वीचे. एक आगळाच कामोत्तेजक सुगंध, हिरव्या चाफ्याची फुले... काळ्याभोर बुटांची त्यांची चाल इतकी लयबद्ध होती की मुली तर राहोच, पण सर्व तरुण सहकाऱ्यांची नजर लख्खन फिरली. त्या नजरेत दिसणारे आश्चर्य, कौतुक आणि हेवा यांनी वसंतराव संतुष्ट झाले. सर्व आयुधांनिशी लढाईला निघालेल्या या तरुण योद्ध्याला प्रतियोद्धा तर हवा? कुस्तीला जोड

तर हवी? संगीताला साथ तर हवी? नृत्याला लय तर हवी? सर्व प्रमदा हरखल्या, पण बेभान झाल्या नाहीत. त्यांनी केलेली सलगी त्यांना आवडली, पण त्यांनी हात पुढे केला नाही. त्यांच्या शेजारी बसून त्यांच्या चावट गप्पागोष्टी त्यांनी ऐकल्या, पण पूर्वीसारख्या त्या धुंदावल्या नाहीत. आपणहून तर काहीच नाही, आणि पुढाकार घेऊनही सहकार्य नाही.

वास्तविक या साऱ्या प्रमदा या ऑफिसात चांगल्या रुळलेल्या आहेत. त्यात अपवाद सोडला तर सतीसावित्री कोणी नाही. म्हणजे ते शक्यही होत नाही. तेच तेच रूक्ष काम करून गलित होणाऱ्या मनाला कसलीतरी धुंदी हवी असते. पुरुष मित्रापेक्षा अधिक धुंदीचे औषध कोणते असणार? त्या कैफातून साऱ्याजणी एकदा गेल्या होत्या. अनुभवाने समृद्ध आणि शहाण्या झाल्या होत्या. एक वेळेस त्या वसंतरावाबरोबर उनाडल्या होत्या. पण वेळीच सावध होऊन कुठेतरी गुंतल्या होत्या.

त्यांना आता वसंतराव नको होते, त्यांची ती सुंदर आठवण तेवढी हवी होती. ती सुंदर तर होतीच, पण बिनधोक होती. स्थिर आयुष्याला सुरुंग लावणारी नव्हती. नव्या नवलाईच्या दुसऱ्या काही ललना, ज्यांनी जुन्या वसंतरावांची छबी पाहिली नव्हती, त्यांना वसंतरावांचे आकर्षण कसे वाटणार? शिवाय वसंतराव आपल्या टप्प्याच्या बाहेर आहेत; हे त्यांना कळून चुकले होते. ज्ञानाने, वयाने, इतमामाने, सर्वच बाबतींत वसंतराव चांगले होते-आहेत; पण सुधीर मराठेची ऐट, कापडियाचा दिलखुलासपणा, देवेंद्र गोयलचा स्वच्छंदीपणा यांची बरोबरी ते कुठचे करायला? पाच वाजले की ऑफिस सोडणाऱ्या या वृद्ध कपीवर या कळ्यांनी तरी कसे विद्ध व्हावे? जाणत्या डोळ्यांना, वसंतरावांना हा फरक, हा पराभव जाणवत होता. आग्रहच धरला असता त्यांनी, तर फार वर्षांपूर्वी वेड लावले होते त्या प्रमद्वरा नायकने त्यांना सलगी करू दिली असती, सुहासिनी शहाने निदान ओठभेट घेऊ दिली असती आणि नरगीझ दलालने काहीही दिले असते. पण या म्हाताऱ्यांना चला म्हणण्यात काय मजा आहे? आता काय उरले आहे या पाकळ्यांत?

नरगीझ कोणाशीतरी काही चावट गप्पा मारीत बसली होती. तिच्याकडे वसंतरावांनी लक्ष टाकले नि सुस्कारा सोडला. काय होते ते फूल एके काळी! साऱ्या पारशी पोरींतला आगळा-स्वच्छंद आनंद त्या फुलात नुसता भरला होता. पहिल्या प्रथम सजातीयांना सोडून ते वसंतरावांनी खुडले होते, हुंगले होते. पारशी जमातीचा हा उसना गौरवर्ण त्यांनी न्याहाळला होता. त्या नरगीझकडे

आता त्यांना पाहवत नव्हते. तिने डोक्यावरील कापलेले, वयाला न शोभणारे पुरुषी केस, अतिभडक कर्णभूषणे नि वस्त्रे यांयोगे ती त्यांना किळसवाणी वाटली. नरगीझ काय, लालवानी काय, मोहोळकर काय, उतारू नसलेल्या बसप्रमाणे, लाटा नसलेल्या बीचप्रमाणे, आणि पाणी नसलेल्या नदीच्या पात्राप्रमाणे आता शुष्क, नीरस वाटू लागल्या होत्या. शेवटावर लक्ष ठेवून वागत होत्या. तृप्ती हा जरी अद्भुत आनंद असला, तरी तो यंत्रवत घडविण्यात धुंदी कुठली? त्या अनुभवी... सराईत हस्तिनींच्या गात्रागात्रांतून त्या सुखाची अखेर कळून चुके... यात काय मजा येणार? त्या खेळात वसंतराव रमू शकले नसते. कोणत्याच स्त्रीबरोबर ते अधिक काळ रमले नाहीत. कारण तोच तोपणा त्यांना कधी रुचला नाही... आज मात्र....

होय. आज ते तरुण होते. त्यांच्या तारुण्यातल्या सर्व शस्त्रांना त्यांनी नव्याने धार लावली होती. गंज काढून ती चमकदार केली होती. घाव घालण्यासाठी ते तलवार परजीत होते... पण... इथेच वसंतरावांचा पराभव होता. कोणत्याच तरुण नवागत स्त्रिया त्यांच्या नजरेच्या टप्प्यातही सरकत नव्हत्या. त्यांचे वास्तविक प्रमाणबद्ध शरीर, त्यांच्या सराईत हालचाली, त्यांचे नाजूक शब्दोच्चार, त्यांच्या हेतुपुरस्पर सांगितलेल्या चावट गोष्टी, त्यांची अदब, मॅनर्स सारे काही आदर्श होते. चित्रकाराला पुरुष काढावयाचा असेल तर वसंतरावांचे चित्र सार्थ वाटले असते... अगदी आदर्श!

पण या नवीन, ताज्या, उमलत्या पोरींना आदर्श नको होता. आधी तरुण हवा होता, स्वप्नाळू हवा होता. अनभिज्ञ हवा होता. अज्ञात प्रवासाला निघण्याला बुलंद, बेबंद साहसी वीर हवा होता. त्यांना आक्रस्ताळेपणा हवा होता, मस्ती हवी होती.

त्यांच्या सौंदर्याच्या जागा निराळ्या होत्या. सुखाच्याही जागा निराळ्या होत्या. तर्कबुद्धीने त्यांपैकी अनेक मूर्खपणाच्या असणार होत्या. पण तर्कबुद्धी वापरून त्यातली सौंदर्य अर्थहीन ठरवणारा पुरुष त्यांच्या दृष्टीने म्हाताराच होता. वसंतराव त्यांच्या दृष्टीने म्हातारेच होते. चक्ब्यापक्ब्याचा एखादा चुरगळलेला शर्ट, फारतर फुलापानांचा मनीला, तोकडी अरुंद पँट, निराकार केसांचा डोईवरचा पुंजका, जनानी आवाज, मिशीची एक तोकडी रेघ, तोंडात कर्णकटू शीळ आणि चेहरा सदैव फिस्कारलेला ही आजच्या तरुण स्त्रीची तरुणांबद्दल किमान मागणी. वसंतराव बिचारे वीस वर्षांपूर्वीच्या तारुण्याच्या ऐटीत होते. या सुटावर वा टायवर या जमान्यातली स्त्री लुब्ध होण्याजोगी नव्हती. 'मेला शिष्ट आहे हा!'

ओठ मिळवून गालांचा चंबू करून त्यांनी ऐकवले असते.

पण थोडे थांबा. सर्वच स्त्रिया या नव्या फॉर्म्युल्यातल्या पुरुषांवर लुब्ध होणाऱ्या नाहीत. आहेत काही मावश्या-काक्या, अजून गुर्जरांच्या गोष्टी वाचतात. 'उष:काल' मध्ये गुंग होतात. ही पाहा सुभद्रा राव.

सुभद्रा राव गेल्याच महिन्यात टायपिस्ट म्हणून नोकरीला लागली आहे. ही मुलगी या ऑफिसात कामाला लागलीच कशी? ही कामाला अगदीच निरुपयोगी वाटावी अशी काळी, रूपाने सामान्य, कुणाचे लक्ष न जाणारी साधी मुलगी. सुभद्रा राव खाली मान घालून काम करते आहे. लयदार चालीत पुढचा मजकूर कागदावर उतरतो आहे आणि नेमकी तीच वेळ वसंतरावांनी साधली. वास्तविक वसंतरावांनी तिच्याकडे कधीही मुद्दाम पाहिले नसते. पहाण्यासारखे काही नव्हतेच तिथे. पण लक्ष गेले आहे तिच्या कोवळ्या अनावृत वक्षांकडे आणि मग तिच्या मुद्रेकडे. ऐन विशीतल्या या मुलीच्या रूपाचा एक अनावर गंध, मधले अंतर कापून वसंतरावांच्या नासिकेत शिरला. मनुष्यभक्षक वाघाला अन्य मांस चालत नाही. मनुष्याच्या रक्ताची चव घेतलेला वाघ जसा जास्त धोकेबाज, तसाच तरुण स्त्रीच्या सहवासाची ओढ लागलेला, तिला एकदा भोगलेला मनुष्यही धोकेबाजच. भोवताच्या सर्व स्त्रियांशी त्यांनी सुभद्राची तुलना केली आणि त्यांच्या ध्यानात आले, या निबरट, जुनवट स्त्रियांच्यात सुभद्रा राव किती निराळी दिसते आहे! किती कोवळी, ताजी दिसते आहे! सुभद्रा राव सुंदर नव्हती असं म्हणता येत नव्हते. अगदी साधे, अंगभर धुवट कपडे वापरणाऱ्या या साध्या मुलीतही काय जादू आहे, की त्यामुळे आपल्याला तिच्यात नावीन्य आढळावे? सुभद्रेचा बांधा छोटा होता आणि सारेच काही छोटेखानी होते. तारुण्याच्या सीमेवर असूनही तिची ती स्तनवेल अजून बहरली नव्हती. तिला पुरुषस्पर्शाचे जीवन लाभले नसावे. वसंतरावांच्या सराईत दृष्टीला ते नवीन होते. नवीन वाटत होते. कारण त्यांनी न्याहाळले वा हाताळले, ते कलमी आंबे होते... आणि पाडाच्या आठवणी होत्या, त्या अंधूक झाल्या होत्या. सुभद्राचे केस दृष्ट लागण्यासारखे लांबसडक होते. त्यावर तिने दाक्षिणात्य पद्धतीने फुले माळली होती. वसंतरावांना वाटले, ही जेव्हा नहात असेल आणि ज्या वेळेस विपुल केशसंभार तिच्या त्या छोटेखानी नितंबांवर रुळत असेल, तेव्हा ही मुलगी तर खचितच सुंदर दिसत असणार...

तारुण्याचा मुलायम स्पर्श तिच्या नितळ त्वचेला झाला आहे. तरुण रक्ताची ऊब हिच्या स्पर्शात आहे. कोणीसुद्धा स्पर्श न केलेले असे हे कोवळे

कोवळे फूल आहे. पहिल्या पहिल्या पावसात उगवलेला हा हिरवा चारा आहे. वळवाच्या पावसाने वाहणारा हा पहिला पाणलोट आहे. सुभद्रा सुंदर आहे. नवीन आहे. वासासाठी गुलाब, जाई, सोनचाफा सारेच घेतात; पण प्राजक्ताचे कोवळे फूल वास थोडा वेळ देते... हाताळले तर खराबसुद्धा लवकर होते. वास देते तोही आवडून घ्यावा लागतो.

तरीसुद्धा त्यात काही नवीन आहे...

सुभद्रा रावने त्याच वेळेस मान वर केली. आपल्या अनावृत वक्षांकडे पाहताना वसंतरावांना तिने पकडले होते. पण तिला शरम वाटली नाही. वसंतरावांसारख्या माणसाने आपल्याकडे पाहावे हाच मुळी तिला सन्मान वाटला. किंबहुना त्याने पाहात रहावे एवढ्यासाठी तरी पदर सावरू नये. असे तिला वाटून गेले. पण हाताला लागलेली जन्माची सवय कशी जाणार? पदर सावरला गेला. वसंतराव ओशाळे सावरून बसले आणि त्यांना ओशाळलेले पहाताच सुभद्राही सावरून बसली.

सुभद्राने जे विश्व पाहिले होते ते एवढे छोटे होते, की आला हा अनुभवच तिला नवीन होता. आपल्याकडे कोणी लोभसपणे, हावरेपणाने पाहील, याची कधीकाळीसुद्धा तिने आशा केलेली नव्हती. मग वसंतरावांसारख्या चुणचुणीत देखण्या सुंदर पुरुषोत्तमाने आपल्यावर दृष्टी टाकावी, तीही लोभाची असावी, सुभद्राचे अंग रोमांचित झाले. तिच्या रूपाप्रमाणे तिचे मन काळे नव्हते. कुरूप नव्हते आणि सामान्यही नव्हते. ते ताजे होते, रसरशीत होते. जगातली सौंदर्यं टिपीत होते आणि त्या उमलत्या मनाला नुकतेच पंख फुटले होते. होय, त्या दोन उमलत्या कमळांच्या मधल्या कोवळ्या हृदयात कुठेतरी खोल नवे जग उत्पन्न व्हायला लागले होते. त्या जगात तरुण होते. रुंजी घालणारे प्रियकर होते. घायाळ होणारे, विनवणी करणारे सखे होते... वसंतराव तर त्यांत होतेच होते. तिच्या दृष्टीने पूर्ण पुरुषाची ती एक प्रतिमा होती. कधीच न मिळणारी. त्यातली ऐट, गुर्मी, नजाकत, आक्रमकता सारी काही मुद्दाम नीट राखून ठेवल्याप्रमाणे होती. रिकामटेकड्या वेळात वसंतरावाच्या दिशेने एक चोरटी नजर टाकणे तिच्या दैनंदिन जीवनाचा भाग बनले होते. मैत्रिणी नव्हत्या, मित्र नव्हते, रूप नव्हते, सौंदर्य नव्हते. त्या एकलकोंड्या जगात सिनेमा हे एकमेव विसाव्याचे स्थान होते. चित्रपटातील गॅरी कपूर, बर्क लँकॅस्टर, कर्क डग्लस असे सारे मर्द पुरुष तिच्या आदर्शात बसत होते. निधडी छाती आणि बेगुमानपणा यांचे तर ते मूर्तिमंत प्रतीक होते. ही एवढीशी दिसणारी क्षुद्र मुलगी आफ्रिकेच्या घनदाट

जंगलांत, वेस्टर्न चित्रपटांतल्या मारामारीत, गुद्दागुद्दीत, स्पेनमधल्या बुलफाइटर्समध्ये, शिकागोच्या बॉक्सिंग बूथ्समध्ये, लॉर्ड्सवरच्या क्रिकेटमध्ये, एव्हरेस्टवरच्या साहसी गिर्यारोहणात, एका छोट्या होडग्यातून केलेल्या पॅसिफिक ओलांडण्याच्या विक्रमात भाग घेई आणि स्वत:ला विसरून जाई. त्या साऱ्या प्रवासात, साहसात, भरदार अंगयष्टीचा एक देखणा जवान साथीदार असे... तो कोण ते तिला ठाऊक नव्हते. त्याची सर्वसामान्य आकृती तेवढी तिच्या डोळ्यांपुढे असे. ती मूर्ती कोण, हे तिला वसंतरावांच्या नजरेत दिसले. होय; तोच तिचा वर्षानुवर्षांचा सखा. तिच्या प्राप्तीसाठी पिस्तुलांच्या गोळीबारात बेधडकपणे उतरणारा तोच तिचा सखा. तिला आफ्रिकेतील जंगली जमातीच्या तावडीतून सोडवणारा तोच. तिला सुसरीच्या कराल दाढेतून ओढून काढण्यासाठी पाण्यात उडी मारणारा तोच. होय, तोच... तोच सखा.

***

सायंकाळचे साडेपाच वाजले. तोपर्यंत वसंतरावांनी सुभद्रेला जिंकली होती. ते तिच्याकडे पाहत तेव्हा आता ती गोंधळत नव्हती. बावरत नव्हती, पदर सावरत नव्हती; तर ती हसे. तिच्या त्या लाडक्या हास्यात वसंतराव बुडून गेले होते. त्यांना ठाऊक होते की, सुभद्रा सुभद्रा राहिलेली नाही.

सुभद्रा त्या साहसात पडली होती. काहीतरी अदभुत, आकस्मित अभिनव अशा सुखप्राप्तीमुळे ती जराशी भांबावली होती. तिच्या नजरेपुढे, सर्व पुरुषांतील सौंदर्य, सामर्थ्य गरगरत होते.

वसंतरावांनी पावले टाकली ती मापून, तोलून. त्यांचा या विद्येचा अभ्यास गाढा होता. 'स्त्री' ही वस्तू त्यांनी एवढी हाताळली होती, की त्यांना अज्ञात असे काहीच नव्हते. त्यामुळे सुभद्रेची शिकार करताना त्यांनी सर्व काही आमिषे नि हत्यारे जवळ बाळगली होती. मदनाचा पहिला स्पर्श झालेल्या स्त्रीची मनोव्यथा अभ्यासण्याचा त्यांचा खऱ्या अर्थाने हा पहिलाच प्रयत्न होता. सुभद्रा तर केवळ कळी होती. जिकडे तिकडे गुलाबीच रंग होता, आणि वसंतरावांना ही कळी खुडायची होती. हृदयावर मिरवायची होती. फूल फुलेल तेव्हा हुंगायचे होते. हलके हलके पाकळी पाकळी सुटी करीत, फुलांचा बहार वाढवीत, रंग चढवीत, गंध खुलवीत, हलक्या ओठांनी, नाजूक स्पर्शानी त्यांना त्या पाकळ्यांतला ओलावा चाखावयाचा होता. वसंतराव सावध होते, तेवढेच समर्थ होते. निसर्गाने

त्यांना सर्व अस्त्रे दिली होती आणि ती वापरण्याचे ज्ञान नि अनुभव दिला होता. सुभद्रेच्या रूपाने एक कोवळे हरिण शावक त्यांना शिकारीसाठी उघड्यावर आणून दिले होते. वसंतरावांनी सराईत हातांनी बाण ओढला. कोवळ्या कोवळ्या उरोजांवर बाण झेलला गेला. रक्ताऐवजी लाजेचा पाऊस पडला. वेदनेऐवजी व्याकूळता आली. किंचाळीऐवजी चीत्कार आले.

एक दिवस रविवारी मुंबईपासूनच्या दूर एकांतात सहज घडले असे भासवीत वसंतराव सुभद्राला घेऊन गेले आहेत. समोर समुद्र आहे आणि तो बेफाम होऊन किनारा झोडपतो आहे. वरती नारळीपोफळीच्या झाडांनी सावली केली आहे. मुंबई फार दूर नाही, तरी पण आसंमत अगदी मनुष्यशून्य आहे. हवा बेफाट झाली आहे आणि थंड हवेचा सपका सारखा चेहऱ्यावर मार देतो आहे. वसंतराव मागे आहेत, संधी पाहत आहेत. शब्दावर स्वार होत होत ते सुभद्रेच्या अंत:करणात शिरत आहेत. शब्दांची जात बदलत धुंदी वाढवत हळूहळू त्यांनी रंग भरला आहे, आणि सारं काही आता घडायची वाट पाहत आहेत.

पुन्हा एकदा वसंतरावांनी सारं काही ठाकठीक आहे ना पाहिले. सुभद्रेची नजर पाहिली. त्यातली धुंदी ओळखली. तिच्या शब्दांतला घोगरेपणा जोखला. समोरच्या समुद्राचा बेबंदपणा नासिकेतून ओढून घेतला, पुन्हा काही सुंदर शब्दांच्या लालसर पायवाटेवरून त्यांनी सुभद्रेला हिंडवून आणली. हलके हलके तिच्या मनावरची सामान्य वस्त्रे ते उतरवू लागले आणि हलक्या हातांनी तिच्या मनाला अगदी नागवे बनविले. तिला तर ते कळलेही नव्हते; पण वसंतरावांना कळले होते. त्यामुळे तिच्या मनाचा उघडाबंब देह ते खुशीने न्याहाळीत होते. आसक्तीत आकंठ बुडालेल्या सुभद्रेची छबी केवढी मोहक दिसत होती! वस्त्रांचे भान उरलेच नव्हते. पिकनिकसाठी अगोदरच तोकडे, अपुरे कपडे; तेही अस्ताव्यस्त होते. हिरवळीवर ती लोळत पडून बोलत होती. तिच्या पदराला वाऱ्याने हवेत उडवले होते. मोठ्या प्रसन्नतेने वसंतराव सारे न्याहाळत होते. हे असेच व्हायचे होते. तीच आपखुशीने वसंतरावांच्या मिठीत यायची होती. ती निघालीच होती. तिच्या वक्षांकडे पुन्हा वसंतरावांची बुभुक्षित नजर गेली. वास्तविक ते भुकेले नव्हते. पण उगीचच त्यांनी हा मसालेदार वडा पुढ्यात आणला होता आणि जिभेला पाणी सुटत होते. घरी त्यांची बायको होती आणि ती कसलीही कसर ठेवीत नव्हती. अधूनमधून अन्य कोणी मैत्रिणी होत्याच. तरी वसंतरावांची भूक आता मात्र चाळवली होती. कारणे काहीही असोत, वसंतराव आता जरा तरुण झाले होते, भुकेले होते.

तिच्या वक्षांकडे नजर टाकताना आतल्या पेटलेल्या वासना त्यांनी अंत:करणातच ठेवल्या. ठेवायलाच हव्या होत्या. त्यांनी काव्यपूर्ण, स्निग्ध नजरेने सुभद्रेचे दर्शन घेतले, आणि तिच्या वासनेला काडी शिलगावून दिली. हलक्या हाताने फुंकर घातली. डोळ्यांत सारे काही दिसू लागले होते. उडणाऱ्या पदराला सावरण्यासाठी म्हणून त्यांनी तो हलकेच अडवला आणि अंगाखाली खोचण्याचा प्रयत्न करताना तिच्या वक्षाला सहज स्पर्श झाला.

गोगलगाईला स्पर्श करताच ती जशी एकदम अंग चोरते, तसेच सुभद्रेने केले. पण नजरेने मात्र तो अर्धवट उघडा देह इतमामाने पुढे केला. वसंतरावांनी पुढे होऊन तिच्या चिमुकल्या देहाला उचलून घेतले आणि आपल्या मिठीत घट्ट आवळले. तिच्या मुखाची शतश: चुंबने घेतली.

या अनपेक्षित सुखराशीत सुभद्रा स्वत:ला विसरली. त्या धसमुसळीत झालेल्या, विरलेल्या नि उरलेल्या सर्व वेदनाही ती विसरली. तिने आपल्या ओठांवरून गालांवरून हात फिरवला आणि तिथल्या वणांमुळे तर ती अधिकच रोमांचित झाली. क्षणभराने त्यांना टेकून बसत आणि विव्हल, घोगऱ्या, लाडिक आवाजात ती म्हणाली.

"बॉडी घट्ट होतेय, सैल करता जरा, अं?" मनमोकळेपणाने ती पाठ करून बसली.

वसंतरावांनी पाहिले तो तिने ब्लाउज काढलेलाच होता. केव्हा कोण जाणे? असेच होणार होते. व्हायला हवे होते. वसंतराव आपल्या चतुराईने विलक्षण खूश झाले होते. त्यांनी सराईत हातांनी ब्रेसियर्सचा हूक सोडला आणि आपली मुलायम बोटे तिच्या पाठीवरून फिरवली. त्या नितळ स्पर्शातल्या सुखात त्यांनी डोळे मिटले. असे सुख, असे सुख केव्हा बरे आपण घेतले होते? केव्हा ते त्यांना आठवेना. एखाद्या सणासुदीच्या दिवशी, धार्मिक कृत्याच्या वेळी चांगले धूतवस्त्र नेसून देवपूजा करताना, मंत्रांतून पुढे सरकताना असा एखादा मृदू स्पर्श लाभला असेल का? का सुरकुतलेल्या-कंप पावणाऱ्या, आणि अकारण काळजी करणाऱ्या आईच्या उराचा स्पर्श? नव्हेच. याइतकाच, असाच. एखादा दुरावलेला स्पर्श. कसला बरे?

होय, तोच तो स्पर्श. आठवले, तोच तो स्पर्श आणि नकळत वसंतरावांनी सुभद्रेला ढकलून दिले.

"काय झालं? का ढकललीत मला? मी काय केलं? का ढकललीत मला?"

वसंतराव एकदम उभे राहिले. त्यांनी सुभद्रेकडे पुन:पुन्हा पाहिले; पण तिच्या डोळ्यांतली धुंदी त्यांच्या डोळयांत पुन: शिरेना. उन्नत झालेल्या आणि उघड्या पडलेल्या त्या स्तनयुगुलानेही त्यांच्या वासनेला जाग येईना.

ते एवढेच म्हणाले,

''सुभद्रा, क्षमा कर. चल आपण जाऊ या ताबडतोब.''

काय झालं, ते सुभद्राला कधीच कळले नाही आणि कळणारही नव्हते. रंगात आलेल्या वसंतरावांनी एवढे दचकून आपल्याला का अव्हेरली, हे तिला कळले नाही.

वसंतराव घरी आले. संध्याकाळी घरी यायचे ते दुपारीच घरी आले. त्यांची मुलगी, मुलगा, बायको चिंतेने ग्रस्त झाले. वसंतरावांचे कपाळ तापलेले, डोळे लालसर झालेले. ते दमल्यासारखे तर दिसतच होते. ते बिछान्यावर बसले. पायाशी बायको बसली. उशाशी मुलगा बसला, कुशीशी मुलगी बसली. वसंतरावांना ते सारे पाहून बरे वाटले. इकडच्या तिकडच्या गप्पा मारीत जरा वेळ गेल्यावर त्यांच्या चेहऱ्यावर तजेला आला. तेवढ्यात नेहमीच्या लकबीने त्यांची लाडकी लेक सुनीला पुढे झाली आणि पावडरचा डबा पुढे करीत ती म्हणाली,

''पप्पा, माझ्या पाठीला पावडर लावता? आग होतीय घामोळ्यानं.''

''गप्प गं! उगाच त्रास का देतेस त्यांना? मी लावते पावडर. ये इकडे.''

''तू नको जा.'' लाडिकपणे बापाकडे सरकत सुनीला म्हणाली. वसंतराव हसले, तो हक्क होता बापाचाच. आपल्या लाडक्या लेकीच्या ब्रेसियर्सचा हूक वसंतरावांनी सोडला आणि आपली मुलायम बोटे त्यांनी आपल्या कन्येच्या पाठीवरून फिरवली. तिच्या मऊ मऊ स्पर्शानं त्यांचे लुब्ध चित्त विरघळू लागले. आपल्याच रक्ताच्या स्पर्शाला आसुसलेली बोटे तिच्या चिमुकल्या सानुल्या सावळ्या पाठीवर फिरता फिरता त्यांनी डोळे मिटले आणि अकस्मात कारण नसताना ते घळाघळा ओक्साबोक्सी रडू लागले. ते का रडताहेत, हे कोणाला कळण्याजोगे नव्हते.

-०-०-०-

.९.

कॉफी हाउसचे अश्रू

"या पुष्पा देशपांडे आणि हे सुधीर फडणीस." ओळख झाली.

समोर पाहताच डोळे भरतील एवढी उंचनिच, पांढऱ्याशुभ्र कपड्यांत लपेटलेली, प्रसन्नवदन अशी मुलगी उभी होती. ती सुंदर नव्हती पण आकर्षक होती. उंचीमुळे डोळ्यांत भरत होती. पुष्टपणामुळे मनात ठरत होती आणि किंचित तयार डोळ्यांमुळे बेचैन करीत होती.

आमच्या या एवढ्या प्रचंड ऑफिसमध्ये किती तरी मुली आहेत, पण त्यांची ओळख होणे आमच्या भिन्न भिन्न खात्यांमुळे बिकट होते. मिस देशपांडे अकौंट्समध्ये कॉम्पिस्ट होती आणि ऑफिसमध्ये नुसती ठिणगी होती. तिच्याशी नाव जोडले जाणे हा थोडा कौतुकाचा भाग होता. टवाळी करीत ते मत्सराने, स्तुती करीत ते कधीतरी येणाऱ्या त्या क्षणासाठी, दुर्लक्ष करीत ते अप्राप्य म्हणून, आणि स्वीकार करीत ते अमाप पैसा असे म्हणून; कारण पुष्पाची अनेक श्रीमंत ऑफिसर्सशी असलेली मैत्री सर्वश्रुत होती. पुष्पाला सुंदर कोणी मानले नाही, पण तिच्याकडे पुन:पुन्हा पाहिल्याशिवायही कोणाचे भागले नाही. पुष्पाला कोणी चारित्र्यवान मानले नाही. पण तिच्या चारित्र्याची चिरफाड केल्यावाचून आणि तरीही ती काही वाईट मुलगी नाही हे म्हटल्यावाचून कोणीही सोडत नव्हते.

मला या मुलीबद्दल कुतूहल होते. पण माझ्यासारख्या निर्धन माणसाला ही दुष्प्राप्य वस्तू गवसावी कशी? केवळ चाळा करायला तो काही कागदाचा बोळा नव्हता. मला एवढी खात्री जरूर होती की, या मुलीला थोडी बुद्धी असेल, तर एकदा ओळख झाल्यावर ती मला सोडू शकणार नाही. नाण्याचा झंकार गोड, की गप्पागोष्टी गोड? व्होल्गा, क्वालिटी, ला बेलातले महागडे जेवण सुंदर, की कॉफी हाउसमधली धुरकटलेली-धुंदावलेली, तासन्तास बसून प्यालेली कडवट कॉफी मधुर? सुरकुतलेल्या सरावातल्या ओठांचा किस गहिरा, का उन्मादाने, उन्मेषाने खेचलेला धुंद मुका यांपैकी कशाची निवड करील ती? प्रयोग करण्याजोगा होता.

आणि या प्रयोगाला मी लागलो होतो. माझ्या नेहमीच्या पद्धतीनुसार. स्वत:कडे कमीपणा घेऊन मुलींची कधीही ओळख करून घेऊ नये. आधीच जात आगाऊ, जरा कौतुक केले की शेफारणारी, कारण नसताना गरीब, कोकराप्रमाणे असणाऱ्या पुरुषावर निष्कारण डाफरणारी, नसलेल्या विनयाचा सतत भंग होत आलेली; तेव्हा या अर्धशिक्षित स्त्रियांशी जरा जपूनच खेळावे लागते. त्यांचे कौतुक करताना तोंडात तुरटी ठेवावी लागते. म्हणजे शब्दांची गोडी जरा कमी होते. कारण शाबूत डोक्याचा पुरुषसुद्धा नको तेवढ्या गोड शब्दांची पखरण करतो, जरा पदर सरकला (खरे म्हणजे सरकवला) म्हणजे नको तिथे पाघळतो.

जसे जमायला हवे तसे जमेल तर खरे. प्रथम केवळ खेळायच्या निमित्ताने, आणि मग खेळवायच्या निमित्ताने तिची माझी गट्टी जमू लागली, अन्य सहाध्यायांच्या ध्यानी यावी अशी. तिच्या परिचयाने तिच्याबद्दलचे कुतूहल कमी व्हायच्या ऐवजी ते अधिकच चवताळले गेले. वेळीअवेळी पण सहजगत्या भेटण्याचे योग येऊ लागले. क्वचित कॉफीला, क्वचितच लंचला, क्वचित सिनेमाला, क्वचित पिकनिकला. गर्दीचे प्रथम तिघे झाले. मग दोघेही झाले. मने मोकळी होऊ लागली. फुलाचा सुगंध सुटू लागला. फळांना रंग भरू लागला. कॉफी हाउसच्या कोपऱ्यातल्या संध्याकाळी लांबू लागल्या. मरीन ड्राइव्हचा रस्ता अपुरा वाटू लागला. शेले, कीट्स, बायरन यांच्या कवितांपासून ते अगदी मर्ढेकर, रेगे यांच्या कवितांतली सौंदर्ये भिरभिरू लागली. माधवराव पटवर्धनांच्या कित्येक कवितांचा अर्थ लागू लागला. साध्या एका आण्याच्या फुटाण्याची काबुली द्राक्षे झाली. मी म्हणत होतो तसे झाले. या मुलीला केवळ नाण्यांचा आवाज आवडत नव्हता; हिला जीवनाचा अर्थ कळण्याची पात्रता होती एकूण!

पण हळूहळू संभाषणाला कोपरेही निघू लागले. प्रथम कुतूहलाने मग

कॉफी हाउसचे अश्रू / १२१

आपुलकीने, शेवटी हक्काने, स्त्रियांच्या सर्व चतुराईने नको असणारे संभाषण वगळले जाऊ लागले. प्रश्नांची उत्तरे फिरू लागली. क्वचित नको त्या गोष्टी विचारल्या, तरी त्या चुकवल्या जाऊ लागल्या.

मी आवडलो म्हणून माझ्याशी तासन् तास गप्पागोष्टी कराव्यात, हसावे-खिदळावे हे खरे; पण तिचा स्वत:चा देह आणि मन मात्र आवरणाखाली झाकलेले असायचे. तिच्या श्रीमंत मित्रांचे, वेळीअवेळी त्यांच्याबरोबर भटकण्याचे, अवेळी येणाऱ्या फोन्सचे, निरोपांचे अंगावरच्या श्रीमंती कपड्यांचे, पगाराच्या सुमारास येणाऱ्या बंद पाकिटांचे, हे सारे विश्व तिने आपल्या कडेलोट कपाटात बंद केले होते. मी म्हणेन तितका वेळ ती मजबरोबर राही, पण दिलेला वेळ पाळणे तिला अनेकदा जमत नसे. मी तिला घालूनपाडून बोलत असे. पण तिकडे ती झकासपणे दुर्लक्ष करी.

मला या पोरीचे आश्चर्य वाटत होते. एवढे चांगले कपडे ती घालू शकते कशी? तिच्या घरी मी एकदा गेलो ते दृश्य पाहून मी चकितच झालो. पाच-सहा एवढी-एवढी भावंडे, लग्नाची एक बहीण, दमेकरी वडील, हा सर्व पसारा अंगावर पडल्यामुळे कललेली आई, दोन खोल्यांतला अंधारा संसार, या साऱ्या चित्रात पुष्पा मात्र विसंगत वाटत होती. या साऱ्या वातावरणातील दारिद्र्य सोडले तरी मालिन्य, दुर्मुखलेपणा, उदासीनता एवढी असह्य होती, की तिथला चहा घेण्यालाही मन तयार होईना. एखाद्या अंधारलेल्या सायंकाळी ढगांच्या किनारीतून सूर्यप्रकाश डोकवावा असे पुष्पाचे बोलणे वाटले. सारे घर ढगाळले होते; पण तिचे हास्य, लाघव इथेसुद्धा कायम होते. नुकत्याच पाहिलेल्या An Affair to Remember मधल्या आठवणींत ती अद्याप धुंद होती. विश्वातल्या साऱ्या सौंदर्यातील सुखात नेऊ शकणारी मूळचीच असणारी तिची कवित्ववृत्ती मी गेल्या काही महिन्यांत आणखीनच फुलवली होती. त्यामुळे मूळचीच स्वप्नाळू असणारी ही मुलगी आणखीनच स्वप्नाळू झाली होती. विश्वातले दारिद्र्य, तुच्छता, अवमान विसरायला सर्वांत मोठे मादक पेय असेल, तर ते म्हणजे कविता. दारूपेक्षा मादक, अफूपेक्षा गुणकारी, एका खोट्याच भ्रमिष्ट चवदार जगात गेल्यावर खड्ड्यात का जाईना हे जग, असे शिकवणारे.

तिला तिच्या घरात मान होता. घराची तीच पोशिंदी होती. तिचा शब्द झेलला जात होता. भावंडे तिच्याभोवती हे हवे, ते नको करत होती. अंगावरचे कपडे उतरून तिने साधी सुती साडी पेहरली. फेस पावडर, स्नो, रूज, लिपस्टिक, ताठर बॉडीज, चमकदार सँडल्स यांशिवायसुद्धा ती चांगली दिसत होती. कदाचित

याच कपड्यांत निरनिराळ्या परिस्थितींत तर ती अधिकच चांगली दिसेल, असा एक सुखद विचार माझ्या मनात येऊन गेला.

तिच्या जीवनात बदल झालेला जरी सर्वांनाच कळत असला, तरी तिचे बहुरंगी जीवन संपुष्टात आलेले दिसत नव्हते. हा माझ्या पराभवाचाच भाग होता. ती माझी मानखंडना होती. माझ्या मैत्रिणीने-या लाडक्या मैत्रिणीने-दुसऱ्या पुरुषाला सलगी करू द्यावी, हात दाबू द्यावा, मुद्दाम संधी साधून खांद्यावर हात ठेवला तरी दुर्लक्ष करावे, हे सारे दुरून मला कधी कधी दिसे. त्याने माझे मन पेटून जाई. तिच्यावर हक्क सांगावा, तर मी कधी हक्क दाखवला नव्हता. तिला लग्नाबद्दल विचारले नव्हते. विचारणारही नव्हतो. माझ्या सृष्टीत हे फूलपाखरू बसत नव्हते, हे मी ओळखले होते. तसेच तिनेही ओळखले असावे. म्हणून केवढीही सलगी केली, तरीही लगट घडली नव्हती. मी घडू दिली नव्हती. मी लगट केली असती तर मला वाटते, विरोध झालाही नसता. मारे खुशीने पाखराने झेप घेतली असती. रंग पुसला तरी खेद मानला नसता. पण ह्या पाखराकडे दुरूनच पाहायला मी राजी होतो. एका निर्धनाने तिला जिंकले, याच पराक्रमात मश्गूल होतो. धरले तर चावते, सोडले तर पळते, अशा द्विधा मन:स्थितीत मी होतो. तिला सोडवत नव्हते आणि जवळ घेववतही नव्हते. माझीच मला भीती वाटत होती. मला सलगीच्या पोटी गुंतणूक नको होती, आणि जोवर मी माझा तिच्यावरचा हक्क प्रस्थापित करू इच्छीत नव्हतो, तोपर्यंत तिच्या कोणत्याही वर्तनाबद्दल जाब मागायला मला अधिकार नव्हता.

असे एक साकडे पडल्यागत होऊन राहिले होते. क्वचित संध्याकाळी कुठेही मुंबईत न लाभणारा एकान्त गवसला किंवा पिकनिकला नेले असता तिथे एकटेपणा मिळाला, की प्रमाथी यौवन आक्रंदून उठे. तिच्या चपखल, लयबद्ध हालचालीने मनावरचा ताबा सुटेल, अशी भीती वाटे. ओठ कोरडे पडत. काहीतरी करावेसे वाटे. क्वचित पदर घसरलेला असे. दोघांच्यात दूरत्व न उरल्यामुळे तो सावरण्याची यातायात करण्याची गरज नव्हती. पारदर्शक सिफॉन, नायलॉनमधून कच्च बसणारी काचोळी माझ्या डोळ्यांना जाळून काढी. पायांवर पाय टाकून ती रेलून बोलत असली, की अगदी सहज गव्हाळी रंगाच्या पुष्ट पोटऱ्या उघड्या पडत. ती हे मुद्दाम खचितच करत नव्हती. देहाने मला भुलविण्याचा तिने कधी यत्न केला नव्हता. उलटपक्षी, एरवीपेक्षा ती कितीतरी साधेपणाने वागे. पण अग्नी मंदावला की धग मंदावते, इतकेच; त्याचा काही बर्फ होऊ शकत नाही, आणि चेतवणारे तारुण्य आवरावे कसे, हीच शेवटी फिकीर उरत

होती.

या आमच्या स्नेहाचा मला आता संताप येत होता. केवळ एक नवा खेळ म्हणून मी हा खेळ सुरू केला होता आणि तो सोडवत नव्हता. आणि त्याची अखेर काय होणार, तेही कळत नव्हते. पुष्पाच्या सर्व गोष्टी यथासांग चालल्या होत्या. नवे मित्र, नवे स्नेही, नवे संकेत, बंद पाकिटे, फोन्स, सायंकाळच्या मुलाखती, कोणा मॅनेजरच्या केबिनमधील मुलाखती. अशा मुलाखतींतूनसुद्धा समोरच्या दोन्ही रांगांतल्या तरुणांच्या हृदयावर टकटक करीत ती बाहेर जाई. हे सारे मला कळे, कधी पाहावे लागे आणि त्यामुळे तिचा आणि तिच्या तारुण्याचा मनस्वी तिरस्कार वाटायला लागला होता.

पण हे सारे ती दूर असेपर्यंत. पुन्हा कधी कॉफी हाउसमध्ये, कापाच्या मैदानावर, शिवाजीपार्कच्या हिरवळीवर किंवा दुपारच्या रिकाम्या धावणाऱ्या लोकलच्या डब्यातल्या एकांतात ती भेटली, म्हणजे मनातला सारा राग - मत्सर जळून जाई. आणि सारे जीवन मधात बुचकळून निघे. तिची माझ्याशी बोलण्याची आतुरता, रसिकतेने नवनव्या गोष्टी, कविता, सौंदर्यस्थाने शोधण्याची वृत्ती, जीवितावरचा अपार लोभ, तन्मयता आणि साधेपणा पाहून मला तिच्यावर रागावल्याबद्दल पस्तावा होई. जीवितात एवढ्या बनेलपणे वागून तिच्या माझ्याशी वागण्यात एकदासुद्धा चावटपणा, आगाऊपणा किंवा भडकपणा दिसला नाही; किंवा माझ्यातल्या तारुण्याला तिने आवाहन केले नाही. माझ्याबद्दल तिला आकर्षण नाही म्हणावे तर माझ्या रूपाचे, कवित्वशक्तीचे, गोष्टीवेल्हाळपणाचे कौतुक ती अनेकदा करी. माझ्या कपड्यांना शोभणारा टाय घेऊन देई, रुमाल घेऊन देई, सिनेमाची तिकिटे काढी. एखाद्या इंग्रजी सिनेमाची गोष्ट कठीण वाटली, तर अगदी कानाशी लागून काहीतरी नाजूक प्रश्नोत्तरे करी. अंधारलेल्या त्या थिएटरात शृंगारकथेचा अर्थ अशा तरुण-मस्त मुलीच्या कानात सांगताना मला काय त्रास होत असेल? तिला भान नसल्यामुळे कधी कधी ती एवढ्या निकट येई की, तिच्या साऱ्या पुष्ट देहाच्या मृदू भाराने मी गुदमरून जात असे. मला त्या अवस्थेतही संयम करणे अतिकष्टाचे होई आणि तिच्या चेहऱ्यावर मात्र त्याची जाणीवही नसे. तिचा हा निर्व्याजपणा खराच होता, याविषयी प्रश्नच नव्हता. अद्यापि पुरुष म्हणजे काय हे जिला समजलेले नाही, अशा निरागस कोवळ्या मुलीचे सहजसौंदर्य, निर्व्याजपणा, अनवधान तिच्यात मला सदैव दिसे. पण दुसऱ्या पुरुषाबरोबर टॅक्सीत चढताना, ऑफिसरच्या केबिनमध्ये शिरताना जिच्या ठायी सौंदर्याच्या सामर्थ्याचा पुरेपूर प्रत्यय दिसे, तारुण्याची

मस्ती उघडीवाघडी दिसे, शेजारचा पुरुष आपल्या तारुण्याच्या सापळ्यातला उंदीर आहे अशा डौलाचा प्रत्यय येई, त्याच रंगेल, रगेल मुलीचे हे दुसरे निरागस दर्शन तितकेच सत्य होते!

माझ्याबरोबर म्हणून जेव्हा स्वतंत्रपणे तिला यायचे असे, तेव्हा तिची वस्त्रे बरीच सौम्य आणि हलकी असत. पावडर, रंगरोपण, ओष्ठलाली हे सारे जवळपास नसेच. केसांचे फुगे आणि ब्लाउजचा ताठरपणा कमी असे. अर्थात हे एकदम घडले नव्हते. मीही त्याबद्दल सांगितले नव्हते. पण हळूहळू ते आपोआपच होत गेले. त्यामुळेच एखाद्या दिवशी आपली अन्य मुलाखत आटोपून ती मला भेटायला आली असली, म्हणजे तिचा भडक पोषाख, भडक वेषभूषा माझ्या डोळ्यांत अतिशय खुपे.

अशा वेळेस ती आली, की तिची मला किळस येई. कोणत्या पुरुषाच्या ती मिठीत असेल कोण जाणे! हिचा देह विटाळलेला आहे, घाणीने बरबटलेला आहे, किडलेला आहे असे मला वाटे; तिची अगदी घृणा येई. पण दृष्टीच्या पल्ल्यात ती आली, जवळ येऊन बसली-हसली, माझ्यावरच्या आपुलकीने भरलेल्या दृष्टीने तिने मला स्नान घातले, एखाद् दुसरा प्रश्न केला, की ती सारी घृणा निघून जाई. मी रागवायचे विसरून जाई आणि तिच्या धुंद, शीतल सहवासात स्वत:ला गुरफटवून घेई.

पण त्या दिवशी अती झाले. तिची वाट पाहून मी कंटाळून गेलो होतो. चारमिनारच्या अर्ध्या पाकिटाची मी वाट लावली होती. दोनदा एकट्याने कडवट कॉफी ढोसली होती. शेजारच्या टेबलावर येऊन गेलेल्या चार जोडप्यांची गुलगुल ऐकली होती. तिच्यासाठी वाट पाहण्याने मी अगदी पुरेपूर शिणून गेलो होतो. मला येथे तिष्ठत ठेवून ती काय करीत असेल, या विचाराने माझे मस्तक पार बिघडून गेले. दिलेल्या दामाची वसुली करू देण्यासाठी ती कोणाच्या मिठीत असेल का? कोणाच्या ओठी असेल? बाजारबसवी!

माझा मलाच संताप आला त्या शब्दाचा. तिला बाजारबसवी म्हणणारी जीभ आणि मन यांचे तुकडे-तुकडे करून टाकावेत, असे वाटू लागले. तिच्याशी कितीतरी सुंदर, पवित्र, सात्त्विक आठवणी गुंतलेल्या होत्या. मला कधी तिने वाईट वागवले होते? माझ्याशी तिने कसला सौदा केला होता? माझ्याकडून खर्चिलेल्या वेळाची किंमत कधी वसूल केली होती? माझ्याभोवती केवढा नाजूक, स्निग्ध कोट तिने बांधला होता! किती गोड सायंकाळी तिने माझ्या समवेत काढल्या होत्या! तिच्याशी गप्पागोष्टी करता करता मी कधी बगदादचा

सुलतान झालो होतो, तर कधी गलिव्हर ट्रॅव्हलर झालो होतो, कधी 'ॲन अफेअर टू रिमेंबर' चा नायक बनलो होतो, तर कधी डिझरींचा नेपोलियन बनलो होतो. तिने मला आणि स्वत:ला एका उंच, निळ्या अस्मानी जगात जागा केली होती आणि मी मात्र तिला क्षुद्र चिखलाने बरबटलेल्या डबक्यात नेऊन टाकत होतो. तिच्या स्पर्शाने कळीचे फूल होत होते. अंकुरातून पीळदार कोंब उत्पन्न होत होता. थेंबाची धार आणि धारेचा ओहोळ बनत होता, आणि मी मात्र तिच्या या सुंदर चित्रावर एका बोजड ब्रशने काळाकुट्ट फरकाटा मारला होता.

तेवढ्यात ती आली. नित्याप्रमाणे हसली. सवयीने मी प्रतिसाद दिला. ती टेबलावर कोपरे टेकून लाडिकपणे म्हणाली,

"राग आला, उशीर झाला म्हणून?"

थंडपणे मी म्हणालो, "नाही बुवा."

"फार उशीर झाला का?"

"नाही. तासभर झाला."

"माफ कर रे!"

"माफीचा काय संबंध?"

"चुकले बाबा, चुकले! फारच आगाऊपणा करायला शिकलाहेस हं अलीकडे. अगदी लग्नाच्या नवऱ्यासारखा राग नाकावर बसायला लागलाय तुझ्या."

"पण रागवायचं कारण काय? तुझ्यावर काय हक्क आहे माझा?"

"तुझा माझ्यावर हक्क नाही? अरे, या जगात माझ्यावर हक्क तरी कोण सांगणार तुझ्याशिवाय?"

"का बरं? ज्याच्याशी खुशीत मोठ्या गप्पा मारीत बसली असशील गेला तासभर, त्याचा तुझ्यावर काहीच हक्क नसेल? पुष्पा, त्यानं रोकडे मोजले असतील दहा-वीस-पंचवीस. मग त्याचा तेवढा वेळ तुझ्या देहावर हक्क नाही कसा?"

तिच्या चेहऱ्यावर एक निराळेच तेज दिसले. आत्मसमर्थनार्थ सारे दुबळेपण, कोवळेपण झुगारून दिलेले. माझ्याकडे येताना ती आपली सामर्थ्ये विसरून स्त्री बनून येत असे, आणि आता ती माझ्यापासून दूर दूर जाताना पुनश्च जगाशी मुकाबला करायला निघाली होती. लवलेली मान उंच करीत ती म्हणाली,

"होय आहे. तेवढा वेळ त्याचा हक्क आहे."

"कोण होता तो?"

“कशाला त्या घाणेरड्या आठवणी काढतोस आता? त्या जगाला विसरण्यासाठी मी तुझ्या चिमुकल्या जगात येते. दुःख विसरते! त्या घाणेरड्या जगात पुन्हा कशाला नेतोस मला?”

“घाणेरड्या?”

“तर मग चांगल्या काय?”

“चांगल्याच असल्या पाहिजेत. हे चांगले कपडे घालून, रंगरंगोटी करून ठुमकत एखाद्या आतुर वल्लभेप्रमाणे तू ज्याच्याकडे जातेस, ज्याच्याशी खेळ खेळतेस, हसतेस ते सारे घाणेरडे का गं? कशाला ढोंग हवे ते पुष्पा? जे घाणेरडे आहे, ते टाकायला प्रतिबंध का केलाय कुणी?”

“होय. नीट विचार कर सुधीर. माझ्यासारख्या मुलीला आठ माणसांचा संसार चालवायचाय. वडील आजारी आहेत आणि आई हा सारा भार पेलता पेलता आता कललीय. केव्हाही कोलमडेल. ही माझी पाठची भावंडं - त्यांचे भविष्य घडवायचे आहे. त्या सर्वांना पोटभर अन्नवस्त्र द्यायचे आहे. माझे शिक्षण काय? मी कोठून आणणार रे यांना पोसायला पैसे?”

“पण म्हणून...”

“मला मिळतात दीडशे रुपये. पेन्शनएवढी नोकरी झाली नाही वडिलांची. मुंबईची ही रहाणी. दीडशे रुपयांनी कुठवर आभाळाला ठिगळं लावू?”

“पण म्हणून या मार्गांनी देह विकून पैसे मिळवायचे?”

“मजजवळ विकण्याजोगा फक्त देहच आहे. मी सामान्य बुद्धीची अन् शिक्षणाची मुलगी. या थोड्याफार बऱ्या देहाशिवाय मला या पुरुषी जगात पैसे मिळवून देणारा दुसरा कोणता धंदा आहे? आणि तो देहसुद्धा चांगल्या कपड्यांनी मढवीन, रंगानी रंगवीन, सेंट्सनी सुगंधित करीन तेव्हा!”

“शी! काय भयंकर बोलतेस तू! अगदी हिडीस!”

“भयंकर पण सत्य आहे. टेलिफोन गर्ल असो वा कॉम्प्टिस्ट असो; देखण्या मुलीचीच नेमणूक का होते? ऑफिसात तिची कामे करायला पुरुषांची झुंबड का लागते? बसमध्ये सुंदर स्त्रीला ताबडतोब जागा का मिळते? पुरुषांपेक्षा स्त्रियांची कामं कुठंही लवकर तत्परतेनं का होतात? त्यांच्या स्त्रीपणामुळे आणि पुरुषांच्या आधाशी वृत्तीमुळे. एकप्रकारे त्यासुद्धा देह विकतातच.”

“मला नाही वाटत! स्त्रियांबद्दलच्या दाक्षिण्यामुळे, आदरामुळे अर्थातच त्यांना थोडं महत्त्व मिळतं.”

“साफ खोटं! तू माझी ओळख करून घेतलीस; मी कुरूप असते तर तू

माझी ओळख करून नक्कीच घेतली नसतीस. माझ्यापेक्षा चंपा अय्यंगार शतपटीनं हुशार आहे. एम. ए. ला इंग्लिश घेऊन तिनं प्राइस मिळवलं आहे. बौद्धिक प्रेम करायचं, तर माझ्यापेक्षा ती लाखपटीनं चांगली आहे. पण माझ्याशी ओळख व्हावी म्हणून सारेजण अगदी तुसुद्धा झुरलास हे खरं की खोटं?''

''खरं आहे. सौंदर्य हे कोणालाही आवडणारच. नीटनेटकेपणा, सौंदर्य ह्या पाठीमागे लागल्याबद्दल दोष देण्याजोगे काही नाही.''

''मी दोष देत नाही. अशा सुंदर स्त्रीच्या सहवासासाठी जेवायच्या वेळी बोलावणे आणि लंचचा खर्च करणे, बसमध्ये तिकीट काढणे, चॉकलेट्स विकत घेऊन देणे अशी भिन्नभिन्न विलोभने सर्वजण सहजगत्या दाखवतात. ज्या पुरुषांजवळ पैसा अधिक ते क्वॉलिटी, ला बेलातल्या जेवणाचा खर्च, एखादे प्रेझेंट द्यायला तयार असतात. या सर्वांनाच काही अखेरचे शरीरसुख नको असते. नुसत्या गुळचट गप्पा, एकादा निसटता स्पर्श.''

''पण अशा सहवासाठी पैसा घेणं....''

''कुणी सांगितलं मी पैसे घेते म्हणून?''

''सांगायला कशाला पाहिजे? सहजच आहे.''

''सहजच काय आहे?''

''हे तुझे कपडे, सौंदर्यप्रसाधने, तुझा घरसंसार, हे सारे दीडशे रुपयांत कसे होणार?''

''बरोबर आहे! आता बरोबर तर्कशुद्ध बोलायला लागलास. मी माझ्या सहवासाची किंमत म्हणून पैसे घेत असेन, तर ते माझ्या घरच्या या जबाबदारीसाठी. घरच्या खर्चासाठी, माझ्या भावंडांच्या कपड्यासाठी, शाळेसाठी, फीसाठी. ला-बेलातले महागडे जेवण, साड्यांची प्रेझेंट्स, सिनेमाची तिकिटे मी कधीच घ्यायला लावत नाही माझ्या मित्रांना. मला हवे आहेत पैसे आणि ते रोख. जो कोण रोख पैसे मोजायला तयार असेल, आणि तो जरा सुसंस्कृत-सुशिक्षित असेल तर घटकाभर मी त्याच्याबरोबर घालवायला तयार आहे. त्यानं हात हातात घेतला तरी दुर्लक्ष करायला तयार आहे. क्वचित पदर सारखा करायच्या मिषाने खांद्यावर हात ठेवला, तर तो चांगल्या मनानं ठेवला असं मानायला तयार आहे. क्वचित थोडी जास्त ओळख झाली, थोडे अधिक पैसे घेतलेले असले, तर अधिक सलगी होते. एक दोनदा चुंबनाचीसुद्धा देवघेव झाली. याहूनसुद्धा पुढची पायरी आज ना उद्या कधी जाणारच नाही, असे काही आश्वासन मी देऊ शकत नाही. पण सर्व सामर्थ्ये जागी ठेवून मधाचं बोट दाखवून उद्याची आशा

पुढे ठेवून गुळाच्या दर्शनावरच हे मुंगळे अद्यापि तृप्त आहेत. पुढे काय होईल, याची मला जाणीव आहे आणि तशी वेळ आली तर माझी सावधानता, सामर्थ्ये लुळी पडतील आणि फार थोड्याशा पैशासाठी मी सारे काही गमावून बसेन... हे सारे कळत असून काही इलाज नाही माझा. हे असेच चालायचे.''

''का? लग्नाचा मार्ग बरा नाही का?''

''दुसऱ्याचा आठ माणसांचा संसार पोसणारा पुरुष अद्यापि जन्माला यायचाय! ज्यालात्याला स्वतःचा संसार असतोच. माझ्यापेक्षा वयस्कर, हलक्या कुळातला, अरसिक असासुद्धा नवरा मला चालेल; मला फक्त माझ्यावरची जबाबदारी सांभाळणारा नवरा हवा होता. तो काही मिळू शकला नाही. सुरुवातीला सारेजण मोठ्या स्वार्थत्यागपूर्वक तयार होतात; पण शेवटी त्यांचा तो स्वार्थत्यागाचा तुरा तुटून पडतो.''

हे सारे सरळ होते. यात चुकलेले काही नव्हते. पण जे होते ते भयंकर होते. माझ्या कोष्टकात या सत्याला जागा नव्हती.

''आणि हे पाहा, मी स्त्रीच्याऐवजी पुरुष असते, तर संसाराची जबाबदारी मलाच पतकरावी लागली असती ना? मी स्वतःला पुरुष समजते. माझ्यावर काही अन्याय होत आहे, असं मला वाटतच नाही. मला खरोखरीच कृतकृत्य वाटते. माझ्या भावंडांना बाजारात घेऊन जाताना, त्यांना कपडे शिवण्यासाठी पैसे खर्चताना, त्यांच्या शाळेची फी भागवताना मला मिळालेले पैसे घाणेरड्या मार्गाने मिळविलेले आहेत की नाही, हा विचारच माझ्या मनात येत नाही. त्यांना भुकेले ठेवण्यापेक्षा, त्यांना अर्धनग्न ठेवण्यापेक्षा हेच बरे आहे, असे मी समजते.''

''तू अगदी निरीच्छच असशील नाही अशा वेळेस?''

''विश्वास असेल तर सांगते.''

''सांग.''

''माझ्या स्त्रीपणावर, बोलण्यावर, शरीरसुखावर, चुंबनांवर आणि असेही समजू की शरीरसुखावर मला पैसे देणारी ही सारी माणसे मला एवढी किळसवाणी नि हलकट वाटतात की त्यांच्या सहवासात सुख कसे घ्यायचे, हेच मला समजलेले नाही. ज्यांना माझे चित्त कसे फुलवावे हे समजलेले नाही. त्यांच्यापासून सुख कसे मिळवणार सुधीर? त्यांना काय हवे असते देव जाणे! मला जाववेल त्या मर्यादेपर्यंत मी जाऊ देते. कुणास ठाऊक, अशाच एखाद्या पुरुषाच्या सहवासात माझ्या शरीराची भूक जागी होईल त्या वेळेस... पण जाऊ दे, त्या वेळेची आठवण नको. ज्या आयुष्याची आजवर मला घृणा येत नाही, त्याची

त्या वेळेस घृणा यायला लागेल.''

"तुला संसाराची आवड आहे; पण या आयुष्याच्या मार्गानं मात्र तो रस्ता कायमचा बंद करते आहेस. स्त्रीची एकदा बदनामी झाली की मग...''

"मला त्याची भीती नाही. कारण माझ्या नशिबात संसार नाही. माझी भावंडं मोठी होतील, तेव्हा मी म्हातारी झालेली असेन. तेव्हा पुरुषाचा एवढा विलक्षण तिरस्कार माझ्या अंतर्यामात धुमसत असेल, की कोणाही पुरुषाला मी जवळ येऊ देणार नाही. त्या वेळी मी एकटी असेन. रूपाशिवाय, तारुण्याशिवाय हीच भांवडं कदाचित मला समजू शकणार नाहीत. समजू शकली, तरी जवळ करू शकणार नाहीत. या एकाकी रस्त्यावर निष्प्रेम, निरर्थक जीवित मी चालत असेन. तुझ्यासारखी एखादी आठवण आठवत; एकाकी, धुरकटलेली संध्याकाळ, कॉफी हाउसचा कोपरा, तुझ्या 'चारमिनार'चा धूर. तुझ्या गोड गोड संभाषणातला अर्धामुर्धा शब्द, हे माझे सोबती असतील. तुझा उबदार स्पर्श आठवला, की वार्धक्यातसुद्धा यौवन सळसळेल आणि मिठीसाठी हात शिवशिवतील.''

आणि हे म्हणताना टेबलावरच्या माझ्या हातांना तिने घट्ट पकडून धरलं.

संभाषणाचा सांधा बदलला गेला. नको त्या वळणावरचे संभाषण पुन्हा मार्गी आले. ती स्वत: इतका वेळ सांगत होती, समर्थन करीत होती, आवेशली होती, तो सारा आवेश थंड झाला. संभाषणाने वळण घेतले आणि पुन्हा आम्ही थंड सावलीमधून चालू लागलो.

या प्रसंगानंतर माझ्या कानांवर येऊ नये, मला दिसू नये अशा तऱ्हेने तिचा दिनक्रम चालू होता. पूर्वीइतके आम्ही भेटत नव्हतो. पण भेटू तेव्हा तीच तीव्रता, तेच लाघव, तोच गुंजारव, कुणाचे दुसऱ्यापाशी कोणतेही मागणे नाही. तक्रार नाही, हवे-नको नाही, हेवेदावे नाहीत. आम्ही काय बोलतो, ते सर्वांना कोडे वाटे. तासन् तास बोलण्याजोगे आमचे विषय काय असतात, हे त्यांना कळत नसे. माझी आणि तिचीही ऑफिसातले अनेकजण मस्करी करीत. ती मस्करी परतवून लावण्याइतकी चलाखी उभयपक्षी होती. आमचे नाव बरोबर जोडले जाऊ लागले. मी तिच्यासारख्या मुलीला गटवल्याबद्दल एकीकडे कौतुक, दुसरीकडे मत्सर, तिसरीकडे तिच्या चारित्र्यामुळे शंकित झालेल्यांच्या मनात माझ्याबद्दल तीव्र कीव, अशा संमिश्र भावना होत्या. तिच्याबद्दलचे आकर्षण अद्याप तेच होते. तिच्या उंच टांचाच्या बुटांचा परिचित आवाज ऐकू आला, की साऱ्यांच्या माना सर्रकन फिरत. तिची वेषभूषा त्या दिवशीचा महत्त्वाचा चर्चाविषय असे. ती कोणाशी बोलली की पराक्रम वाटे, पाहून हसली की संस्मरणीय दिवस

ठरे. तिच्या यौवनाच्या फळाला रंग आला होता. तिचे एकूण बरे चालले होते.

दिवस पुढे चालले होते आणि मनही चंचल बनत होते. माझे लग्नाचे वय उलटून अनेक वर्षे गेली होती. सर्वांचा विरोध मोडून मी माझे हे चंडोल जीवन शाबूत राखले होते. किती झाले तरी यालाही मर्यादा होत्या. मलाही स्त्री हवी होती. बायको हवी होती. पुष्पाने एक नवीनच सुगंध माझ्या मनोदालनात आणून सोडला होता. सहचरीचा एक नवाच आदर्श तिने उत्पन्न केला होता, आणि म्हणूनच सामान्य जनांचा रस्ता चोखाळायला मन तयार नव्हते. पुष्पाची जागा पुष्पाच भरून काढून शकेल, ही खात्री होती. पण पुष्पा माझी होणे अशक्य होते. मी निष्कांचन होतो. माझ्या शिरावरही ओझे होते. नवे ओझे घेऊन प्रवास अशक्य होता, आणि पुष्पाच्या शिरावरचे ओझे कमी केल्याशिवाय ती माझी सहप्रवासिनी होणे अशक्यच होते.

डोक्याला मोड येण्याइतके ते मी विचारात भिजत घातले होते. पण अधिकाधिक गुंता होत चालला. पुष्पाने माझे एकट्याचे व्हावे, माझ्याशी हसावे, गुंजारव करावा, माझ्या स्पर्शाव्यतिरिक्त इतरांना झटकून टाकावे, अशी माझी अपेक्षा होऊ लागली. आणि पुष्पाची ओढाताण होऊ लागली. मी ओळखले की आपली शक्ती, सामर्थ्य हे घातचक्र फिरवू शकत नाही. तेव्हा त्यातून मुक्तता म्हणजे....

त्याच सुमारास आमच्या कंपनीच्या कलकत्ता शाखेत काही माणसे पाठवायचे ठरले होते. त्या शाखेत नित्य गोंधळ असे आणि कुणीतरी चलाख, कामाचा उरक असणाऱ्या काम करवून घेऊ शकणाऱ्या अशा एखाद्या इसमाच्या शोधात व्यवस्थापक होते. मी त्या जागेसाठी खटपट करीत होतो. त्यासाठीच मला बोलावण्यात आले. ताबडतोब कलकत्त्यास निघण्याचा हुकूम मिळाला. तिथला गोंधळ मी पूर्णपणे नष्ट करू शकलो, तर माझे भविष्यही बदलणार होते. निदान मला शेदीडशे रुपयांचा फायदा तरी ताबडतोबीने सुरू होणार होता. अशा तऱ्हेने वैचारिक जंजाळातून माझी सुटका झाली खरी; पण पुष्पाला हे कसे सांगायचे; हा प्रश्नच होता आणि आता वेळही नव्हता. आजच्याच संध्याकाळच्या गाडीने निघणे मला सोईचे होते. म्हणजे कलकत्त्यास एखादा दिवस अगोदरच पोचता आले असते. पुष्पाला न कळवता जाणे तर अशक्यच होते. म्हणून मी फोन उचलला आणि तिची मागणी केली.

"पुष्पा."

"कोण सुधी... आता रे फोन...?"

"जरा काम होतं."

"बोल ना."

"कँटीनमध्ये येतेस जरा."

जरा वेळ घुटमळल्यागत करून ती म्हणाली, "एवढी तातडी रे कसली, मागणी घालायची नाही ना मला..." आणि ती हसली.

"काय उपयोग? मागणी घातली होती; नाकारली गेली."

"छे! तुला नाकारणारी मुलगी आहेच कुठं इथं?"

"ए बये, येणार आहेस की नाही कँटीनमध्ये? का फोनवरच संसार करणार आहेस?"

"आले रे! पण फार वेळ थांबता यायचं नाही हं. थोडक्यात आटोपलं पाहिजे. निसटता किसच म्हणेनास. आणि हे बघ, मागणी घालणार असलास तर लाजायचं कसं, याची जरा तालीम करीन म्हणते रे! इतक्या थोड्या वेळात नाही हं जमायचं. मूड यायला पाहिजे."

मी कँटीनमध्ये जाऊन स्थानापन्न व्हावयाच्या आत पुष्पा उडतउडतच आली. मी आपणहून अनपेक्षितपणे केलेल्या फोनने ती खुशीत होती. गेंदेबाज फुले वाऱ्याच्या झुळकेने डोलावीत अशी तिच्या सुंदर छातीवरील फुले तिच्या धावपळीने गदगदून हलत होती.

ती येऊन बसायच्या आत मी म्हणालो,

"पुष्पा, माझी कलकत्त्याला बदली झालीय. ही बघ ऑर्डर."

मी दिलेल्या कागदाकडे निर्विकार मुद्रेने ती पाहत होती. माझ्या म्हणण्याचा अर्थ तिला समजला नव्हता, आणि मग एकदम अनपेक्षित घाव बसावा अशा प्रकारे काकुळलेली मुद्रा करीत तिने माझ्याकडे पाहिले.

"तुला केव्हा कळलं?"

"पाच मिनिटांपूर्वी..."

"तू जाणार...."

"जायलाच हवं! तूच सांग, अशी संधी पुन: मिळणार नाही."

"जायलाच हवं -जाणारच." पुष्पा स्वत:शीच पुटपुटली. "निघायला केव्हा हवं?"

"खरं म्हणजे आज संध्याकाळी. निदान उद्या दुपारी."

माझा हात घट्ट धरून ती म्हणाली, "तू जाणार. एकूण जायलाच हवं. एखाद्या वैराण माळावर एखादंच झाड असावं. तसा तू माझ्या आयुष्यात आहेस.

ती सावली अपुरी असली, तरी मी तृप्त होते. कुणासाठी तरी हा देह राखून ठेवावा, असे वाटत होते. प्रत्येक मोहाच्या क्षणी तुझी आठवण येऊन मी सावध राहणार होते. तू चाललास, सुधीर. मला पोरकी करून चाललास. मला मिळाला नाहीस, तरी मी तक्रार केली नाही. दुःख केले नाही. मिळाला नाहीस तरी मिळण्याजोगा होतास, वाट पाहण्याजोगा होतास. आयुष्यात काहीतरी गंमत होती. आता तू गेल्यावर अशी वाहवत जाईन, तशी जाईन...''

मी तिच्या खांद्यावर हात ठेवला. काउंटरवरच्या मुलीचे आमच्याकडे लक्ष होते. तिकडे दुर्लक्ष करून मी म्हणालो, ''पुष्पा, मी जातोय तो परत येण्यासाठी... तोपर्यंत तू वाट पाहत राहशील.... मी काही कायमचा चाललो नाही.... तूर्ततरी चार दोन महिन्यांचा प्रश्न आहे.''

''चार-दोन महिने! माझ्यासारख्या मुलीला चार-दोन महिने हा अवधी फार मोठा आहे. बाभळीच्या झाडावर मी चढले आहे. उतरताना काटे टोचतील आणि रक्त काढतील खरे; पण पडले तर मात्र काट्यांच्या ढिगावरच पडावं लागेल. जाऊ दे... जाऊ दे...''

क्षणभर दोघेही स्तब्ध झालो. पूर्ववत हसरा, खेळकर चेहरा करून ती म्हणाली, "Don't worry Sudhir, Don't worry. I will wait, I will wait. I can. Otherwise you will have to wait forever." ती हसली, मीही खोटे हसलो.

''आणि हे बघ, मी पण तुझ्याबरोबर आज येते आहे. स्टेशनवर तिकीट काढून वाट पाहा. आपण इगतपुरीला उतरू. उद्या दुपारी तू पुढं कलकत्त्याला जा. मी परत मुंबईला येईन. चालेल?''

चालण्याचा प्रश्नच नव्हता. तिचे मन मी कोणत्या मर्यादेपर्यंत दुखावले आहे, याची कल्पना होती. संथपणाने मी मान हलविली आणि ते पाहून पुन्हा नित्याचे हास्य करीत ती दिसेनाशी झाली.

माझ्या मनात उदासीनता भरून गेली. मी कधीकाळी परत येईन, तिचा होईन, यात फारसा अर्थ नव्हता, हे कळण्याइतपत तिला बुद्धी नव्हती असे कोणी म्हणावे. असे असून ती माझ्याबरोबर येत होती ते काय देण्यासाठी, याची मला कल्पना होती. एरवी जे स्वीकारताना मी आनंदाच्या ऊर्मीत नाचलो असतो, ते स्वीकारण्याची या क्षणाला मला शरम वाटत होती.

इगतपुरीला आम्ही पोचलो तेव्हा रात्र झाली होती. भरगच्च चांदणे पडले होते. आम्ही चालत हळूहळू हॉटेलच्या दिशेने चाललो होतो. बोलावेसे वाटत

नव्हते. मला आणि तिलाही. आमचे अंत:करण तृप्तीने भरलेले होते; पण काहीतरी अनिर्वचनीय, अबोल सुख आमच्यापुढे वाढून ठेवलेले होते, याची आम्हांला जाणीव होती. एकमेकांच्या हातांत हात गुंफून, अंग चिकटून त्या चांदण्यातून आम्ही चालत होतो. एखाद्या परिकथेतल्याप्रमाणे आम्ही फुलांच्या पायघड्यांवरून चाललो होतो. अंगावर एक प्रकारची मादक, मृदू झिलई चढलेली होती. सर्व गोष्टींचे कंगोरे लपून जाऊन त्यांना एक मादक गोलाई आली होती. समोर रजतरसाचा समुद्र अगदी शांत होता. थंड वाऱ्याच्या एखाद्या झुळकेने आम्ही आपोआपच उबेसाठी एकत्र येत होतो आणि सहजगत्या दूर होत होतो. तो उबदार स्पर्श किती सुखाचा वाटत होता! त्या सुखाच्या जाणिवेने अंगावर रोमांच उभे राहत होते.

होता होता रस्ता संपला. हॉटेलच्या पायऱ्या आम्ही चढलो. प्राजक्ताच्या झाडाखालील पायवाटेवरून चाललो. गुलाबाचे ताटवे मागे टाकले. रातराणीचा सुगंध तुडवीत गेलो आणि वेलांच्या जाळीने वेष्टिलेल्या हॉटेलच्या ऑफिसमध्ये शिरलो, रजिस्टरमध्ये सही केली. आंघोळीला पाणी हवे असल्याचे सांगितले आणि खोलीत प्रवेश केला.

जुन्या फर्निचरने सजविलेल्या त्या जुनाट खोलीलासुद्धा चांदण्याने सुंदर केले होते. आमच्या पायांपर्यंत चांदण्याचा एक लांब पट्टा खिडकीतून डोकावत होता. आम्ही हात गुंफून खिडकीपाशी गेलो आणि खिडकीतून पाहू लागलो.

खालच्या खोल दरीतले विश्व आता किंचित भयाण वाटत होते. काळ्याभोर फत्तरांवर, हिरव्यानिळ्या झाडांवर चांदण्यांचा फवारा उडाला होता, आणि मूळचे सारे स्वरूप पालटून तिथे एक अद्‌भुत वातावरण तयार झाले. दरीच्या खोल तळाशी पाण्याच्या एका प्रवाहावर चांदण्याने प्रहार केल्यामुळे दरी उजळली होती. आम्ही तसेच खिडकीशेजारच्या कॉटवर किती वेळ बोलत बसलो होतो कुणास ठाऊक? मधल्या काळात नोकराने आमच्याच सांगण्यावरून गरम पाणी आणले, ते थंड होऊन गेले. गरम जेवण आणले तेही निवून गेले. रात्र सरत चालली. पण गप्पा संपत नव्हत्या. अगदी साध्या विषयातसुद्धा रस उत्पन्न झाले. चांदणे हळूहळू दुरावत जात होते आणि अंधार त्याची जागा घेत होता.

माझ्या अंगावर रेलून पुष्पा बसली होती, ती एकदम बसत म्हणाली.

“सुधीर, माझं तारुण्य फुकट आहे रे!”

“का?”

“एवढी तुझ्याजवळ रात्रीच्या थंडीत, चांदण्यात, एकांतात मी बसले

होते; पण तुला मला जवळ ओढावंसं वाटलं नाही. मुका घ्यावासा वाटत नाही. मला वाटत होतं, मी सुंदर आहे; पण फुकट आहे सौंदर्य आणि तारुण्य...''

''असं कसं म्हणतेस?'' मी तिला जवळ घेत तिच्या मस्तकावरून हात फिरवून म्हणालो, ''पुष्पा, कोण म्हणेल तू सुंदर नाहीस, तरुण नाहीस? मला तू हवी आहेस. संपूर्ण, पण तरीही मी तुला लुटणार नाही. तुझ्या कौमार्यावर माझा हक्क नाही. अशा कामोत्सुक-संगमोत्सुक स्त्रीला लोटून देण्याचा षंढपणा मी करणार आहे. कारण मी लुटारू नाही. तुझी जवानी लुटायची असेल, तर एक तर त्याची पैशांत किंमत अदा केली पाहिजे; नाही तर सन्मानात. मी ती दोन्ही करू शकणार नाही. ज्या कुणाला तुझ्या यौवनाचा चुरगळा करायचा असेल, तर ते खुशाल करोत; पण या मैत्रीच्या हातांनी मी तो करू शकणार नाही. मी तुझा मित्र आहे. जीवश्चकंठश्च मित्र आहे. तू चांगल्या मार्गाने जावंस, तुझा संसार व्हावा, अशी माझी इच्छा आहे. आणि अशा चांगल्या मुलीला मी दुर्वर्तनी केलं, हा कलंक मी लावून घेणार नाही. तुझ्या या डोळ्यांतले अश्रू पुसण्यासाठी मी ओठ वापरीन. दंतव्रण करण्यासाठी नाही; तुझा ढासळलेला पदर सावरण्यासाठी मी तुझ्या वक्षांवर हात ठेवीन, पण मदनाला जागं करण्यासाठी नाही. केवळ बाईच हवी असेल तर हव्या तेवढ्या बायका गल्लोगल्ली विकत मिळतात. तू मला हवी आहेस, बायको म्हणून, सखी म्हणून; रखेली म्हणून नाही. पुष्पा, मला क्षमा कर.''

गाडीची वेळ होताच आम्ही सामान आवरून स्टेशनवर आलो. गाडी स्टेशनात आली होती. झटकन गाडीत शिरलो. खिडकीजवळच्या एका जागेवर बसलो.

''पत्र पाठव.''

''तूसुद्धा.''

''मी वाट पहात आहे.''

''मीसुद्धा.''

''लांबलचक पत्र लिही.''

''तूसुद्धा...''

''प्रकृतीची काळजी घे.''

''तूसुद्धा...''

''चेष्टा करू नकोस. मी प्रकृतीची काळजी घेतेच. बघ कशी ताडमाड वाढले आहे.''

"तशीच राहा. पुन्हा भेटेन तेव्हा जशी आहेस तशीच राहा."

"पाहा तर खरं."

.... गाडी हलली. प्रयत्नाने अश्रूंचा बांध तिने आवरला असला पाहिजे. तिची मान ताठ होती. चेहरा किंचित ओढलेला पण समर्थ होता. माझा हात तिच्या हातात होता. ती काही बोलत नव्हती. बोलली नाही. रात्रीच्या जागरणाने तिचे डोळे लालसर झाले होते आणि प्रसाधनांच्या अभावी केस भिरभिरत होते. तिकडे तिचे लक्ष नव्हते. पावसाळ्यातल्या पुराने बंधारा थराथरावा तसा तिचा देह थरथरत होता. मी दृष्टिआड जाताच ती गदगदून रडणार, हे मला कळत होते. एक कोवळी, तरुण मुलगी जगाशी मुकाबला करीत होती. त्यात साथीदार होणे तर राहोच, पण नुसता प्रेक्षक होण्याइतकीही माझी धिटाई नव्हती.

गाडीने गती घेतली आणि तिचा माझा हात सुटला... तिची माझी साथ सुटली.... एका अनावर आकर्षणाने आम्ही निकट आलो. एका अनामिक सुखाच्या लालसेने जवळ येऊनही दूर राहिलो आणि आता कदाचित कायमचे दुरावणार होतो. तिची नेहमीची उंचनिंच मूर्ती प्लॅटफॉर्मवर उभी होती... हसत होती. तिच्या आयुष्याला अर्थ होता, आकार होता. उद्दिष्ट होते. स्त्री असून ती व्यवहारी जगाला पुरून उरेल. जखमा झाल्या तरी युद्ध जिंकेल... आणि मी... मी मात्र या एकाकी मुलीला एकटे सोडून पळून चाललो होतो.

तिची मूर्ती अदृश्य होऊन गेली आणि माझ्या डोळ्यांत आयुष्यात प्रथमच अश्रू आले.

-०-०-०-

.१०.

मध्यरात्री एक वाजता

रात्रीचा एक वाजला आहे. मधून मधून येणाऱ्या आगगाडीच्या आवाजाखेरीज बाकीचे आवाज रात्रीच्या काळोखात विलीन झालेले आहेत. स्थळ आहे हिंदू कॉलनीतल्या एका इमारतीतला निवांत छोटा ब्लॉक. पतिपत्नींनी सौम्य आवाजात केलेला शृंगार ऐकू न येईल, एवढ्या अंतरावर शेजार आहेत.

रात्रीत शांतता वाढत चालली आहे आणि ती आतून वाढत येत आहे. लग्नानंतर येणाऱ्या तेजाप्रमाणे, कणाकणाने. या रात्रीच्या दुसऱ्या प्रहरी मनोहरला सुंदर शय्येवर एकट्याने झोपायचे आहे. बरे, रगही अजून निवलेली नाही. नुकती कुठे डोंगरकपारीतून नदी निघाली आहे. तिच्या झपाटलेल्या वेगाला संयमाचे बंधारे नको वाटताहेत.

मनोहर इकडे तळमळत पडला आहे. पलीकडच्या खोलीत शांता तळमळते आहे. दोन्ही बाजूंचे पलंग कुरकुरताहेत आणि सुस्कारे ऐकू येताहेत. मध्ये आहे एक विटेची भिंत. मस्त तारुण्याचा घमघमाट या भिंतीला आरपार फोडून येतो आहे.

या एवढ्याशा भिंतीने दोन विश्वे अलग झाली आहेत. एरवी गळ्यात कोसळणारे हात अडताहेत. ओठांना चावणारे ओठ स्वतःचेच ओठ चावीत आहेत.

एका अर्थ नसलेल्या भांडणाने एकशय्येची फारकत

झाली. लग्न होऊन चार-सहा महिने उलटताहेत. अजून येताहेत अंगाला हळदीचे वास. गळ्यातल्या गुलाब-हारांचे वास, नव्याने नेसलेल्या जरीकाठी लफ्फेदार शालू-शेल्यांचे वास, तृप्तीच्या तयारीत राहिलेल्या तारुण्याचे गंध. या सर्व वासांचा संकर होऊन तो वास मनोहरला वेडा करून गेला आहे. तोही या भिंतीपलीकडून रेंगाळत येतो आहे.

या सहा महिन्यांत भांडणात कडवटपणा नव्हता. अबोला होता. रोष होता. पण किती? दिसेल न दिसेल एवढ्यापुरता. आसक्तीच्या लाटेत तो रोष फेकला जात असे, आणि त्यात बुडून गेल्यावर त्याची शुद्धही राहत नव्हती. पहिलेवहिले दिवस तर दोघांची शुद्ध हरपली होती.

अलीकडे अलीकडे रुसवे वाढू लागले होते. कारण त्यात शब्द फार नव्हते, आणि शब्दांना धारही नव्हती. पण अधूनमधून रंगलेल्या मालकंसात अकारणसुद्धा शुद्ध पंचम लागत होता, आणि त्या बेसूर धुनीत मन बेचैन होऊन रसभंग होत होता. पण ही भांडणे होत होती. ती निरर्थक होती, हे कळत होते. पण ती थांबत नव्हती.

आज जरा जास्तच झाले. रात्रीचा एक वाजला आहे. तरीही हे भांडण मिटले नाही. एरवी घड्याळात दहाचे टोल पडता पडता भांडणे विरून जायची. स्वयंपाकघरातल्या भांड्यांचे नाद केव्हा थांबतात, याची मन वाट पाहायचे. वस्त्रे बदलल्याची सळसळ मन धुंदावून जायची आणि ओ-दी कोलॉन किंवा हिना यांचा घमघमाट नाकात शिरायचा. नाजूक बोटांतला तो बहुगुणी विडा तोंडासमोर यायचा. मग कसला राग, रुसवा, हट्ट नि भांडणे? मग एक तापल्या रक्ताची धग उसळून उठे, आणि त्या लाटेत सारेच विश्व विरून जाई.

शांता अगदी चारचौघीजणींसारखी होती. पुन्हा पुन्हा वेडावून पाहण्यासारखे तिच्यात काही नव्हते. पण अगोदर तिला कोणीच नीटसे पाहिले नव्हते. स्त्रीचे सौंदर्य नाकाडोळ्यांपुरते मर्यादित मानणारे जन दुर्भागी असतात. आणि म्हणूनच तिच्या सामान्य चेहऱ्यामोहऱ्यापलीकडचे सौंदर्य अन्य कोणाला कळले नाही. तिची निकोप काया, आरोग्यसंपन्नतेमुळे भरलेला, फुललेला देह, जबाब देईल अशी लोभस आणि धिटुकली नजर आणि तारुण्यातल्या रगीने भरलेला तिच्या देहाचा मस्तावलेला फुगा, दूरदृष्टीच्या आणि सूज्ञ मनोहरच्या ध्यानात आला. गरिबीचा संसार तृप्तपणाने करणारी ही छोट्या बांधणीची 'बेबी' त्याला पसंत पडली, आणि त्याच बैठकीत सगळे जमून गेले.

लग्न झाल्यानंतर तर त्याला अभिमानच वाटला. पाहुण्यांनी भरल्या घरात

नवी नवरी म्हणून ती बसून राहिली नाही. तिची कमरेत वाकलेली नि कामात मग्न असणारी काया पाहून मनोहरला अगदी हायसे वाटले. कुणाचे लक्ष नाही असे पाहून तिच्या पुष्ट पोटऱ्यांवरून, भरदार नितंबांवरून आणि जमल्यास भारामुळे कललेल्या वक्षांवर हात फिरवायला मिळवण्यावर तर त्याचा डोळा होता. त्या सुखाला शांताची ना नव्हती; पण चव्हाट्यावर आणि एवढ्या घाईगर्दीने तिने त्याला नुसता हातसुद्धा लावू दिला नाही.

आणि पाहुणे जायच्या आधीच आईवडिलांनी मनोहरच्या खोलीचा शृंगार केला आणि विधिपूर्वक शांता मनोहरच्या हवाली केली. पण पाहुण्यांच्या चावऱ्या नजरेत त्या सुखशय्येवर यायला शांता कबूल होईना.

वाट पाहून कंटाळलेल्या सळसळत्या पौरुषाला आवरण्याच्या यत्नात अपयशी झालेल्या मनोहरचे सारे संयम, सुसंस्कृतपणा आता सुटण्याच्या बेताला आले होते. थोड्या जबरदस्त हाताच्या पकडीने त्याने शांताला उभी केली. आपल्या मिठीत घट्ट आवळली. तिच्या पुष्टपणाचा चुराडा करण्याच्या इराद्याने सर्व पुष्टपणा त्याच्या बलिष्ट पकडीत धरण्याचा प्रयत्न केला. ओठांवर ओठ घासले, चावले. त्या आक्रस्ताळीपणात तिचा वक्षभाग जेव्हा उघडा झाला तेव्हा तर तो अधिकच बेफाम झाला.

आणि तेवढ्यात त्याची नजर शांताच्या डोळ्यांकडे गेली. तिच्या डोळ्यांतून घळघळा अश्रू कोसळत होते.

त्या अश्रूंनी उदास मुद्रेने अनंगाचा अग्नी एकदम विझला.

शरमेने त्याला काय बोलावे तेच कळेना. शांताच्या अश्रूंना कसे थोपवावे, हेही समजेना.

"शांता, का रडतेस?"

"नाही, मी कुठं रडतेय?"

"मग, पाणी का डोळ्यांत?"

"आनंदानं आलं असेल!"

"खोटं."

"नाही हो, खरंच!"

"मग चेहरा असा रडवेला का?"

"सुरतच तशी आमची."

"शांता तू रडत होतीस दुःखानं. खरं सांग, रडत होतीस की नाही?"

"......."

"मी आवडत नाही तुला?"

"फार फार आवडता!"

"मी मुका घेतलेला आवडत नाही तुला?"

"आवडेल."

"मी मस्ती केली ती आवडत नाही तुला?"

"ती तर फार आवडेल."

"तर मग अश्रू कशासाठी?"

"......"

"बोलणार नाहीस माझ्याशी?"

"ते बोलण्यासाठीच अश्रू आहेत माझ्या डोळ्यांत."

"म्हणजे?"

"तुमच्याशी खूप बोलावं अशी मला इच्छा होती. आधी तुमच्या मनात शिरावं, मनाच्या बागेत प्रथम स्नेहाचे पुष्पकुंज रचावेत. मग तुमच्या-माझ्या देहांना भेटू द्यावं, असं मी योजिलं होतं. पण..."

"घाई झाली माझ्याकडून?"

"अतिरेक झाला."

"क्षमा कर."

"शृंगार आणि शरीरसुख हे काय फक्त एकाच्याच सुखासाठी आहेत का?"

"नाही. पण पण भान राहिलं नाही. तुझा देह पाहिला. अनेक दिवसांची, अनेक वर्षांची अतृप्ती ओरडून आली आणि हातून मस्ती झाली."

"मी केवळ स्त्री आहे म्हणून तुम्हांला हवी आहे का?"

"नाही."

"मग मी कोण आहे?"

"माझी मैत्रीण, सहचरी-पत्नी आणि अनंतकाळ साथ देणारी माझी शय्यासखी."

"मग मी कोण आहे, कशी आहे, हे कळण्यापूर्वीच माझ्या देहावर तुटून का पडला तुम्ही?"

"सगळेजण असंच करतात."

"म्हणून आपणही करायचं?"

"चुकलो."

“शरमिंदे व्हायला नको. हे पाहुणे, हे कोंदट वातावरण यात मला मोकळं होता यायचं नाही. शृंगार ही फक्त दोघांचीच दुनिया आहे. हे विधी-समारंभ. यांनी शृंगाराला वासनेची कळा आणली आहे. तुमच्या हातात हात देऊन हिरव्या-पिवळ्या गवतावरून खूप चालायचं. सूर्यास्ताच्या वेळी दूर दूर उजळलेल्या रंगीत दुनियेत शिरायचं. ज्यांना अर्थ नसतो अशा सुखसंवादात गुरफटून जायचं. त्या सुखसंवादांतून हलके हलके पहाट होते आणि मित्राचा जन्म होतो, आणि मग वासनेच्या पुरात हळूच एक सुगंधित मैत्री विरघळू लागते. आणि बघता बघता गढूळलेलं पाणी पांढरंशुभ्र बनून जातं. रात्र होते. हवा अंगाला झोंबते. नकळत अंगे अंगाला घासतात. परके वाटणारे दोन जीव तोवर स्वकीय झालेले असतात. स्पर्शाचे बंध तुटले, की मग मैत्रीही पल्लवू लागते. अंतर तुटू लागलं की अखेरीस अंतर नाहीसं होतं. दुसरा असा देह उरत नाही. दुसरं असं नातं उरतच नाही. त्या देहाच्या मिलनाची स्वप्ने मी पाहते आहे, आणि त्या मिलनासाठी मी आतुर आहे. पशूसुद्धा मादीला खुलवतात. तिच्याभोवती रुंजी घालतात आणि त्यांनासुद्धा शृंगार कळतो.”

“समजलं, समजलं. आता जोडे पुरेत.”

“नाही, तुमचा अनादर मी केला नाही, करणार नाही. पण हा पहिला स्पर्श, पहिली मिठी तरी दोघांच्या खुशीतून जन्माला यावी, असं वाटलं. तुम्हांला सारी सुखं मनसोक्त द्यायची माझी इच्छा आहे. मला साहाय्य केलंत तर मी तुम्हाला भुकेलं, अतृप्त ठेवणार नाही.”

शांताने मनोहरला सर्वांगांनी परिपूर्ण सुखे दिली होती. काही वाचलेली, काही ऐकलेली, काही कल्पिलेली नवी नवी सुखे तिने त्याला दिली आणि तृप्त करून सोडले. दोन जीव परस्परांना किती सुखी करू शकतात, हे पाहायला या सामान्य रूपाच्या जोडप्याच्या एकांतात जावे लागले असते.

शांताचा देह त्याला परिचित झाला होता आणि देहाचा कोणताही भाग असा नव्हता, ज्याची चव त्याने घेतली नव्हती. एकाच स्त्रीच्या त्वचेला त्या ब्रह्मांडनायकाने वेगवेगळ्या स्थानी केवढी भिन्न भिन्न मृदुलता दिली आहे, असे त्याला वाटे.

शांताच्या दुनियेत मनोहर मश्गूल होता. दिवस संपतो केव्हा आणि घरी पोचतो केव्हा, असे त्याला होत असे.

असेच सहा महिने गेले होते. अजून शरीराची आग कमी झाली नव्हती. शांतासारख्या सखीच्या मिठीत ती आग सहजासहजी लवकर विझलीही नसती.

तिच्या स्पर्शाने अनंग पुन:पुन्हा नव्याने पेट घेई आणि रात्ररात्र त्यात जळून जाई.

आजही तिच्या ओढीने तो घरी आला होता. पण काहीतरी चुकले, बिघडले आणि रंगत बिघडली. मिठीचा विळखा पडला नाही की दंतव्रणासाठी ओठ मिळाले नाहीत. गालांचा कुस्करा झाला नाही की केसाचा पिसारा घडला नाही. हाताची बोटे निष्क्रिय राहिली आणि ओठ-जीभ भुकेली राहिली.

हे अबोल भांडण मनोहरला असह्य झाले होते. ही वेळ भांडायची का आहे?

रात्रीचा एक वाजत आला. झोप यायची नाही. त्या मऊमऊ गालिच्यावर लोळल्याखेरीज काहिली थांबायची नाही.

"काय उकडतं आहे?"

"हुश्श."

"कुठं ठेवलीय पावडर कुणाला ठाऊक?"

"खिडकीत आहे."

"जाऊ दे. आता कोण बसलंय लावायला?" पलंगावर चुळबुळ. हलका पदरव.

"ही पावडर."

"ठेव."

"आणखी काही?"

"काही नको."

"नाही. मग झोपल्यावर उठवायला नको म्हणून विचारते."

"काही नको."

"पाणी देऊ का?"

"घेतलंय मी."

"झोप येत नाही. पाय दाबून देऊ?"

"काही नको."

"वाचून दाखवू?"

"नको."

"मग झोपते मी."

"झोपा."

अंधारात एक आकृती उठल्याचा भास. पातळाचा चेहऱ्यावरून एक फलकारा.

त्या फलकाऱ्याने अंगात कळ उठते. कारण त्या फलकाऱ्यात मस्ती आहे. उबदार अशा अनेक रात्री आहेत. आणखी एका मोहक रात्रीची सूचना आहे. राग निवळल्यासारखा वाटतो. रागावणे मूर्खपणाचे वाटते, अबोला, रुसवा पोरकट वाटताहेत. हात शिवशिवताहेत. रक्त तापले आहे. तापते आहे. त्या पातळाचा कुंद वास. परिचित आणि सुखाचाही. त्याचा फलकारा अगदी मेंदूत पोचला. यांत्रिकतेने हात हलतो. चुकून हलावा अशा थाटात. एक उबदार मृदुमुलायम शरीरस्पर्श होताच दचकल्याचा खोटा अभिनय आणि सहेतुक स्पर्श.

ज्या स्पर्शाची शांता वाट पाहत आहे, त्या स्पर्शानेच शांता विरघळली आहे. आतून, बाहेरून तिला पुढाकार हवा होता. निमित्त हवे होते, आणि त्याने ती मोहरली आहे. सहा महिने ती मोहरतेच आहे. विरघळते आहे. पण तरीही दरेक वेळेला पहिल्या स्पर्शाइतकीच तीव्रता आहे, तोच आवेश आहे. तिच्या स्वभावातच अजून नव्हे, तरी कधीच मालिन्य यायचे नाही. देह आणि मन अभिन्न आहेत हे तिला माहीत आहे, आणि आपल्या नवऱ्याला जे जे हवे, ते ते देण्यात सुखसर्वस्व मानण्याची नैसर्गिक कला तिने जिंकली आहे. तिच्या देहाचे स्नायू फार जाणकार आहेत. सारंगीवर गज फिरताच एक लयदार स्वरमाला निघावी आणि वसंताच्या दिवसांत वेलीच्या वेटोळ्यांतून वेटोळी वर घुमत फिरत जावीत, तशीच त्या स्पर्शांनी तिच्या वासनेची लयदार वेटोळी सर्वांगावर चढत चालली आहेत.

तिच्या हातांनी मनोहरच्या स्कंधांना, गालांना, नासिकेला, केसांना सर्वांगालाच स्पर्श केला आणि त्याला तिच्या स्पर्शाची उटणी लावली. मग सुगंधित झालेल्या शरीरस्पर्शासाठी आतुर झालेली ती त्याच्या उबदार शरीराला बिलगली.

"मला किती वेळ छळलंत?"

"मी?"

"तर मग काय मी?"

"होय, तूच. तुला माहीत आहे, की तुझ्या शेजाराशिवाय मी झोपणं शक्य नाही. तुला माहीत आहे, की तू मला हवी होतीस. अशा वेळी तू नेहमी ओढून धरतेस."

"असं नाही हं मनोहर."

"मग कसं?"

"आमचा राग कुणी काढायचा?"

"आणि आमचा?"

"मी, मी काढते, नेहमी काढते. पण किनई, रात्रीचा रुसवा बाई तूच काढायचा आम्ही कसं यायचं तुमच्याकडे?"

"कमीपणा वाटतो?"

"नाही. पण-"

"लाज वाटते?"

"हं."

"कशाची?"

"बायका कधी आपणहून काही हवं असं म्हणतात वाटतं?"

"का म्हणू नये त्यांनी?"

"आवडेल तुम्हांला?"

"हं, जरूर आवडेल. तुला एखादी गोष्ट हवी असेल, तर तेव्हा ती देताना मला उलट अधिकच सुख वाटेल. पुरुष या संसारात रमतात ते या त्यांच्या वृत्तीमुळं. आपल्यावर कोणी अवलंबून आहे आणि त्यांच्यासाठी धडपडलं पाहिजे म्हणून. एरवी संसार, घर आणि व्याप करण्याची पुरुषजातीला काय गरज? पुरुषाला जबाबदारीचं सुख वाटतं...."

"म्हणजे मीसुद्धा साद दिली तर आवडेल?"

"अर्थात."

"पण तरी तुम्हीच गडे मला हाक का मारली नाही?"

"हाक काय मारायची?"

"वा! मी मुळीच अशी येणार नाही."

"पुन्हा भांडायचंय?"

"तुम्ही सदा भांडता नि अबोला धरता. आम्ही आपले उगाच मागे मागे यायचं."

"कुठे येते आहेस तू? अलीकडे तू चांगलीच हट्टी झाली आहेस."

"अन् तुम्ही?"

"तूच!"

"पाहा, पुन्हा भांडण. अशानच भांडणं वाढतात. अलीकडे आपली फार भांडणं होताहेत नाही?"

"तुझं प्रेम ओसरतंय."

"पुन्हा बोला."

"?"

“तुमचीच ओढ कमी झालीय. बायकोची पर्वा कुठंय तुम्हांला? कसले तरी गंभीर ग्रंथराज वाचत बसता आणि मला बिचारीला तळमळत पडावं लागतं थंडीत.”

“तळमळत होतीस?”

“नाही, चांगली डाराडूर झोपले होते. झालं?”

“असं नाही. म्हणजे खरोखरीच यावंसं वाटत होतं, तुला माझ्या कुशीत?”

“तुमच्या मनाला विचारा.”

“तू सांग ना.”

“अलीकडे तुम्ही भांडलात की काळजीच वाटायला लागते मला.”

“कसली काळजी?”

“अशी भांडणे वाढलेली चांगली नाहीत. आपण असं भांडावं का रे?”

“हो, काय झालं! आज आपण भांडलो, काय बिघडलं?”

“दोन-तीन तास फुकट गेले.”

“नाही तर काय करणार होतीस?”

“इश्श!”

“इश्श काय? काय काय करणार होतीस?”

“तुम्ही काय करणार होता?”

“मी, मी होय? मी आता रसेल वाचणार होतो.”

“मग बसा वाचत. मी झोपते.”

“झोप येईल?”

“तुम्हांला काय करायचंय? तुम्ही बसा रसेल वाचत.”

“असं कसं? तुला सुखी करायची लग्नाच्या वेळी शपथ घेतली आहे. धर्मेच अर्थेच आणि कामेचसुद्धा.”

“काही शपथा पाळल्या नाहीत. अगदी फसवलंत मला. त्या मेल्या भटजीची शेंडी पकडून विचारते, काय झाल्या रे त्या शपथा?”

“कोणत्या मोडल्या गं शपथा?”

“सगळ्याच.”

“एखादी तरी सांग.”

“मला सुखी करायची.”

“तू दुःखी आहेस?”

“हं.”

"मीसुद्धा दु:खी आहे.''

"तुम्हांला काय कमी आहे हो? चांगलंचुंगलं करून घालतेय खायला. बाबांनी दिलेले किमती सूट वापरताय. हे हवं, ते नको म्हणताच मी आहे सेवेला आणि रात्र पडायच्या आत मला छळता. आणखी सुख सुख ते काय असतं कुणास ठाऊक?''

"पण भांडण काढतेस तूच. तुला तरी कसलं गं दु:ख आहे? अजून तुझ्यावरून दुसरीकडं लक्ष जात नसल्यामुळं घालशील ते जेवतो आहे. देशील ते नेसतो आहे. घरी आलो की अवतीभवती हिंडतो आहे. तुला फुलं आवडतात ती न चुकता आणतो. सुगंध आवडतो म्हणून मैल-दोन मैलांचा फटका पडला तरी सुंदर सेंट्स आणतो आहे. म्हणशील तेवढ्या सुंदर सुंदर साड्या नेसवतो आहे.''

"नेसवता? मी नेसते.''

"बरीच आहेस की गं! आणि दिवसभराचा सर्व शिणवटा जावा म्हणून तुला गोंजारतो, खेळवतो, आणि म्हणे मी दु:खी आहे!''

"बरं बाई, आपण दोघंही सुखी आहोत. झालं?''

"हे ठरलं! या घटकेला आपल्यासारखे कोणी सुखी नाही. काय गं शांता, दिवा लावू का?''

"दिवा? ए, नको. लाज वाटते.''

"कुणाची?''

"स्वत:चीच.''

"पण मी आवडतो म्हणतेस. मला पुरेपूर कधी पाहिलं तरी आहेस का ग?''

"आणि तुम्ही तरी?''

"मी स्पर्शानं तुला ओळखतो. तुझ्या देहाचा कण न् कण मला माहीत आहे.''

"पण मी कशी आहे हे पाहिलंय का?''

"अपुऱ्या प्रकाशात चार-दोन वेळा पाहिलंय?''

"पुऱ्या प्रकाशात?''

"राहिलं खरं.''

"बघितलंत? हेच ते. माझ्याबद्दल मुळी तुम्हांला काही वाटतच नाही. मी एवढी सुंदर कुठे आहे? आहे आपली ओबडधोबड. कशी आवडणार मी?''

"हे मात्र शांता खोटं हं! तू मला फार फार आवडतेस. उगीच काहीतरी कुरापत काढून भांडते आहेस."

"तुम्ही अगदी भोळे सांबच की नाही!"

"मुळीच नाही."

"सदा तुम्हीच भांडता. हिडीसफिडीस करता. माझी मुळी पर्वाच नाही."

शांताने उठण्याचा आविर्भाव केला. नव्हे, ती उठली. मनोहरच्या पोटात धस्स झाले. अरे! मोठ्या शिताफीने रंगात आलेले गाडे पुन्हा बिघडले. पुन्हा तास-दोन तास विनवणी. छे छे! ती अंधारी रात्र, थंडगार बिछाना. नाही, ते खरे नाही."

"शांते, हे काय? मी काय गं तुझं ऐकलं नाही? उगीच आता भांडू नकोस."

"काही नको. आपलं काम असलं की गोडगोड बोलायचं. काम साधलं की तिरशिंगराव व्हायचं. मी मुळीच फसणार नाही."

"बरं बाई, तू शहाणी! सुसरबाई, तुझी पाठ मऊ."

"मी सुसर काय?"

"अग उपमा!"

"सुसरीची? लोक बायकोला कबुतराची, पारव्याची, पोपटाची, चिमणीची, सशाची, हरिणीची, कमलाची, गुलाबाची उपमा देतात, आणि आमचे नवरोजी आम्हाला सुसर, खेकडा, गांडूळ, घूस म्हणतात. कर्मच खोटं आमचं!"

"वेड लागलंय की काय? मी म्हणालो, सुसरबाई तुझी पाठ मऊ. अगं, अशी म्हण आहे."

"ठाऊक आहे. माझी पाठ सुसरीसारखी काय? मग परवा रात्री केलेलं सगळं काव्य खोटं ना? चांदण्यासारखा, दवासारखा, मधासारखा माझा देह आहे ना? पाठीचे पापे घेताना ओठ साखरेच्या पाकात बुडत होते नाही का? आज तीच पाठ सुसरीची झाली माझी?"

"माझे आई, आता भांडू नकोस. वाजले किती ठाऊक आहे?"

"वाजू देत."

"रात्रभर हेच करणार आहेस काय?"

"वेड लागलंय मला!"

"असं काय करतेस वेड्यासारखं?"

"म्हणा. वेडी म्हणा, मूर्ख म्हणा."

"आज तुझा विचार काय आहे?"

"मग म्हणा की मी तुला तळमळत ठेवणार नाही."

"नाही - नाही - नाही!"

"वाट पाहायला लावणार नाही."

"मुळीच नाही."

"चुकलो तर मीच पहिल्यांदा हाक मारीन."

"मीच हाक मारीन आजच्यासारखी."

"आजच्यासारखी नाही. लवकर. दोन तास मला तळमळत ठेवलीत! दुष्ट!"

"मी दुष्ट आहे?"

"नाही हो, तुम्ही खरंच चांगले आहात. मला फार फार आवडता. पण कधी कधी उगीच भांडता."

"मी भांडतो?"

"तुम्ही भांडता ते भांडता. माघार घेत नाही. काय मिळतं हो तुम्हांला असं छळून?"

"तू."

"मग भांडणाशिवाय नाही मिळणार मी?"

"भांडलीस म्हणजे तू फार सुंदर दिसतेस. फारच."

"खरंच?"

"आणि खरं सांगू? एका जातिवंत जिवंत, पूर्ण विकसित अशा नवीन स्त्रीचा मला उपभोग मिळतो. दुबळ्या, परावलंबी, विनयशील लज्जेनं जखडलेल्या स्त्रीपेक्षा निराळी अशी स्त्री मला लाभते. फारच सुंदर, उत्तेजक-आक्रमक. अशा वेळी वाटतं..."

"काय?"

"अजून तरी घाई झाली ना?"

"इश्श!"

***

रात्र संपत आलेली आहे. आणि थकलेली, गळलेली शांता मनोहरच्या निकट पडलेली आहे. तिच्या चेहऱ्यावरची तृप्ती पाहिली, की शांत सरोवराची

आठवण व्हावी. मनोहरने तिला नीट निजवले आणि तो म्हणाला,

"आता मी वाचलं तर हरकत नाही ना?"

"आहे."

"पण वाचायला हवं, उद्या व्याख्यानात काय तू कशी भांडतेस, खुशावतेस ते सांगू? वाचू ना?"

"वाचा. पण गडे, मी तुमच्या मांडीवर झोपणार. आणि डोळ्यांवर उजेड नको माझ्या."

"मग कसा वाचू?"

"अरसिक आहात! अशा वेळेला मिठीत झोपायचं असतं. रसेलनीती इथं तुमच्या कुशीत आहे. ती सोडून ती रसेलनीती कसली वाचताय?"

एवढे झाल्यावर शहाणपणाचा एकच मार्ग उरला. मनोहरने तोच अनुसरला.

- ०-०-०-

•११•

तू आणि मी

सदावर्तेंचे नाव तुम्ही कधी ऐकले नसेल; पण ज्या ज्या विद्यार्थ्याने सन चाळीस-पंचेचाळीसच्या अमदानीत पुण्यात शिक्षण घेतलेले आहे, त्याला ते ऐकल्यावाचून गत्यंतर नव्हते. कोठल्याही वादसभेत, व्याख्यानात उपवक्ता म्हणून किंवा मित्रामित्रांच्या खासगी तिठ्यावर त्याचा उंच सुरातला करडा आवाज ऐकायला येई. आवाज स्वच्छ कोकणी, अनुनासिकयुक्त आणि मुख्य म्हणजे आवेशयुक्त. त्याला मऊ, गुळगुळीत, गोड बोलताच येत नव्हते की काय कुणास ठाऊक?

त्याच्या वाणीत विशेषत: प्रखरता येई ती भुते, भविष्य, श्रद्धा, गतानुगतिकता, बुवाबाजी या विषयांविरुद्ध कडाडून बोले तेव्हा. वयाला न पेलणारे, बुद्धीला आकलन न होणारे आणि भोवतालच्या मित्रमंडळींना दुखविणारे असे अनेक बुद्धिप्रामाण्यवादी विचार त्याने सर्वांना ऐकवले होते. त्याचे वाचन अफाट होते आणि भाषण मुद्द्यांनी भरलेले असे.

मुले खूश व्हायला हे पुरे होते. पण त्या माणसावर अनेक मुलींनी मन भरून प्रेम केले. त्याने कधी चांगला कपडा पेहरला नाही. एक मळकट लेंगा नि धड नेहरू पद्धतीचा नाही, धड नित्याचा नाही असा एक धुवट शर्ट याशिवाय अन्य पोषाखात कुणी त्याला कधी पाहिलेच नाही. केसाला फणी नि तेल लागे ते नंदिनी कालेलकरांच्या हातून! अशा या

कडकडीत कातळावर प्रेम करणाऱ्या मुली मूर्खच म्हटल्या पाहिजेत.

पण त्या मूर्ख नव्हत्या. मूर्ख इतरच होते. मुलींना फूस लावण्यासाठी ते पावडरी फासत होते. पोमेड थापत होते. केसांना दाहीदिशा फिरवीत होते. उंची कपडे पेहरीत होते आणि लकडी पुलावरून घिरट्या घालत होते. त्या वेळी सदावर्ते एंजल्सवर भाष्य करीत असे आणि लेनिनची विचारसरणीसुद्धा विकसनशील आहे, हे आवर्जून सांगत असे. भोवतालच्या पोरींना त्यातले काही कळत नव्हते. त्यांना त्या तेजस्वी माणसाच्या बुद्धिपूर्ण आवेशाचे कौतुक वाटत होते. जे कळणार नव्हते ते कळल्याचा भाव त्या चेहऱ्यावर दाखवीत होत्या. ते कळण्याच्या प्रांतातल्याच आपण आहोत हे पटविण्यासाठी आपल्या शरीरप्रकृतीला न पेलतील, असे भलेथोरले ग्रंथराज त्या हातात बाळगीत असत.

सदावर्तेची नि बापटची जिगरदोस्ती कशी बनली, ते नक्की कुणास ठाऊक नाही. जीवनात साम्य कसलेही नव्हते. देऊळ वाटेवर असेल तर ती वाट टाळून सदावर्ते मार्गस्थ होई; तर बापट देऊळ आडवाटेला असले, तरी मार्ग सोडून देवळात जाई. लोकांचे हसे नि कुचेष्टा पतकरून शेंदूर, भस्म, बुक्का खुशाल मस्तकी धारण करून पुण्यातल्या राजरस्त्यांवरून तो हिंडे. श्रावणीला सोवळे नेसून रस्त्यातून जाई. कॉलेजच्या आयुष्यात हास्यास्पद ठरतील अशा शेंडी, टोपी नि गलेलू मिशाही तो तेव्हा ठेवीत होता.

सदावर्ते बापटला म्हणे, “तुझ्या या सर्व गोष्टींची मला चीड आहे रे! पण स्वमतासाठी सर्व विद्यार्थ्यांची कुचेष्टा पतकरण्यासाठी तुझी तयारी आहे आणि ती या वयात, ही गोष्ट मला अभिमानाची वाटते!”

***

सदावर्तेची नि बापटची चांगली आठ वर्षांनी गाठ पडली. मधूनमधून सदावर्तेचे लेख तो वाचीत असे. ‘आर्किऑलॉजी’ या विषयावरचा एक तज्ज्ञ म्हणून सदावर्ते ओळखला जाऊ लागला होता. उचलताही येणे शक्य नाही, अशा वजनाचे दोन ग्रंथराज त्याने लिहिले होते. बापटाला तो मुंबईत भेटला, तेव्हा शेजारच्या इराण्याकडे त्याला नेऊन बापटने चहा-सँडविचेस मागविली. तेव्हा तो म्हणाला, “बापट्या, लेका! हे चालतं होय रे?”

बापट नुसताच हसला.

“हल्ली मी सरकारी शिष्यवृत्ती घेऊन रिसर्च करतो आहे. म्हणून इथे

आलोय. इथल्या लायब्ररीज मोठ्या छान आहेत; पण राहायला जागा नाही रे! मोठ्या पंचाईतीत आहे.'' सदावर्ते म्हणाला.

''अरे चल, आपल्या घरी चल, लागेल तितका राहा.''

''तुझ्याकडं राह्यला काही हरकत नाही. मी सहज मावेन तुझ्याकडं; पण माझी पुस्तकं?''

''त्याला कितीशी जागा लागणार? जमेल कसंतरी!''

''नाही गड्या! मला निदान सतत हवीत अशी पाचशे पुस्तकं नि शंभर नकाशे आहेत. कुठे ठेवणार तू बोल?''

''काय पाचशे? पुस्तकांच्या पानांवर जगतोस की काय तू?''

''अरे, या पुस्तकांपायी तर टेकीला आलोय. उपनगरात राहून रात्री-अपरात्री परत जायचं, पुस्तकांची ने-आण करायची. काही जमण्याजोगं नाही. तसा हल्ली आहे मी गोरेगावला.''

''कठीणच आहे.''

''शंभर-दीडशेपर्यंत भाडं देता येईल. आपल्या बापाचं काय जातंय? सरकार देणार. पण चांगली १५' X१२' ची स्वतंत्र खोली आणि शांतता हवी. मग आपण राजे! भले जेवण नसलं तरी चालेल.''

''चहाचं घंगाळ नि सिगारेटचा खोका असला म्हणजे झालं!''

''कसं बोललास!''

बापटने सदावर्तेसाठी अख्खी मुंबई पालथी घातली. जागा होत्या; पण सदावर्तेची ही पाचशे पुस्तके जिथे-तिथे आड येऊ लागली. तेवढ्यात त्याला जानकीबाई नाटेकरची आठवण झाली

जानकीबाई नाटेकरची नि बापटची ओळख राजज्योतिषी करमरकरांकडे झाली. करमरकरांना प्लँचेटचा नाद होता, आणि जानकीबाईंचे पती ॲडव्होकेट नाटेकर तर प्लँचेटचे भयंकर नादी. त्यांच्या अकाली मृत्यूनंतर पतीला प्लँचेटवर आणण्यासाठी त्या वारंवार त्यांच्याकडे खेपा घालत होत्या, आणि करमरकरांचा एक भक्त म्हणून बापट तिथे सदैवच असे.

अनेकदा यत्न करूनही ॲडव्होकेट नाटेकर काही प्लँचेटवर आले नाहीत. तेव्हा करमरकरांनी बाईंना सांगितले की, तुमच्या घरीच आपण प्लँचेट मांडून बघू!

''प्लँचेटवर नाटेकर आले पण बोलले नाहीत!'' असे करमरकर म्हणाले.

त्या दिवसापासून जानकीबाईंनी आपले पती गणपतराव हयात आहेत हे

सत्य मानून वागण्यास आरंभ केला होता.

गणपतराव असताना त्यांचा दिवाणखाना जसा असे, तसा त्यांनी तो ठेवला. त्यांचे कपडे, पुस्तके त्याच अवस्थेत मांडून ठेवली. त्यांचा बिछाना, मच्छरदाणी, तस्त, सिगारेटकेस, सारे काही त्यांनी तिथे पूर्ववत ठेवले, आणि खरोखरीच आपल्या नवऱ्याचे अस्तित्व आपल्याला जाणवते, ते आपल्याशी बोलतात, हसतात, हे त्या करमरकरांना पुन:पुन्हा सांगू लागल्या.

त्याचा पडताळा घेण्यासाठी म्हणून करमरकरांबरोबर बापट वारंवार तिथे जाई.

बाई आता भ्रमिष्ट झाल्या, असाच सर्वांनी समज करून घेतला. कारण त्या मधूनच पुटपुटत. मूळचे सौंदर्य आता ओसरत चाललेले दिसत होते. त्या वयाने पस्तिशीच्या आसपास होत्या. त्या आता एकदम वयस्कर दिसू लागल्या. त्यांच्या गोरेपणावर आता फिकेपणा आला आणि त्यांच्या डोळ्यांत एक प्रकारचा स्वप्नाळूपणा व रहस्य असा काही आगळा भाव आला.

बाईंचे यजमान अकाली गेले हे खरे आणि बाईंना नवऱ्याच्या नावाने पुनर्जन्म-भूत-भविष्य या साऱ्यांचा नाद होता हेही खरे; पण म्हणून एवढ्या चांगल्या तारुण्याला, नवऱ्याच्या खोट्या छायेच्या सेवेसाठी राबवावे, हे हास्यास्पद नव्हते काय?

प्लँचेटवर विश्वास किती ठेवायचा, त्याचप्रमाणे खरे-खोटे याविषयी विवेक कसा करावयाचा, एवढे समजण्याइतपत बाईंचे शिक्षण अवश्य झालेले होते. पण बाईंनी मुळी साऱ्या शहाणपणाकडे पाठ फिरवलेली दिसली, पांढरी शुभ्र वस्त्रे नेसून जेव्हा त्या समोर येत, तेव्हा खेदाखेरीज दुसरे काही अंत:करणात उरत नसे.

त्यांचे लग्न झाले तेव्हा त्यांना कुणी सुंदर स्त्री म्हणून गणले नसते. कारण त्यांच्या देहाला आकारच नव्हता. तो कुठेही नि कसाही वाके. पण लग्न झाले मात्र आणि पाणी पडलेली वेल तरारून फुलली. अंगोपांगांवर माज चढला नि देहाला गोलाई आली. मूळचा कोकणस्थ गौरवर्ण देशस्थी श्रीमंतीने सुखावला, खुलावला. त्यांची रीत अगोदरच खानदानी नि ऐटबाज हेती. लग्नानंतर ती अधिकच मोहक नि धारदार झाली.

गणपतरावांनी तिच्या देहाच्या बुधल्यात सौंदर्याचे अत्तर भरले, याची तिलाही जाणीव होती. त्या दोघांचा जोडा सर्वपरीने हास्यास्पद होता. गणपतराव खुजे, काळे होते आणि बाई तर मोठ्या थोराड नि गौरवर्णाने तेज:पुंज होत्या.

नाना लोकांचे डोळे बाईंच्या अंगावरून फिरत. पण बाईंनी शांत, समाधानी दृष्टीने सर्वांच्या नजरा बोथट करून टाकल्या, सर्वांना लांब ठेवले.

बाईंचे गणपतरावांवर विलक्षण प्रेम होते, हे बापटने डोळ्यांनी पाहिले होते. प्रेम कुणी कुणावर का करावे, याला कसले कारण असणार? सावळ्या कृष्णावर लट्टू होणाऱ्या गौरांगी गोपी होत्याच की नाही? गणपतराव बाईंना देवतुल्य वाटत. त्या वैभवाचा, श्रीमंतीचा कारक म्हणून नव्हे, तर अंत:करणाचा एकमेव विसावा म्हणून त्यांनी गणपतरावांवर प्रीती केली.

आणि अकस्मात गणपतराव हा संसार अर्धवट टाकून, बाईंना एकटी सोडून निघून गेले.

बाईंनी शोक केला नाही. अतिदु:खाने त्या करपून गेल्या. त्या अबोल झाल्या. पतिभेटीच्या इच्छेने जे जे शक्य ते ते त्यांनी केले, आणि अखेरीस प्लँचेटने दिलेल्या संदेशाने त्यांना दिलासा दिला. त्यांचा नवरा मुळी मेलेलाच नव्हता. तो त्यांच्या समवेत राहत होता. बोलत होता, हसत होता. त्याला चहा लागे, जेवण लागे, स्नान लागे. फक्त तो अदृश्य होता. त्याचे अस्तित्व होते ते बाईंच्या मनात.

बाई संसार करीतच होत्या. त्यांचा नवरा जिवंत होता. त्यांना परपुरुषाची आवश्यकता नव्हती. पौर्णिमेच्या रात्री चांदण्यात, गॅलरीत त्या पतीच्या मिठीत झिरपत होत्या. थंडगार पहाटे हलकेच त्यांना एक उबदार स्पर्श मोहरवीत होता. कबुतरांच्या उबदार कायेवर मुलायम पिसे उभी राहत. अंग उसळून उठे, वासना उकळून जाई आणि तृप्त मनाने वस्त्रे सावरीत बाई अन्य उद्योगाला लागत.

सदावर्तेला देण्याजोगी जागा जानकीबाईंच्या घरी खरोखरीच होती, असे बापटला वाटू लागले. पण बाईंच्या त्या भ्रमिष्ट-खुळचट विश्वात या बुद्धिप्रामाण्यवादी मित्राला राहायचे जमणार कसे, आणि द्रव्याची उपयुक्तता बाईला कळणार कशी?

बापटने बाईच्या नावे चिठ्ठी दिली आणि काय घडते ते पाहत राहिला.

***

रविवारशिवाय सदावर्ते मोकळा कुठला? तो जानकीबाईंच्या नावे असलेले पत्र घेऊन भर दुपारी तिच्या फ्लॅटवर पोचला. ऊन रणरणत होते. एका हातात 'प्राचीन महाराष्ट्र' या ग्रंथाचे दोन व्हॉल्यूम्स, केस एखाद्या शिडाप्रमाणे उडत

असलेले - वस्त्रे घामाने निथळत असलेली आणि स्वत:शीच काहीतरी सन-संस्कृती-उत्खनन यांचा मेळ घालत असतानाच त्याने घंटा वाजवली. दुपारची वामकुक्षी रंगात आलेली. नवऱ्याच्या राकट मिठीत सुस्तावून जानकीबाई पडलेली असताना 'कोण मेलं भलत्या वेळेला आलंय!' असे बाहेरच्या माणसाला ऐकू येईल एवढ्या मोठ्यानं बोलत जानकीबाईंनी दार उघडले. समोरचे ध्यान पाहताच क्षणभर अगदी सहज त्यांचा राग वितळून हसू फुटले. नवऱ्याच्या दुनियेतून त्या या दुनियेत आल्या. जिने चढून आल्यामुळे अद्यापही सदावर्ते भात्याप्रमाणे फसफसतच होताच, नि बोलायची इच्छा असून बोलताना अडथळा होईल म्हणून दीर्घ श्वास घेऊन थकवा घालवण्याचा त्याने यत्न केला. पुस्तके सावरत त्याने बाईंच्या नावे आणलेली चिठ्ठी बाईंना दिली. बाईंनी अद्याप पदर सावरलेला नव्हता. त्या ध्यानासमोर काय सावरायचा पदर? पत्र वाचण्यात त्या गुंग असताना वरपासून खालपर्यंत त्याने जानकीबाईंना न्याहाळून घेतले.

"या बापटला-गाढवाला कुणी सांगितले की माझ्याकडे जागा आहे म्हणून?"

या वाक्याने तो भानावर आला. आपल्या जागेपायी बापटसारख्याला गाढवपणा पतकरावा लागला, हे पाहून त्याला अवघडल्यासारखे झाले. आधीच तो उन्हाने अवघडला होता. घामाने अवघडला होता. श्रमाने अवघडला होता नि हातातल्या पुस्तकांच्या ओझ्याने तर अवघडलाच होता. पण या प्रश्नाचे ओझे त्याला असह्य झाले. त्याने अकारण चेहरा मऊ करून म्हटले, "मीच त्याच्या मागे लागलो हो!"

"पण मला विचारल्याशिवाय माझ्या घरात जागा आहे का नाही, हे त्याने का ठरवावे?"

"नाही, म्हणजे तुमच्याकडे जागा आहे असे तो म्हणालाच नाही. त्याने आपले सुचवले. मला नड आहे म्हणून."

बाईंनी या अजीजीचा स्वीकार केला. संताप उतरला. त्याची जागा कीवेने घेतली. खरोखरीच कीव करण्यासाठी वस्तू समोर होतीही.

"या. आत या." दरवाजातून बाजूला सरकून बाईंनी त्याला आत घेतले.

"बसा."

पुस्तके मांडीवर घेत सदावर्ते बसला.

दिवाणखान्याच्या चारी भिंतींतल्या कोनाकोनांतून सदावर्तेने पाहून घेतले. आणि बापटाने सांगितल्याप्रमाणे सारे काही होते. सारे घर त्याला एखाद्या थडग्याप्रमाणे वाटले. त्या वस्तू, कोच, खुर्च्या, सजावट त्या सर्व गोष्टींवर एक

प्रकारचा मळकटपणा होता. मात्र धूळ कोठेच नव्हती. सारे काही मांडलेले होते ते एखाद्या जोडप्याच्या सजीव संसाराच्या ऐटीने; पण ती सुंदर वस्तू अखेर होते एक थडगेच!

"तुम्ही काय करता?"

"मी गुप्तवंशाचे संशोधन करतोय."

"कोणत्या गावचे हे गुप्ते?" बाईंच्या या करड्या आवाजातल्या प्रश्नाबरोबर सदावर्ते एकदम लाह्या फुटाव्या तसा खदखदून हसला. एवढा की हसून हसून लाल झाला. हातातली पुस्तके केव्हाच खाली घसरली.

बाईच्या आश्चर्यात थोडा राग होता.

"रागावू नका नाटेकरबाई," तो म्हणाला, 'गुप्त-गुप्तवंश-चंद्रगुप्त-समुद्रगुप्त, हेमगुप्त. इ. स. सन ३२० मध्ये या चंद्रगुप्ताने लिच्छवी घराण्यातल्या एका स्त्रीशी विवाह केला. आंध्राची राजवट उधळून लावून, पाटलीपुत्र ताब्यात घेऊन मगध राज्याची धुरा आपल्या स्कंधावर घेतली. लिच्छवी सरदार नेपाळच्या पायथ्याशी राहत असून मगध राज्याशी त्यांचे वारंवार झगडे होत असत. या अशाच एका झगड्याचा मागोवा सुमित्रापूर येथे सापडलेल्या शिलालेखात मिळतो. इ. स. ३२५ मध्ये म्हणजे सुमारे चंद्रगुप्ताने राज्य काबीज केल्यावर पाच वर्षांनी त्याने एक विजयमंदिर उभारले. त्यावर त्याने सिंहाचे मुख प्रतीकात्मक वापरले होते. त्याची शिल्पकला अहिण संस्कृतीचा मागोवा घेणारी असून..."

"थांबा, थांबा. जरा मी तुमचा मागोवा घेते. तुम्ही प्रोफेसर आहात काय?"

"होतो."

"आता?"

"सोडून दिली ती नोकरी. संशोधन करतोय गुप्तवंशाचे. सरकारी स्कॉलरशिप मिळाली. एकटा असतो तर बापटच्या घरी पडलो असतो."

"लग्न झालंय तुमचं?"

सदावर्ते हसला, "लग्न नाही झालं, आणि झालं असतं तरीही दोन माणसांना बापटनं सांभाळून घेतलं असतं. माझी अडचण आहे ती पुस्तकांची. त्यांशिवाय मी वाचणार काय, लिहिणार काय? ही मुंबई म्हणजे महाभयंकर आहे. इथं पैसे आहेत पण जागा नाही. आमच्या जुन्नरला मोप जागा पडलीय. पण तिथे राहून कोण देणार ५०० रुपयांची शिष्यवृत्ती."

"तुम्हांला जागा हवीय?"

"हो."

"मी दिली."

"माझी माहिती ऐकल्याशिवाय?"

"ऐकली - ऐकली तेवढी पुरे, नाहीतर मघाच्यासारखा सर्व वंशवृक्ष सांगाल."

"मग केव्हापासून येऊ राहायला?"

"आतापासून."

"पण, पण मी असा ब्रह्मचारी, तुम्ही तरुण स्त्री, एकट्या."

"एकटी?" चाबूक कडकडावा तसा तिचा तो शब्द त्याच्या कानात घुसला.

"एकटी म्हणजे, तुमचे यजमान, हो, ते आहेतच नाही का!"

"ते आहेत या घरात. या घरात ते हिंडतात, चहा घेतात, जेवतात, आंघोळ करतात, आणि माझ्यावर प्रेम करतात, समजलात? मी एकटी नाही."

"हो, समजलो."

एक क्षण तसाच गेला. भरल्या उन्हात एखाद्या वेळेस एखाद्या मेघखंडाने सूर्य ग्रासावा तसा सदावर्तेला वाटले, ताडकन सांगावे की खड्ड्यात गेली तुझी जागा. मेलेल्या माणसाला जिवंत मानणाऱ्या या भ्रमिष्ट घरात राहणे नको नि तिचे ते वागणे, समोर पाहणेही नको. पण 'जागा' हा त्याचा कीवबिंदू बनला होता. त्याचे ग्रंथ, पांडित्य, तर्कशुद्ध संस्कृतीची साखळी केवळ जागेपायी अद्यापि शिलालेखांतून नि प्राचीन ग्रंथराजांतून अडकून पडलेली होती. अनेक राजांच्या शरीरसंबंधाची कारणमीमांसा, अनेक लढायांमागील गूढे, चंद्रगुप्त एक की अनेक आणि असलेच तर त्यांचा काळ काय, हे सारे केवळ शांत जागा नाही म्हणून खुले होत नव्हते. सदावर्तेच्या बुद्धीच्या नि तर्काच्या गिरमिटाने हजारो वर्षांच्या दडलेल्या इतिहासाच्या आवरणाला भोके पडणार होती. ज्ञानभांडार खुले होणार होते, आणि केवळ त्या स्त्रीच्या या मूर्खपणाला भिऊन ही सोन्यासारखी जागा हाताची सोडणे हा भ्याडपणा होताच आणि मूर्खपणाही होता. तेवढ्यात ती म्हणाली, "मी तुम्हांला जागा देणार आहे ती केवळ तुमचं आणि यांचं जमेल म्हणून. ते फार लहरी आहेत खरे; पण त्यांना पांडित्याची कदर आहे आणि आदरही आहे. त्यांचा गूढविद्येचा, ज्योतिषाचा अभ्यास दांडगा आहे. तुम्हांला तुमच्या संशोधनात कसली अडचण पडली, तर ते तुम्हांला अवश्य साहाय्य करतील. जे मानवी दृष्टीला सहजी साध्य नाही, ते त्यांना चटकन कळतं-

समजतं.''

तरीही केवळ हसण्यापलीकडे सदावर्तेने काही केले नाही.

''चहा घेणार?''

काय प्रश्न होता! या मूर्ख बाईंचे हे सारे आचरट वागणे या एका प्रश्नाने सदावर्ते विसरला. घशाला कोरड पडली होती. चहा अगदी हवा होता. या वेळेला ही जागाच काय, पण इंद्रपदाची जागासुद्धा सदावर्तेच्या दृष्टीने तुच्छ होती. हवा होता चहा, आणि तल्लफ आली होती सिगारेटची.

सिगारेटचा काही प्रश्नच नव्हता. या घरात उदबत्तीशिवाय कसलाही धूर चालत असेल, असे दिसत नव्हते. घेऊ तसेच रेटून. पण चहा तर होता. अर्धे विश्व मिळाल्याचा आनंद त्याला झाला.

अगदी आनंदून त्याने उत्तर दिले, ''अवश्य.''

जानकीबाईंचा चेहरा एकदम उजळला. ''बघितलेत! इथे येऊन पाच मिनिटे झाली नसतील तोच कशी हो तुम्हांला यांच्या बोलण्याची नक्कल करता आली?''

''ह्यांची?''

''हो. म्हणजे...''

''म्हणजे तुमच्या यजमानांची म्हणता? म्हणजे तेसुद्धा माझ्यासारखे नाकात बोलत असत?''

''हो, अगदी स्वच्छ. प्रत्येक शब्द धारदार सुरीने कापून ते बोलायचे. प्रथम प्रथम मी हसायची. पण मग मला तो अनुनासिकयुक्त ध्वनी आवडू लागला. ही कोकणस्थ माणसे आपल्या अंगाला दुसऱ्यांच्या विचारांचा, शब्दाचा, मायेचा, रागाचा स्पर्श होऊ नये म्हणून पावसाळ्यात ओचेपदर धरून चालणाऱ्या स्त्रीप्रमाणे सदैव जगत असतात.''

''तुमचे यजमान काय करतात?''

''ते मिटिरिऑलॉजिकल डिपार्टमेंटमध्ये होते - नाही, आहेत.'' बाईंनी नकळत आपल्या नवऱ्याला भूतकाळात नेले, त्यांना त्यांची चूक उमगली; पण घडले ते नकळत. बाईंच्या समोर हा एक सजीव जीव होता आणि त्याने बाईंच्या अंत:करणातला एक इंचभर कोपरा व्यापला होता. त्या समोरच्या इसमाच्या अंतर्यामात आपल्या हरवलेल्या गोष्टी बाईंना एकदम सापडल्या. तो अनुनासिकयुक्त आवाज, गबाळेपणा, विद्वत्तेचा जडपणा, जगावेगळी बेफिकिरी, कदाचित त्यामुळेच त्यांनी उभारलेल्या धरणाला कुठेतरी बारीकशी चीर गेली नि कधी नव्हे तो

वर्तमानकाळाचा एक ओघळ त्यांच्या जीवनात आला.

बाई एकदम उठल्या, नि म्हणाल्या, "चहा आणते हं."

बाई एकदम उठून स्वयंपाकघरात गेल्या, तरी त्यांचे चित्त अकारण भिरभिरत होते. कधी नव्हते ते आपण काही अशुभ-अभद्र बोललो, असे त्यांच्या ध्यानी येऊनही आपल्याला पुरेसे दुःख का होत नाही, हे मात्र त्यांच्या ध्यानात येईना.

बाई चहा घेऊन आल्या तेव्हा सदावर्ते पुस्तकात डोके घालून बसला होता; एवढा की चहाच्या गरम वाफा त्याच्या डोळ्यांसमोर आल्या, तेव्हा तो चपापून सावध झाला. बाई म्हणाल्या,"एवढा नाद बरा नव्हे."

"तुमचा आणि माझा परिचय नाही बाई. तुम्हांला सांगावं कसं, तेही कळत नाही. माणसे नावावर जगतात. कसला तरी, कलेचा, ज्ञानाचा, व्यसनाचा कैफ माणसाला जिवंत ठेवतो. ज्यांना नादच नसतो, ती माणसे नसतात; कृमिकीटक असतात."

"तशा अर्थानं मी म्हणाले नाही हो. पण या नादानं प्रकृतीची आबाळ व्हायला नको. त्यांची प्रकृती तरी का बिघडली ठाऊक आहे? सतत प्लँचेटचा नि ज्योतिषाचा नाद! रात्र नाही, दिवस नाही, जेवण नाही, खाण नाही. शेवटी हा नादच त्यांना नडला."

समोरच्या मेजावर सदावर्तेसाठी एक कप ठेवून देऊन नि आपल्याला उरलेला कप घेत त्या म्हणाल्या, "घ्या ना चहा."

सदावर्तेचे लक्ष मेजावरच्या त्या चहाकडे गेले. पुनःपुन्हा गेले. आणि त्या चहाकडे त्याचे वारंवार न्याहाळणे बाईंच्या नजरेतून सुटले नाही. किंचित खालच्या स्वरात त्या म्हणाल्या,

"त्यांचा चहा. थंड चहा घेतात ते."

सदावर्तेच्या ध्यानी त्यांच्या आवाजातले मार्दव आले. पण त्या मार्दवाचे कारण त्याला उमगले नव्हते.

***

संध्याकाळी एका मोठ्या ट्रकसारख्या स्टेशनवॅगनमधून सदावर्तेचे कळकट, आकारशून्य पुस्तकांचे ढिगारे, नकाशांच्या भिंडोळ्या नाटेकरांच्या फ्लॅटवर पोहोचल्या. सदावर्ते त्यांची खालून वर ने-आण करून टेकीला आला. त्याला शेवटी पाऊल

उचलायची पंचाईत झाली. बाई पहिल्यांदा गंमत पाहत होत्या. मग चिंता करू लागल्या. मदत करू लागल्या. शेवटी त्याही थकल्या, आणि अखेरीस पुस्तके उचलली जायच्याऐवजी ओढली जाऊ लागली आणि दोघांच्याही चेहऱ्यावर केविलवाणे हसू फुटले.

त्या ज्ञानभांडाराच्या दर्शनाने बाई प्रथम चकित झाल्या. पण नंतर भारावून गेल्या. न विचारता त्यांनी चहा केला आणि सदावर्तेला त्याच्या खोलीत नेऊन दिला.

दोनच कप पाहून त्याने आश्चर्याने पाहिले नि तो म्हणाला, ''हे काय, दोनच कप? गणपतरावांचा?''

''इश्श, खरंच की! काय वेंधळी आहे मी!'' अनिवार राग गिळून टाकीत अपूर्वाईचे हास्य चेहऱ्यावर फुलवीत डुगूडुगू हलत बाई आत गेल्या. एक चहाचा पेला भरून दिवाणखान्यात ठेवून त्या परत सदावर्तेच्या खोलीत आल्या आणि त्या ज्ञानसागराच्या तळाचा शोध घेत बसून राहिल्या.

जेवणाच्या वेळी, चहाच्या वेळी बाई सवयीने साऱ्या गोष्टी पूर्ववत करीत होत्या. ताट वाढले जायचे. चांदण्यात बिछाना गॅलरीत जायचा. तिथे दोन उशा असायच्या. पाण्याचा तांब्या असायचा. पानाचा डबा असायचा. मसाल्याचे दूध असायचे. त्यांच्या सेवेत खंड पडला नव्हता आणि कधी पडण्याची शक्यता उत्पन्न झाली, तर सदावर्ते पुन:पुन्हा आठवण करून द्यायचा.

गणपतराव नाटेकर मोठा विक्षिप्त मनुष्य असला पाहिजे. त्याने जमा केलेल्या ग्रंथसंग्रहाच्या नादाने सदावर्ते बराच वेळ दिवाणखान्यात काढी. पुस्तके केवळ दुर्मीळ नव्हती. त्यांवर मधूनमधून घेतलेली टिपणे सदावर्तेच्या दृष्टीने अनमोल होती. कित्येक वेळा बाईंची झोपायची वेळ टळून जाई. पण पुस्तकांच्या संगतीत गणपतरावांनी केलेल्या टिपणांत रंगून गेलेल्या सदावर्तेला पतिसहवासासाठी खाली मान घालून उभे राहणाऱ्या जानकीबाई लक्षातच येत नसत. त्यांच्या झोपायच्या जागेत आपण खुशाल वाचत बसतो आहोत यात काही चुकले आहे असे त्याने कधी मानलेच नाही.

गणपतरावांची विद्वत्ता नि व्यासंग हळूहळू सदावर्तेने आत्मसात केला आणि त्याला अडचणी येत तेव्हा साहाय्यकारी व्हायची तीच टिपणे, किरट्या पण रेखीव अक्षरांतल्या त्या शब्दाशब्दांतून बुटके, ठेंगणे, व्यासंगी गणपतराव त्याला भेटत. त्यांच्या निश्चयी नि खणखणीत मतांना प्रथमत: सदावर्ते बिचकला. पण त्याच्या ध्यानात आले, की ही मते कडवट आहेत; पण सत्य आहेत.

चार-दोन दिवसांनंतर एकदा आपल्याला उशीर होणार आहे, असे सांगून सदावर्ते कुठल्या व्याख्यानाला गेला होता. बाईंची झोपमोड होऊ नये म्हणून लॅच-की तो घेऊनच गेला होता. अकरा वाजता झोपाळून आला. लॅच-की फिरवायच्या आत दार उघडले.

''पावलांचा आवाज ऐकला नि म्हटलं, उघडावं दार.'' असे म्हणत जानकीबाईंनी दार उघडले.

सदावर्ते जरा अस्वस्थ झाला. आपल्यापायी बाई जागल्या, याने तो हिंपुटी झाला. पुन्हा बाहेर जाणे नाही असाही त्याने निश्चय केला, आणि कपडे बदलून, एक नवा अमेरिकन ग्रंथ त्याने आणला होता तो वाचण्याच्या विचाराने तो टेबलाजवळ बसणार होता, तेवढ्यात दारावर टकटक झाली. जानकीबाई मागोमाग आल्या. त्या हातात एक बशी घेऊन, काहीतरी खायचे होते. ते पाहून आपण आज जेवलोच नव्हतो, हे सदावर्तेच्या ध्यानी आले. तरी पण जानकीबाईंनी हे कष्ट घ्यावेत, याने तो अवघडला. 'कशाला कशाला'चा औपचारिक नकार देऊन त्याने तृप्त मनाने खाद्य संपवले, आणि वर दूध पिण्यासाठी पातेल्यातले दूध कपात ओतण्याचा यत्न केला.

दूध नासल्याचे चटकन ध्यानी आले. त्याने पातेले बाजूला ठेवले, आणि बाईंची व त्याची दृष्टादृष्ट झाली. बाई काहीतरी पुटपुटल्या आणि एकदम आत दिसेनाशा झाल्या नि परतल्या तो एक दुधाचा प्याला घेऊन. दूध मसालेदार होते, त्यावर साय तरंगत होती. केवळ वासाने पोट भरावे असा मस्त केशराचा गंध दरवळत होता. नको म्हणण्याची सोयच नव्हती. अगदी हावरटपणे त्याने तो प्याला घेतला नि एका घोटात तो पिऊन टाकला.

आपोआपच हसू फुटले. ओठाला साय लागली होती आणि ती सदऱ्यावर ओघळणार होती. बाईंनी चटकन पुढे होऊन पदराने ती पुसली नि काहीच न बोलता त्या दिसेनाशा झाल्या.

एक दिवशी घरवाल्याने रंग द्यायच्या निमित्ताने साऱ्या सामानाची हलवाहलव करणे भागच पाडले, आणि रंग लावून झाला तरी बाईंनी घर लावून घेतलेले सदावर्तेला दिसेना. दिवाणखान्यात कितीतरी गोष्टी दिसेनाशा झाल्या होत्या. नव्या रंगाने दिवाणखाना मोठा छान दिसत होता. तो मळकटपणा कुठे गेला कुणास ठाऊक!

स्मशानावर एक प्रकारच्या हिरवळीने निराळेच आवरण घातले. सदावर्ते मात्र सतत अडखळू लागला. हवी ती वस्तू सापडेना, पुस्तके सापडेनात.

हॉलमधली बसायची जागा बदलल्यामुळे त्याला मोठे विचित्र वाटत होते.

सकाळचा चहा आता स्वयंपाकघरात होई. सहजगत्या तिसरा कप असाच कोठे तरी राही, कधी न राही. पांढऱ्या वस्त्रावर आता कधीमधी नुसत्या रंगाची फुले दिसू लागली.

एक दिवस असाच उगवला आणि सदावर्तेला सपाटून ताप भरला. थंडीचा कडाका आला आणि तो इवलासा जीव अगदी काकडून गेला. बाईंना मुळी चहाची वेळ होईतो कळलेच नाही. पण मग कळल्यावर मात्र त्यांनी ही धांदल उडवून दिली! डॉक्टर आले, इंजेक्शने झाली. बाई सारख्या बसून होत्या. त्यांनी सदावर्तेंचे कपडे बदलले. अंग स्पंज केले. त्या वेळेस शरमेने नि लज्जेने त्याने डोळे मिटून घेतले. त्याला ते सारे सुखावह वाटत होते, पण तेवढेच ते स्वप्नवत वाटत होते.

आजार संपला तरी बाईंनी त्याला खाणावळीत जेवू दिले नाही. कांजी, मुसंबीचा रस, अशा हलक्या खाण्यावर त्याला ठेवले.

बाईंचे वागणे मोठे प्रेमळ होते, यात शंकाच नाही. आपल्यासाठी बाई फार कष्ट घेतात हे त्याच्या ध्यानात आले होते. तो जो जो नको म्हणे, तो तो बाई त्याला सारे काही करून घेणे भाग पाडत. आपण खाणावळीत जेवायला जात होतो, हेही अगदी नकळत तो विसरून गेला आणि बाईंनी अपूर्वाईने बनवलेल्या मसालेदार पदार्थांचा समाचार तो सकाळ-संध्याकाळ घेऊ लागला.

कोजागरी पौर्णिमा आली होती. बाईंनी दूध घेतलेले सदावर्तेने पाहिले होते. त्याला त्या मसालेदार दुधाची आठवण झाली. आणि भोवती कोणी नाही ना, हे त्याने भीतभीत पाहिले. कारण बाईंनी पदराने आपले ओठ पुसले हे कोणी पाहावे, हे त्याला विचित्र वाटत होते.

बाई आज संध्याकाळच्याच न्हायच्या होत्या. त्यांचे केस एवढे लांबसडक आहेत, हे सदावर्तेला कधीच समजले नव्हते. बाई इकडून तिकडे जाताना शांपूचा नजाकतदार सुगंध त्याला घेता येई. त्यांनी आज कपड्यात काय बदल केलेत हे त्याला कळले नाही. पण एकदम त्या परीटघडीच्या कपड्यांवरून त्याची नजर जाताच त्याच्या चटकन ध्यानात आला, त्यांचा गौरवर्णीय स्कंध. त्यांच्याकडे एवढे निरखून मुळी त्याने कधी पाहिलेच नव्हते. त्यांच्या पोलक्यातून त्यांचे खांद्यापर्यंत हात उघडे कसे, की रोजच असतात, हा त्याला भ्रम वाटला. बाई काही म्हाताऱ्या वाटल्या नाहीत त्याला. त्यांच्या डोळ्यांतली एक मंद सात्त्विक ज्योत सारखी तेज फाकत होती.

बाई सारख्या लवलव करीत होत्या. बाईंनी व्हरांड्यात सतरंजी टाकून चंद्राच्या पूजेची तयारी केली. मसालेदार दुधाचे एक काचेचे बरणीवजा भांडे ठेवले होते. शेजारी पेले ठेवले होते. जाईच्या नि जुईच्या फूलमालाही तिथे पडलेल्या होत्या.

इथं राहायला आल्यापासून या व्हरांड्यात आज प्रथमच सदावर्तेने पाऊल ठेवले होते. बाईंनी एक माळ त्याच्या हातात दिली नि दुसरी त्या आपल्या लोंबत्या केसावर अडकवू लागल्या. मोकळ्या केसांवर ती बसेना. चारदोनदा ती ओघळली. त्यांनी सदावर्तेकडे पाहिले आणि सदावर्तेने हात पुढे केला. त्यासरशी त्याला सोपे पडावे म्हणून त्या मागे सदावर्तेजवळ आल्या. त्यांच्या श्वासाचा आवाज ऐकू येत होता नि देहाचे चलनवलन जाणवत होते. फुले केसांवर नव्हे तर जानकीबाईंच्या सर्वांगालाच लागलीत असे त्याला वाटले. त्या काही बोलल्याच नाहीत. त्यांनी दुधाचे तीन पेले भरले. एक त्यांनी सदावर्तेपुढे ठेवला. एक स्वत:साठी ठेवला नि एक आकाशाच्या दिशेने वर नेला नि मग कठड्यावर ठेवला. चंद्राला निरांजन ओवाळले, हळदकुंकू वाहिले. काहीतरी बोलायचे होते त्यांना. पण त्यांची मान खाली होती. छाती धडधडत होती.

"छान आहे नाही चांदणं?"

"फारच छान."

"हवा किती थंड आहे!"

"खरंच, अगदी स्वेटर घालावासा वाटतोय."

"आणू?" उठण्याचा आविर्भाव करीत जानकीबाई म्हणाल्या.

"नको." त्यांना अडवण्यासाठी सदावर्तेने हात पुढे केला, तो बाईंच्या हातातच गेला. तो बाईंनी किंचित घट्ट धरला.

"आज किती छान वाटतंय नाही?"

"खरंच किती छान वाटतं!"

"आपला दिवाणखाना आता छान दिसतो की नाही?"

"हो तर!"

"नि घर, स्वयंपाकघर?"

"हो, हो. घरसुद्धा!"

"मी कशी दिसते? खरं हं."

"का कुणास ठाऊक, तुम्हीसुद्धा चांगल्या दिसताहात. तुम्ही कधी स्वत:च्या प्रकृतीची काळजी घेत नाही. आज तुम्ही खरंच चांगल्या दिसताहात."

"मी सुंदर आहे म्हणता?"

"खरंच, सुंदर आहात तुम्ही!"

"कुणालाही आवडण्याजोगी?"

बाईंच्या ओलसर, मऊ, लुसलुशीत हाताची घट्ट मिठी सदावर्तेला जाणवली.

"हो, हो कुणालाही!"

बाईंनी डोळे मिटले आणि त्या आपोआपच सदावर्तेच्या स्कंधावर आल्या.

"मी वेडी होते. अगदी वेडी होते. जे नव्हते ते आहे, असं मानत होते. मी आंधळी होते. मनाच्या, शरीराच्या आणि आत्म्याच्या साऱ्या गरजा आभास भागवू शकत नाहीत. मला पटायला लागलंय की मी एकटी आहे."

"बाई, किती वेड्या आहात. तुम्हांला वाटतं, तुम्ही एकट्या आहात? नाही हो, हे सारे पाहताहेत. ते पाहा गणपतराव, त्यांच्या डोळ्यांतला तो खिन्न भाव."

"काय बोलता हे? मेलेली माणसं जिवंत कशी असतील? तुम्ही चेष्टा करता की काय माझी?"

"नाही जानकीबाई, गणपतराव हयात आहेत. तुमच्यावर त्यांचा पहारा आहे. तुम्हांला ते सोडून जायचे नाहीत. ते पाहा, तो तो दुधाचा ग्लास त्यांनी उचलला. ते पाहा."

जानकीबाईंना काय होतंय, तेच समजेना. सदावर्तेच्या डोळ्यांतले ते वेडसर पाणी त्यांच्या मोजमापाला येईना. त्यांनी सदावर्तेला घट्ट मिठी मारली आणि त्याचे चुंबन घेता घेता त्या पुटपुटल्या, "वेडा आहेस, इथं कोणी नाही. फक्त तू नि मी!"

"दूर, दूर व्हा. गणपतराव तो ग्लास फेकून मारायला निघालेत. सोडा मला, सोडा. जानकीबाई सोडा, सोडा."

जानकीबाईंना त्याने ढकलले. त्या धक्क्याने खळकन ग्लास फुटला.

सदावर्ते किंचाळला, "गणपतराव, क्षमा करा. मी तुमच्या बायकोकडे पापी दृष्टीनं पाहिलं नाही. माझ्यावर रागवू नका, आणि जानकीबाईवरसुद्धा. क्षमा करा. कराल ना?"

-०-०-०-

.१२.

अभिसार

बकुलने बॅगेमध्ये कपडे भरले. तोंडावरून पावडरचे फूल फिरवले. कपाट उघडले अन् काळे नऊवारी पातळ काढले. नेहमीच्या सफाईने ती ते नेसली. नऊवारी पातळ तिला फार खुलून दिसे. तिच्या गौरवर्णाला तो विरोधी रंग अधिकच उजाळा देई. चापूनचोपून नऊवारी नेसणीने तिची निरोगी काया ओसंडून बाहेर पडे आणि चालताना अस्फुट असे तिच्या पोटऱ्यांचे दर्शन कुणालाही खिळवून टाकी.

बकुलचे आरोग्य आता अगदी उताला आले होते. तशी ती सुंदर नव्हती, पण आकर्षक होती. आकर्षक राहणीमुळे आणि वागण्यामुळे ती दर्शनीय होती. सहजगत्या छाप पाडणारे एक आगळेच व्यक्तिमत्त्व तिच्या ठायी होते.

नऊवारी नेसण आणि त्यातही काळी चंद्रकळा ती एरवी कधी नेसत नसे. कारण या कपड्यात लोक आपल्याकडे रोखून पाहतात, हे तिच्या ध्यानी आले होते. लोकांचे ते पाहणे तिला मुळीच आवडत नसे. फक्त शनिवारी ती साडी परिधान करी...

फक्त शनिवारी. शनिवारला तिच्या आयुष्यात काही निराळाच अर्थ आला होता. शनिवारी ती दीनानाथांकडे वसईला जाई. ती कुठे जाते, हे फक्त विष्णूला माहीत होते. आपल्या नवऱ्याला हे माहीत असल्यामुळे ती कधी, कुठे जाते याविषयी

काहीच बोलत नसे. मुलांनीच कधी विचारलं तर, कामाला जातेय, सकाळी येईन, अशी काहीतरी समजूत करून, त्यांना काही प्रलोभन दाखवून ती ६.२० ची गाडी पकडत असे. त्यापेक्षा अधिक लवकर तिला निघताच येत नसे. मुलांचे व विष्णूचे खाणे, घरातील आवराआवर करून ती निघे.

आता पायांत चपला अडकवताना तिच्या लक्षात आले, की जाताना आशुतोषला आज सांगायला हवे. त्याला कालपासून थोडा ताप होता. पण आशुतोष तिला न जाण्याची गळ घालील अन् मग उगाचच गाडी चुकेल, यासाठी तिने मन घट्ट करून पायांत चपला अडकवल्या. वर्तमानपत्र वाचण्यात गढलेल्या विष्णूला तिने हलकेच सांगितले, "निघते हं मी."

विष्णूचे तिच्याकडे लक्ष होते. केव्हातरी ती आपल्याला असे निरोपादाखल काही म्हणेल, या क्षणाची तो वाटच पाहत होता. काहीच न सांगता ती निघून गेली असती, तर त्याला तिला काही सांगायची हिंमत झाली नसती; पण हा क्षण जरा अचूक पकडला, तर आपण बायकोला थांबवू शकू असा त्याचा बेत असावा. एकदम तो स्प्रिंगसारखा उभा राहिला. अन् म्हणाला, "बकुल, आज तू गेली नाहीस, तर नाही का चालणार."

"का?"

"आशुतोषला बरं नाही."

"तुम्ही आहातच की! अन् मी येतेच सकाळी लवकर. गेले मी."

त्याच्याकडे न बघत ती वळली नि पाठमोऱ्या स्थितीत तिने दार लोटून घेतले. दार बंद होत असताना तिचा भरीव पृष्ठभाग विष्णूच्या अंतरंगात खोल खोल घुसला आणि आसक्ती पेटून उठली. त्याला वाटले, की तिला खेचून आणावी. ती अमंगळ काळी साडी तिच्या अंगावरून खेचून फाडावी. आपल्या मालकीची ही मुलायम पुष्ट कामिनी हवी तेवढी चिवडावी - भोगावी. आपल्या भाग्यध्येयातला हा मखमली गालिचा आपल्याऐवजी तो दीनानाथ....

अन् विष्णू एकदम अवाक झाला. सारी आसक्ती जळून गेली. सारा आवेश संपला. पुन्हा तो निस्तेज झाला, नकळत त्याने वृत्तपत्र उचलले. अगतिकपणे त्याने त्यात डोके खुपसले आणि अपुरी राहिलेली बातमी तो पूर्ववत चघळू लागला.

बकुळा बाहेर पडली, तेव्हा सहा पाच झाले होते अगदी सहजगत्या तिचे लक्ष समोरच्या लाँड्रीवाल्या मंगलकडे गेले. टिनोपॉल सफेद कपड्यातली त्याची काळीकुट्ट मूर्ती पाहून आणि त्यापेक्षा वासनेने लडबडलेली त्याची दृष्टी पाहून

तिला एकदम मळामळायलाच झाले. एक-दोन दिवस नव्हे, तर गेली दहा-पंधरा वर्षे त्याची लोभी नजर तिच्या अंगाखांद्यावरून फिरली होती. पण तिचा त्याच्याकडे पाहण्यातला भेदकपणा कोठेही कमी झाला नव्हता. त्याच्या लोभी नजरेला ती अशीच सदा भिरकावून देई, आणि मग त्याच्या डोळ्यांतला करुण भिकेचा किळसवाणा भाव अधिक प्रकर्षाने दिसू लागे.

विक्रीला ठेवलेल्या नारिंगा-सफरचंदाप्रमाणे आपल्याला मंगल लाँड्रीवाल्या-सारख्या नजरांनी का न्याहाळावे, असा तिला प्रश्न पडे. पण तिला आता हे रोजचे होते, आणि तिची प्रतिक्रियाही रोजचीच होती. तिचे अन् दीनानाथचे रहस्य तसे उघडही नव्हते. किंवा तसे गुप्तही नव्हते. दीनानाथ पूर्वी तिच्या घरीच येत असत, तेव्हा त्या चर्चेत तीव्रता असे. पण आता अलीकडे दीनानाथ तिच्याकडे येत नव्हते आणि त्या प्रकरणाला वर्षेही फार होऊन गेली. एकदा हौसेने भरलेले चित्र लोकांच्या लेखी आज विटले होते. दीनानाथ आणि बकुल यांच्याबाबत चर्चा करण्यात आता फारसे कुणाला स्वारस्य नव्हते.

दीनानाथासारख्या तिच्याहून खूप प्रौढ माणसाला जर ही विवाहित स्त्री मिळू शकते, तर आपल्याला का मिळू शकणार नाही, अशी एक भोळसट आशा पुष्कळांच्या मनात उरेच उरे आणि त्यामुळेच या वखवखलेल्या नजरांना तिला तोंड द्यावे लागे.

पण आपल्या या वर्तनाबद्दल तिचे मुख खालीही नसे किंवा या उंडगेपणाचा तिच्या डोळ्यांत अभिमानही नसे. घडतंय ते निसर्गाला धरून आहे, साधे आहे, एवढेच आहे आणि एवढेच ती मानत असावी.

आता तशा जुन्या गोष्टी आठवणारी माणसे कमी होत आली होती. पण मंगल मात्र, पहिल्या दिवशी या इमारतीत बकुल आली तोच दिवस जपत होता मनात. त्या तिच्या तेव्हाच्या सळसळत्या उफाड्याच्या देहाला त्याची नजर चिकटत होती. ते सळसळणारे तारुण्य अजूनही त्याला अस्वस्थ करीत होते, आणि त्याच्या मनात. येत होते, की आपल्याला ही का मिळू नये? काय केले तर ही आपली होईल?

पुष्कळांना तसे वाटत होते.

बकुलचे सारे जग या अशा निर्भर्त्सनेमुळे बरबटलेले होते. थंड डोळ्यांचा नवरा, निवालेला संसार या साऱ्यांना विसरणारा फक्त एक दिवस...

फक्त एक दिवस... खरे म्हणजे रात्र... ती सारी बंधने - संकेत विसरून जाई. कृष्णाच्या बासरीच्या सुराने सारे संसारपाश सोडून वेडावणाऱ्या राधेप्रमाणे

शांत शनिवारच्या संध्याकाळची हवा तिलाही वेडावून टाकी.

वसईला ती उतरली. तिथले लोक तिला ओळखत असत. आज कित्येक वर्षे दर शनिवारी न चुकता तिने ही वाट धरलेली होती. नजरपल्लवींच्या कमानी तिचे स्वागत करीत. त्या नजरांना क्षुद्र मानीत ती स्टेशनबाहेर येई. बसमध्ये बसे आणि पापडीला उतरे. बसमधून उतरण्यापूर्वीच ती दीनानाथांच्या 'गुलशन' या बंगलीकडे पाही. इथे आले की एकदम तिला उबदार वाटे. तिला वाटे, सारे काही कायमचे सोडून इथेच येऊन राहावे. दीनानाथांच्या या उबदार कोठडीत बंदिस्त होऊन राहावे. एखाद्या पाखरासारखे.

ती बंगलीच्या फाटकापाशी आली. तिला माहीत होते, की आपल्याला पाहून दीनानाथ उठतील आणि आपण पायऱ्या चढू तोपर्यंत दार उघडून वाट पाहतील.

होय, तसेच घडले. दार उघडले. अन् दीनानाथ समोरच होते.

पांढरेशुभ्र केस. किंचित सुरकुतलेला पण सुंदर चेहरा. असा सुंदर चेहरा की त्या सुरकुत्यांना पाण्यावरच्या लहरींचे सौंदर्य आले. उंचनिंच अन् वाकली न गेलेली यष्टी. शुभ्र धोतर आणि लखनवी झब्बा.

त्यांच्या स्निग्ध डोळ्यांनी तिचे स्वागत केले. तिच्या साऱ्या अवहेलनेचा परिहार झाला.

तिला आत घेतानाच पाठमोऱ्याच तिने दार बंद केले.

ती दीनानाथांच्या मिठीत केव्हा शिरली, हे तिला कळलेच नाही.

खरे सांगायचे, तर जणू ती उभी राहून थकली होती. तिला हवा होता निवारा आणि आता ती उभी नव्हती. तिचा सारा भार दीनानाथांच्या मजबूत हातांनी उचललेला होता.

तिच्या डोळ्यांत पाणी तरळले.

ते पाणी कुठून आले, ते तिला कळले नाही; पण तरळले.

दीनानाथांनी काहीच विचारले नाही. ते विचारणारही नव्हते. खरे म्हणजे त्यांनी कधी काही विचारलेच नाही. सांगितलेही नाही. बकुल काही म्हणाली की ते हसत. एखाद्या मिस्कील मुलासारखे 'नाही', 'होय' म्हणत. बस्स....

पण त्या डोळ्यांतल्या मिस्कील हास्यात मात्र सर्वकाही समजून जाई. खूप ममता, खूप जुना स्नेह, खूप औदार्य, निरागस-निर्लेप-निर्भेळ.

''आज थकलेली दिसतेस.''

''छे, मुळीच नाही...'' उसने अवसान आणून आपल्या देहाला थोडे उंच

करीत स्नायू रुंदावत ताजेपणादर्शक डोळे फिरवीत ती म्हणाली.

तिच्या केसांवरून दीनानाथांनी हात फिरविला. ते म्हणाले, ''तू नटी चांगली झाली असतीस. मी मागेच एकदा म्हणालो होतो तुला.''

''ती कशी?''

''मनातल्या भावना तू फार चांगल्या लपवतेस.''

''नटाला केवळ आपल्या भावना लपवून चालत नाही, तर दुसऱ्या वेगवेगळ्या भावमुद्रा आणाव्या लागतात.''

''हूं.''

''म्हणून तर मी नटी व्हायला लायक नव्हते. सोसणं हा अभिनय नव्हे, ती केवळ सवय असते. खरं सांगू? सर्वसामान्य कोणतीही स्त्री केवळ सवयीने हसते. तिच्या वर्मावर प्रहार होतो, तेव्हासुद्धा ती हसते.''

''काही झालं का आज...''

''छे! मुळीच नाही.''

''लपव... आजवर तू लपंडाव करीत आलीस.''

''लपंडाव?''

''नाहीतर काय?''

''पण मी म्हणते लपंडाव कशासाठी?''

''विवाहित स्त्री मुलंबाळं घरी सोडून परपुरुषाकडे येते, तेव्हा तिला काहीच सहन करावं लागलं नसेल का? तिला याबद्दल खूप सोसावे लागले असले पाहिजे...''

बकुल उगी राहिली. फारसे बोलण्याची सवय नसल्यामुळे शब्द शोधत शोधत. दीनानाथ तिच्या मनाचा पाठलाग करीत होते. पण त्या मनाचा ठावठिकाणा लागणे जवळपास दुस्तर होते, हे त्यांना अनुभवाने माहीत होते. जेव्हा प्रथम ती त्यांच्या मिठीत आली, तेव्हाचे दृश्य त्यांच्या नजरेसमोर आले.

* * *

दीनानाथ दादरला राहत असत. त्यांच्या कर्तृत्वाचा ऐन बहर होता. लक्ष्मी तर त्यांच्या पायी लोळत होती. कुठेतरी जखम लागल्यामुळे वाटचाल एकटी चालली होती. अनेक मोह चुकवीत असतानाच एक दिवस बकुल आणि तिचा नवरा विष्णू त्यांना भेटायला आले. बकुल-विष्णूच्या कुटुंबात कलागती सुरू

झाल्या होत्या. वेगळे व्हायला जागा हवी होती. पोस्टात काम करणाऱ्या विष्णूला पगार होता, एकशेपंचाहत्तर. पागडी डिपॉझिटाशिवाय जागा मिळण्याचे दिवस आता कुठे उरले होते? कुणीतरी सांगितले, की दादरला एका नव्या इमारतीत जागा आहे. दीनानाथांचा पटवर्धन नावाचा मित्र त्या जागेचा मालक आहे. दीनानाथांचे पुष्कळ ऋण तो लागतो. तेव्हा दीनानाथांनी शब्द टाकला, तर नाही म्हणणे पटवर्धनांना शक्य होणार नाही.

कोणतीही ओळख नसताना बकुल नि विष्णू दीनानाथांच्या घरी उभे राहिले. वेळ संध्याकाळची होती. संध्याकाळी दीनानाथ कोणालाच भेटत नसत. नोकराला त्यांनी आलेल्या पाहुण्यांना उद्या या, असा निरोप सांगायला सांगितले आणि सोडा फोडून तो व्हिस्कीत ओतण्यास सुरुवात केली. व्हिस्कीचा उग्र गंध आणि तो मवाळ रंग यांमुळे त्यांची समाधी लागू लागली होती. त्यांना हवा होता बर्फ. बर्फ जवळपास दिसेना, तेव्हा नोकरावर रागावण्यासाठी त्यांनी मान वळवली, तो एक अनोळखी स्त्री बर्फाचे पात्र घेऊन उभी होती. ती पुढे झाली. तिने परवानगीशिवाय चिमट्याने बर्फाचे तुकडे त्या पेल्यात सोडले. ती हसली, काही बोलली नाही आणि परत जाण्यासाठी वळली.

या पोरसवदा स्त्रीकडे दीनानाथ पाहत राहिले. अपरिचित स्त्रीची ही धिटाई, एरवी त्यांनी हातोहात फिरवली असती. पण ते सुहास्य, तो विनय, तो निरागसपणा पाहून का कुणास ठाऊक, ते म्हणाले,

"आपण कोण?"

"मी. मीच बकुल साठे. मी आपल्याला भेटायला आले होते. पण आता उद्या येईन. तुमचा नोकर मला हे सांगायला आला तेवढ्यात फोन आला, म्हणून तो तिकडे धावला. बर्फाचे हे पात्र त्याने खाली ठेवले ते घेऊन मी आत आले. केवळ तुमची गैरसोय होऊ नये म्हणून."

"काय काम होतं तुमचं?" दीनानाथांच्या अंतःकरणात कुठेतरी फट उगवली.

"आता नको. तुमची विसाव्याची वेळ आहे. उद्या सकाळी मी येईन."

दीनानाथ हसले, खूप हसले. काय करावे ते न कळल्यामुळे क्षणभर बकुल बावचळली. दीनानाथच पुढे म्हणाले, "काम तर सांगा. वाटल्यास पुन्हा या."

"दादरचे पटवर्धन सराफ तुमच्या माहितीचे आहेत ना?"

"हो."

"ते एक नवी इमारत बांधत आहेत."

"हो."

"त्यात एखादा छोटा ब्लॉक मिळाला तर हवा होता. आमची थोडी अडचण होती."

क्षणभर दीनानाथ विचारात पडले.

"डिपॉझिट, पागडी काही देता येईल तुम्हांला?"

त्यावर उत्तर न देता बकुल गप्प बसली.

"बाकी मीही वेडाच हं! पागडी-डिपॉझिटच द्यायचं असतं, तर तुम्ही माझ्याकडे कशाला आला असतात? तुम्ही पटवर्धनांकडे गेला असतात सरळ."

"आजतरी माझी परिस्थिती नाही साहेब."

"साहेब वगैरे म्हणत जाऊ नका. मला आवडत नाही." दीनानाथांच्या स्वरातल्या खरीमुळे बावचळली. तेवढ्यात दीनानाथ म्हणाले, "तुमचे यजमान काय करतात?"

"पोस्टात आहेत."

"काय पगार आहे?"

पुन्हा एकदा बकुल बावचळली.

"हे पाहा, काय नाव म्हणालात तुम्ही? बकुल साठे नाही का... तुमची-माझी ओळख नाही, पाळख नाही. तुमच्यासाठी पटवर्धनांना शब्द टाकीन, असं का वाटलं तुम्हांला?"

बकुल पुढे झाली.

आणि त्यांच्यापुढे उभी राहिली. तिच्या डोळयांत एक विचित्र भाव होता. त्या डोळयांना डोळा देणे दीनानाथांना शक्य झाले नाही अन् मग तो पुरुषोत्तम एकदम नम्रच झाला. खालच्या मानेने ते म्हणाले,

"जा तुम्ही, तुम्हाला ब्लॉक मिळेल. उद्या संध्याकाळी तुम्ही पटवर्धनांना भेटा."

काय बोलावे काय नाही, हेच बकुलला कळेना. ती अडखळली हे पाहताच दीनानाथ म्हणाले, "जा म्हणतो ना!"

... पटवर्धनांकडून ब्लॉक मिळाला.

ब्लॉक मिळाल्यावर चहासाठी दीनानाथांना बोलवायला विष्णूला घेऊन बकुल गेली, तेव्हा दीनानाथ खूप माणसांच्या घोळक्यात बसले होते. काहीतरी महत्त्वाची आणि वादाची चर्चा चालू होती. पण बकुल दिसताच दीनानाथ उठले,

आणि तिच्यापाशी आले आणि म्हणाले.

"आता काय काम आणलंय?"

"काही नाही.... काम काही नाही. आमच्या घरी आपली पायधूळ लागावी, अशी इच्छा आहे."

"मी?"

"होय आपणच. आपल्या कृपेने आम्ही गृहस्थ झालो. कमी भाड्यात चांगला ब्लॉक मिळाला. आपण आलात तर..."

"काय होईल?"

"काही सांगता येत नाही. पण यावं... याच.... प्लीज."

बकुल फारशी शिकलेली वाटत नव्हती. तिच्या तोंडचा ऐटबाज 'प्लीज' हा शब्द ऐकताच दीनानाथ खुदखुदले. तिच्या स्वरातच एक मधाळ आर्जवीपण होते. ते भुलले, कधी नाही ते या गोष्टीला कबूल झाले.

बकुलचा तीन खोल्यांचा ब्लॉक पाहून ते विस्मित झाले. हा पोस्टातल्या कारकुनाचा ब्लॉक नव्हताच मुळी. सौंदर्याचे वेगवेगळे प्रकार त्यांनी पाहिले. बैठ्या स्टुलाची ड्राँइंगरूम, त्यात ठेवलेली करवंटीसारख्या क्षुद्र पदार्थापासून केलेली पुष्पपात्रे, रक्षापात्रे. वास्तविक फेकून देण्याजोग्या पदार्थांतून तिने किती किती करामती केल्या होत्या. ते अगदी भारावून गेले. त्यांनी समोर पाहिले, तो एक सुंदर पेटिंग होते. कुत्री आणि तिची पिले. इतकी रसरशीत कुत्री होती ती. अन् प्रत्येक पिलाचे भाव वेगळे होते. ते त्या चित्राकडे एकटक पाहत राहिले. अन् मग त्यांच्या लक्षात आले, ते पेटिंग नव्हते. होते भरतकाम. सुतातून असा रंगसागर निर्मिलेला पाहून तर ते चकित झाले. अगदी नकळत त्यांनी बकुलच्या पाठीवर शाबासकी दिली. त्या शाबासकीने बकुलची सारी कला कृतकृत्य झाली.

माणसाच्या श्रीमंतीचा एक निराळाच शोध त्यांना लागला. बँकेतल्या रुपये आणे पैपेक्षा अधिक उच्च श्रीमंती या सामान्य मुलीच्या हातांत-डोळ्यांत आणि अंत:करणात आहे हे त्यांना कळले.

दीनानाथांच्या बंदिस्त जगात नकळत बकुलचा प्रवेश झाला. फार दिवस श्रांत असणारा पथिक जसा सावली दिसताच अंग झोकून देतो, तशीच त्यांनी बकुलच्या दिशेने आपली दु:खे झोकून दिली. मात्र फाफटपसारा नाही, हळवेपणा नाही. भाबडी भाषा नाही.

दीनानाथ भावविवश कधीच झाले नाहीत. पण आपले अस्तित्व त्यांना आवडते, हे तिच्या लक्षात आले. त्यांच्याकडे काही मागू नये, त्यांच्या श्रीमंतीने

दिपू नये, केवळ त्यांच्या नजीक असावे असे बकुलेला वाटू लागले. एका पूर्ण वाढलेल्या वटवृक्षाचे सौंदर्य त्यांच्या ठायी तिला आढळले, आणि ती आपल्या परींने त्यांच्या निकट राहू लागली.

पण त्या स्नेहात पुष्कळदा अकारण व्यवहार अडथळे आणत असे. सांसारिक गरजा, विष्णूच्या अंगावर उलटलेल्या उचापती, अपुरी मिळकत यांपायी बकुल रंजीस आली, तरीही दीनानाथांकडून साहाय्य घ्यायचे शक्यतो टाळी. पण अनेकदा ते अशक्य होई. विष्णूसमवेतच ती त्यांच्याकडे जाई. विष्णू नुसता बसून राही. बकुल अडचणी सांगे. कसलाही प्रश्न न विचारता दीनानाथ तिची मागणी पुरी करीत.

पण आपण काही उपकार करतो, ही भावना त्यांच्या ठायी कधी उमटलीच नाही.

बकुल दरवेळी हिंपुटी होई, ती या उपकारामुळेच. यालासुद्धा पुष्कळ दिवस झाले. प्रतिदिनी, प्रतिमासी काही ना काही ऋणात बकुल सतत खोल खोल जात होती. तिला ते ओझे असह्य वाटत होते. दीनानाथ वयाने तिच्याहून कमीतकमी वीस वर्षांहून मोठे होते. वयापेक्षा इतर अनेक गोष्टींनी तिला ते मोठे वाटत होते. आपला हा दुबळा, साधा, मामुली देह त्यांच्यासारख्याच्या दृष्टीने पालापाचोळा आहे, या जाणिवेने ती मनात बिथरून जाई. कोणतीही वांच्छा, वासना, तृप्ती यापायी नव्हे, तर ऋणमुक्ततेसाठी, आधारासाठी-विसाव्यासाठी पळवाट म्हणून दीनानाथांना आपले सर्वस्व द्यावे, ही कल्पना तिच्या ठायी एकदा प्रकटली अन् तिच्या ठायी नवे चैतन्य फुलले, ती अंतर्बाह्य रसरसून गेली.

पण दीनानाथ एखाद्या बेलगाम सुळक्याप्रमाणे अजिंक्य होते. अविचल होते. त्यांच्या डोळ्यांनी स्नेह दिला. पण त्यापुढचे रस्ते बंद केले, आणि देण्यासारखा फक्त आपला देह आहे या जाणिवेमुळे आपले दान सदैव हाती घेऊन बकुल अवघडून त्यांच्यापुढे वागत होती.

पोस्टाच्या कामात विष्णूच्या हातून ती दोन हजारांची खोट न येती, तर कदाचित बकुल उभा जन्म अशीच राहती.

विष्णूच्या हातून दोन हजार रुपये हरवले आणि दुसऱ्या दिवशी सकाळपर्यंत ते जमा करणे भाग होते. वेळ संध्याकाळची होती. दोन हजारांची ही रक्कम अन्य कोठून मिळण्यासारखी नव्हती. दीनानाथांकडून ही रक्कम घ्यावी, असे तिला वाटत नव्हते. पण नाइलाजाने ती तयार झाली. विष्णूला बरोबर चल म्हणाली. विष्णू म्हणाला, "तूच एकटी जा, म्हणजे काम होईल."

त्याच्या त्या किळसवाण्या शब्दाकडे सर्व भलाई भिरकावून देऊन ती दीनानाथांकडे गेली. दीनानाथांनी काहीही प्रश्न विचारले नाहीत. दोन हजारांच्या नोटा त्यांनी तिला काढून दिल्या आणि ते आतल्या खोलीत निघून गेले.

बराच वेळ त्या नोटांकडे पाहत बकुल दिङ्मूढ होऊन पाहत राहिली.

अंधार भरून आला होता, सभोवती कोणी नव्हते. नोटांची दमटलेली चवड हाती होती. बकुलने आपल्या डोळ्यांत साकळलेले पाणी पुसून टाकले. त्या नोटा तिने समोरच्या ड्रॉवरमध्ये ठेवल्या. बेसिनपाशी जाऊन चेहरा स्वच्छ केला. पर्समधली पावडर तिने काढली आणि चेहऱ्याला लावली. कुंकू नीट केले. साडी सावरली आणि ती आतल्या खोलीत गेली.

"अजून तू?"

"हं."

"खूप उशीर नाही का झाला?"

"नऊ वाजायला आलेत."

"वाजू देत."

"हे काय वेड्यासारखे? घरी वाट पाहतील मुलं."

"पाहू देत."

"काय झालंय बकुल, काय झालंय?"

आणि यावर तिच्याजवळ उत्तर होते ते फक्त तिची सहन करता न येण्याजोगी घट्ट घट्ट मिठी! त्या मिठीने दीनानाथ गुदमरून गेले. तारुण्याने प्रौढत्वाला दिलेली ती भेट होती. अनेक वर्षे स्त्रीस्पर्शापासून दुरावलेल्या त्या मुक्त गात्रांना अनपेक्षितपणे काहीतरी अस्वस्थ करणारे भेटले. हे काय घडत आहे ते कळायच्या आत त्यांनी तिला सर्वांगाने मिठीत सामावून घेतले...

....आतासुद्धा दीनानाथांना खूप वर्षांपूर्वी घडलेला तो एकांत आठवला. पुन्हा एकवार ते त्या काळात पोचले. खरेतर प्रत्येक मिठीत बकुल तशीच वाटायची त्यांना. काळाला थांबायला सांगून तिचे तारुण्य त्यांच्या निकट येई.

"बकुल."

"हं..."

"काय घडलं... सांग ना."

"त्यांनी आज अडवलं, प्रथमच अडवलं."

"अगं, पण त्यात त्याची चूक काय? तो आता मोठा झालाय. तूही प्रौढ झालीस. मुलं मोठी झालीत. आता त्याला इतक्या उघडपणे तू माझ्याकडे

यावंस, हे आवडणार नाही.

"पण का?"

"ते तुला कळणार नाही. त्यासाठी पुरुष व्हायला हवं. जगाला कळणार नसेल, तर हलक्या जातीचा पुरुष वाटेल ते पाप-अन्याय स्वीकारतो. विष्णूबद्दल मी वाईट बोलत नाही. पण अलीकडे त्याला या गोष्टीचा त्रास होत असेल. तू आता माझ्याकडे येणं थांबवायला हवंस."

"थांबवायला हवं?"

"हो बकुल. माझंतर वय झालंय. तूही चाळिशी गाठलीस. आता आपण कुठेही असलो, तरी एकमेकांवर प्रेम करू शकू. तुला तुझा संसार सांभाळला पाहिजे."

"माझा संसार... हा काय माझा संसार.." समोरच्या खोलीत हात फिरवीत ती वेडी होऊन म्हणाली.

"वेडी कुठली! आपण म्हणून का कुठं गोष्टी ठरतात? मला सारं कळतंय पण त्याला नाइलाज आहे. तुला माहीत आहे, तुझ्या संसारात माझ्या अस्तित्वाची लुडबूड नको, म्हणून तर मी माझी मुंबईची जागा सोडून इथं दूर आलो. पण इथंही तू येत राहिलीस... बकुल, आता थांबलं पाहिजे. कुठंतरी थांबलं पाहिजे..."

"पण का, का थांबलं पाहिजे. मी काय कुणाचं वाकडं केलंय? ते काही नाही. दीनानाथ, मी इथे येणार. हे माझं देऊळ आहे. इथे आले की माझ्या जगण्याला अर्थ येतो. येथून परत जाताना मी पवित्र होते."

"बकुल, तू वेड्यासारखं वागू नकोस. मला तू हवी आहेस. माझ्यासाठी तू खूप केलंस... खूप सोसलं आहेस... परपुरुषावर प्रेम करताना स्त्रीला फार फार सोसावं लागतं. तुझी सोबत मला हवी आहे; पण तुझे रोजचे जीवन असह्य करून नव्हे."

"दीनानाथ, मी तुम्हांला काही दिलं नाही. मजजवळ या फाटक्या देहाशिवाय नव्हतेच मुळी काही. तुम्हांला माझ्यापेक्षा सुंदर चांगला देह सहज मिळाला असता. मी भिकारी तुम्हांला काय देणार? तुम्ही मात्र मला सारं दिलंत. पैसा-प्रतिष्ठा-घर आणि दीनानाथ मला मुलंसुद्धा दिलीत!"

"काय?"

"होय दीनानाथ. तुम्ही माझ्या आयुष्यात येण्यापूर्वी राजीव झाला. त्यानंतर मी विष्णूजवळ झोपले, ती यंत्रासारखी. पण मी त्याचा अंकुर वागवला नाही.

कधीच नाही. डोळ्यांत तेल घालून मी काळजी घेतली. आशुतोष अन् नीलिमा तुमची आहेत. तुमची अन् माझी.''

''हे तू यापूर्वी का कधीही बोलली नाहीस?''

''कारण मला तुम्ही त्यांच्यावर माया करावी, असे वाटत नाही. मला तुमच्याकडून आता काही काही नको. केवळ तुमचा स्पर्श हवा. त्या स्पर्शात मी पारपार विरघळून जाते. जगाकडून तुच्छता अन् तिरस्कार सहन करू शकते... दीनानाथ...''

दीनानाथांच्या उदास दुनियेत ती बुडून गेली.

जेव्हा ती निघाली, तेव्हा दीनानाथ झोपले होते. त्यांच्या त्या बालकसदृश मुखाकडे पाहत बकुल हसली. अजून दीनानाथांच्या या निरागस प्रतिमेला कसलाच चरा गेलेला नव्हता. एवढ्या वर्षांत एकदाही हव्यास किंवा लाचारी या देहाला स्पर्श करून गेली नव्हती.

ती बाहेर पडली. तिला नेहमीची गाडी गाठायची होती. पुन्हा तिला काय वाटलं कुणास ठाऊक, ती घरात आली. बागेतून येताना एक टवटवीत गुलाब तिनं आणला होता. तो त्यांच्याशेजारी तिने ठेवला. त्यांच्या पायांना ओझरता स्पर्श केला आणि ती झपझप घराबाहेर पडून स्टेशनच्या दिशेने निघाली.

खूप काहीतरी मागे विसरले असावे, असे तिच्या मनाला सारखे जाणवत होते. आज याचे ओझे अधिक होते. तिच्या अंगोपांगाना एक नवा सुगंध येतोय, असे तिला वाटत होते. उगाच खुपणारे एक शल्य आज आपल्याला टोचत नाही, या जाणिवेने ती घरात केव्हा आली, हेही तिला कळले नाही.

दार लोटलेलं होतं. तिने ते उघडले आणि पाठीमागे ढकलले. विष्णू वर्तमानपत्र वाचत होता. तो तेवढ्याशा आवाजाने एकदम जागा झाला. अगदी वाट पाहत रासवटासारखा तो एकदम चवताळून उभा राहिला अन् खसडून तिच्याकडे धावला.

त्याचे ते स्वरूप नवीन होते. शांत डोळ्यांनी तिने त्याच्या डोळ्यांना डोळा दिला. रात्रभर विचार करून ठेवलेले अनेक शब्द आता त्याला एकदम आठवेनासे झाले. एकदम सारा संताप त्याला सोडून जातोय, असे वाटले.

तेवढ्यात आशुतोषची 'आई' अशी हाक ऐकू आली. त्या हाकेने बकुल गदगदून गेली. पण त्या हाकेनेच विष्णूलाही कर्तव्याची जाणीव झाली. आतल्या खोलीत चापल्याने जाणाऱ्या बकुलला उद्देशून तो म्हणाला, ''थांब.''

प्रश्नार्थक मुद्रेने बकुलने मान वळवली.

"तू व्यभिचारिणी आहेस - घाणेरडी आहेस, किळसवाणी आहेस. आजारी मुलांना टाकून तू काल तुझ्या याराकडे गेलीस."

एक क्षणभर अंगार फुललेले डोळे स्निग्ध झाले.

"मी नेहमीच जाते."

"शरम वाटत नाही?"

"वाटते ना!"

"मग का जातेस?"

"जाण्याची शरम नाही. येण्याची वाटते."

"काय, काय? याराकडून घरी येण्याची शरम वाटते तुला कुलटे?"

"दीनानाथ यार नाहीत. त्यांच्याशीच तर माझं लग्न लागलंय."

"बेशरम कुलटा!"

"दीनानाथाकडे जायची प्रथम सूचना तुम्हीच मला केलीत."

"म्हणजे?"

"आठवून पाहा. जेव्हा दोन हजार रुपये तुम्हांला भरावे लागले, तेव्हा आपण दीनानाथांकडे यायला निघालो. तुम्हांला मी चला म्हणाले. तुम्ही म्हणालात तू एकटी गेलीस तरच काम होईल. मी पुन्हा तुम्हाला विनंती केली. तुम्ही ऐकलं नाहीत. मी एकटी गेले."

"पण त्याचा अर्थ तू त्यांच्याशी...."

"थांबा, थांबा. मी एकटीच गेले तर काम होईल, या शब्दांना त्याहून काही निराळा अर्थ होता का?"

विष्णूचे सारे अवसान आता ओसरले होते. अज्ञान हेच सुख हे त्याने ओळखायला हवे होते. या ज्ञानाने झाले तर नुकसानच होते. पराभव अटळ होता. उसन्या अवसानाने त्याने तो पराभव ठोकरण्याचा यत्न केला. तो ओरडला, "म्हणून काय तू या म्हातारपणी तुझ्या प्रियकराकडे जाशील की काय?"

बकुल हसली. ते हसणे अगदी जीवघेणे होते. विष्णूची उरलीसुरली ताकदही आता निघून गेली.

ती म्हणाली, "त्या सर्व गोष्टींना आता फार उशीर झालाय. फार उशीर. पहिल्या दिवशी अगदी तुमच्या सांगण्याबरहुकूम जरी दीनानाथांकडे गेले, तरी परतल्यावर माझ्या हातातले दोन हजार रुपये पाहून तुम्ही हर्षभरित होऊन मला जवळ घेतलीत. माझे कौतुक केलेत. मला सुखवायचा प्रयत्न केलात. माझ्या देहाला कुरवाळलंत, तेव्हाच एक अत्यंत घाणेरड्या, महारोग झालेल्या पुरुषाशी

माझा संबंध आलाय, हे मी ओळखले विष्णू. त्या दिवशीच मी तुझी उरले नाही, समजलास?''

त्याची न उरलेली ती हतभगिनी अजूनही आशुतोषची आई मात्र उरलेली होती. आशुतोषच्या 'आई' या हाकेने ती भानावर आली आणि पुन्हा या आगळ्या-वेगळ्या संसारात बुडून गेली....

विष्णूने पुन्हा वर्तमानपत्र उलगडले आणि त्यातल्या बातम्या तो चघळू लागला.

-०-०-०-

•१३•

होती एक सुहास्यवदना!

पुष्कळ दिवस झाले आहेत. आठवणींच्या गर्दीकोपऱ्यातून एक चमकदार आठवण अजून लकलकून जाणवत आहे. तृप्त मनाने आयुष्य जगत असताना एकदम अतृप्तीची सणक उठते आहे. निवृत्तीच्या सीमारेषेवर जाणारे मन परत प्रवृत्तीकडे झुकते आहे. एवढेच नव्हे, तर निवलेल्या रक्ताला पुन्हा नव्या रक्ताची ओढ लागू लागते आहे.

तिचे नाव ललिता. म्हणजे तिने सांगितलेले नाव. तसे नक्की कळायला काही कारण नाही, आणि खोलात जाऊन ते शोधण्याचे जमले नाही. तिची-माझी गाठ तरी पडली किती अचानक! किती थोडा वेळ! पण ललिता या नामोल्लेखाने अंग फुरफुरून येते. गात्रे जागी होतात. शिकारी जागा होतो.

ललिता! बायका तशा मी पुष्कळ पाहिल्या असतील. दुरून-जवळून. तुम्हीसुद्धा पाहिल्या असतील. नाक, डोळे, रंग, अंगलट या साऱ्यांचा विचार वेगवेगळा थोडाच करता येतो? ते सारे मिळून मनात येईल ती व्यक्ती म्हणजेच तिचे सौंदर्य. ललिताचे रूप-गंध-वर्ण-ढब-पोषाख-विभ्रम सारेच काहीसे अनपेक्षित आणि म्हणून वेधून घेणारे- मन हरवणारे!

मी दिल्लीला कामाला गेलो होतो. दिल्लीची कामे समक्ष गेल्याशिवाय होत नाहीत, आणि लाच दिल्याशिवाय तर मुळीच होत नाहीत. म्हणजे व्यवहार आपणच केला पाहिजे.

नाहीतर मध्यस्थांचा मेहनताना वाढायचा. तस्मात मी स्वत: गेलो. खटपटी केल्या. आवश्यक त्या परवानग्या मिळविल्या. खरे म्हणजे महागडे हॉटेल, आदरातिथ्यात घालवलेला पैसा, वाहनासाठी केलेला खर्च अवास्तव होता; पण अपरिहार्य होता. दिल्ली फक्त पैशांवर बोलते, आणि आपल्याला तर ती बोलायला हवी, मूठ सैल सोडली, कामे झाली. मन तृप्त झाले होते. समाधानाने बायकामुलांत परतणार होतो. गाडीची तिकिटे रिझर्व झाली होती. उद्या रात्री परतावे, असे योजिले होते. म्हणजे आजची एकच रात्र बाकी होती.

दिल्लीतल्या रात्री तशा अगदीच फुकट गेल्या होत्या, असे नव्हे. परवाना देण्यासाठी पैशाबरोबर कामिनी असली, म्हणजे काम कसे नीटस आणि बिनचूक होते. दिल्लीत अशा कामिनी हल्ली विपुलपणे उपलब्ध आहेत.

एका काळ्याबेंद्र्या मद्रासी सचिवाला या वेळेला मी एका अँग्लो-इंडियन अशा वस्तूची भेट दिली होती. तो व्यवहार ठरला, तेव्हा नमुना पाहाणे क्रमप्राप्तच होते. पण धंदेवाईक स्वरूप असलेला तो एक अचूक व्यवहार होता. परप्रांतात करावयाची असणारी ती एक अत्यावश्यक गंमत होती.

आजची रात्र म्हणूनच मला सोन्याची वाटत होती. पावसाचे दिवस होते. दिल्लीचा पावसाळा म्हणजे मोठा अडचणीचा. वाहन मिळाले नाही तर अंतर काटायचे कसे? बरे, तशी ओळख फारशी नाही. फोनवरून वाहन येते. पण उशीर फार होतो.

मी ज्या कामासाठी गेलो, तेथे चांगले नऊ वाजले. रात्र अंधारलेली. थोडे मद्य पोटात गेलेले. दिवसभराच्या बोलीवर घेतलेली मर्सिडीज संध्याकाळी सहाला सोडलेली. जिथे गेलो तिथले कळकट वातावरण नकोसे झालेले. आता उबदार शय्या शोधायला तर हवी. उबदार शय्या...

खरोखरीच शय्या हवी होती. हवी तेवढी ऊब देणारी, न चुरगळलेली. मला चुरगळलेले काही आवडत नाही. पण परक्या गावात पूर्वयोजनेशिवाय मनाजोगती शय्या कशी गवसणार?

मी उभा होतो तेथील प्रकाशाची तिरीप मला आशा दाखवीत होती. वाटत होते की दिवस कलला आहे, तरी अगदीच निराश होण्याचे कारण नाही. असेच तडक 'मोनिया', 'शतरंज','रुबाइयात' अशा कोणत्या तरी अड्ड्यावर जावे, मद्य घ्यावे आणि जिथे व्यवस्था होऊ शकेल. अशा एखाद्या उबदार शय्येत अंग झोकून द्यावे.

खरोखरीच वासना ही मोठी अजब आग आहे. तिच्या तृप्तीतच ती

अधिकाधिक पेटते. एकामागोमाग अनेक आहुत्या दिल्या, तरी तो यज्ञ पुन्हापुन्हा नव्या तेजाने धगधगतो. तृप्तीने अतृप्त राहणारी ही आग आता धुमसत होती. जग मोठे सुबक वाटू लागले होते. पावसाळी शिरशिरी गात्रं न् गात्रं पेटवीत होती. येणाऱ्याजाणाऱ्या कामिनी रूपसंपन्न भासत होत्या.

रात्र मोठी चावट असते. ओली रात्र तर फारच मिस्कील असते. त्यातून तुम्ही रंगलेले असलात, तर रात्र म्हणजे मयासुरांची माया बनते. दिवसा पाहू नये अशा वाटणाऱ्या स्त्रियांच्या नजरा काळजाला जखमा करून जातात.

मी उभा होतो तो रस्ता काही गजबजलेला नव्हता. त्यातून रात्रही काही फार तरुण नव्हती. अधूनमधून सटकन एखादी गाडी डोळ्यांपुढून जायची. बसेसही सटकायच्या. बसने जाणे माझ्या प्रकृतीतच नव्हते आणि वाहनाची प्रतीक्षा आता अस्वस्थ करीत होती. एकदा वाटले, की कोणाला तरी लिफ्ट देण्यासाठी आपण हात दाखवावा.

ही कल्पना मनात आली आणि खरोखरीच येणाऱ्या एका गाडीच्या दिव्याच्या प्रकाशात दिपलेल्या अवस्थेत हात वरही झाला. गाडीच्या ब्रेकचा आवाज ऐकू आला आणि गाडी थांबली.

मी पाहतो तो एक तरुण स्त्री गाडी चालवीत होती, आणि तीही एकटी.

मला थोडं अवघडल्यासारखं झालं.

पण गाडी थांबली होती. वेळ रात्रीची होती. तरीही गाडी थांबली होती. रस्त्यावरचा एकांत पसरलेला अंधार, अनोखा प्रवासी हे विचारात घेऊनही गाडी थांबली होती.

सारी मुलायमता तोंडात गोठवीत मी आंग्ल भाषेत म्हणालो, "Excuse me" मला कॅनॉट प्लेसपर्यंत लिफ्ट देऊ शकाल का? मी तुम्हांला त्रास देतोय... पण..."

"डोंट वरी... या बसा. मी तिकडेच निघालेय."

"थँक यू...."

तिने उघडून दिलेल्या दारातून मी आत शिरलो. गाडी इंपोर्टेड होती आणि कसलाही कर्णकटू आवाज न करता तिने गाडी चालू केली होती. तिची सफाई अगदी कौतुकास्पद होती. तिच्याकडे जमेल तेवढे मी पाहत होतो. एक फारच नवखा पण तरीही चित्त वेधून घेणारा सुगंध तिने वापरला होता.

ती चांगली उंच असावी. कारण मला तिच्याकडे पाहताना मान सैल-सरळ ठेवावी लागत होती. तिने केसांची एक नवीनच गुंफण केली होती. त्यांवर

पिवळे गुलाब रोवले होते. तिच्या गर्द गुलाबी साडीत तिच्या गळ्याभोवतालची तांबूस त्वचा जिनमध्ये स्क्वॅश मिसळावी तशी मिसळली होती. कदाचित अंधूक प्रकाश आणि मद्याच्या तवंगामुळे असेल; पण होते ते सारे अपूर्व खास वाटत होते. प्राप्त करण्याजोगे होते, पण प्राप्त होणे कठीणही होते. एका सळसळीत तलम वस्त्राच्या घडीसारखी ती सारखी डोळे दिपवीत होती.

मी सांगितलेल्या हॉटेलच्या प्रवेशद्वाराशी सर्रकन वळण घेऊन गाडी खडी झाली. तिने माझ्याकडे पाहिले. त्या पाहण्यात एक तळ्यातली गूढ काळोखी होती आणि त्या तळ्याचा काठ पकडून मला संभाषण सुरू करायचे होते.

"Thanks!"

"No mention."

‘‘मी एक विनंती केली तर आपण गैर मानणार नाही.’’

‘‘ओ नो!’’

"Will you join me for a drink?"

क्षणभर ती विचारात पडली. प्रसन्न चेहऱ्याच्या अगदी अग्रावर किंचित चिंता उमटली. पण पुन्हा ती एकदम पूर्ववत चैतन्यगात्री झाली... तो बदल जाणवून मी म्हटले,

‘‘आपला-माझा परिचय नाही. थोड्याशा ओळखीवर मी ड्रिंकला कंपनी देण्याचा आग्रह करणे, हा खरेतर अविचार होईल. पण मी उद्या दिल्ली सोडून जातोय. अगदी रिकामा आहे. कसलाही हीन हेतू मनात नाही. आपल्यासारख्या देखण्या खानदानी स्त्रीच्या सहवासासाठी हा एक यत्न. मी एवढेच सांगतो, की यू आर विथ ए जंटलमन.’’

‘‘तसं पहाल, तर मी एखादा बदमाश पसंत करेन. कारण तो जसा असतो, तसाच वागतो. सभ्य दिसणारी माणसे दिसल्याप्रमाणे वागतात असे नाही आणि शिवाय सभ्य माणूस खरे ते लपवू पाहतो...’’

‘‘ओ नो! तुमचा सहवास हवा होता, हे मी उघडच सांगितले.’’

‘‘तेही खरं म्हणा, पण... वेल, मला लवकर सोडायचे हे कबूल असेल तर!’’

‘‘ते तुमच्या मर्जीवर आहे.’’

‘‘गाडी पार्क करून मी येतेच.’’

मी दिङ्मूढ होऊन उभा होतो. अचानक काहीतरी सुखद घडत होते.

योगायोगावर माझा विश्वास नाही. पण आज नियती माझ्यावर खूश होती.

तिला येताना मी पाहिली.

गाडीत दिसली त्याहीपेक्षा हॉटेलच्या निळ्या प्रकाशात ती मला अधिक सुंदर वाटली. ती येताच मी रिसेप्शनकडून किल्ली घेतली. लिफ्टने माझ्या खोलीत आलो.

तिचा संपर्क मला अधिक चेतवीत होता.

खोलीत प्रवेश करताच समोरचा अस्ताव्यस्तपणा पाहून मी एकदम शरमलो.

''खोलीची ही दशा पाहून तुम्ही माझ्याबद्दल काय ग्रह करून घ्याल?''

''मला वाटते, तुम्हांला एका चतुर व दक्ष स्त्रीची फार गरज आहे.''

''या घटकेपुरती गरज भागलीय.''

तिने माझ्या डोळ्याला डोळा भिडवला आणि मग एकदम दृष्टी चुकवून ती आवराआवर करायला लागली.

''Please, तुम्ही मला लाजवू नका!''

''मला नीटनेटकेपणा आवडतो. पण पुरुषाने थोडे रांगडे असणेही आवडते.''

मग मी तिला अडवण्याचा यत्न सोडला. रूम सर्व्हिसला फोन केला. बर्फ, सोडा, स्नॅक्सची ऑर्डर दिली. टीपॉय, खुर्च्या तेवढ्या नीट सरकून घेतल्या. कपाटातून मुद्दाम वाचवलेली शिव्हास रीगल काढली.

माझ्याकडे तिने नेमके त्याच वेळेस वळून पाहिले आणि तिच्या डोळ्यांत आश्चर्य अन् आनंद उमटला. हातात घडी घालण्यासाठी घेतलेले वस्त्र तसेच टाकून ती पुढे झाली. चीव्हास रीगलची बाटली हाती घेत ती म्हणाली, "How sweet!"

तिच्या आनंदाने तिचा ऊर झपाझपा खालीवर झाला. दोन देखण्या वस्तूंचा शेजार अधिक सुखदायी झाला होता. ते उमदे बदामी द्रव पेल्यासाठी उत्सुक होते. दुर्मीळ मद्य अन् दुर्मीळ स्त्री दोघेही माझ्या मिठीत येणार होते.

काळ कसा गेला, हे कळलेही नाही; पण माझ्या आयुष्यातली एक चिरस्मरणीय रात्र इतकाच त्या रात्रीला अर्थ होता.

आणि अर्थ तरी का नसावा? स्त्री-पुरुष संबंध केवळ शारीरिक कसरती असतात. त्यांची आठवण स्नायूंना जरूर राहते; पण जेव्हा त्या संबंधांना बौद्धिक अस्तर असते व जेव्हा देणे आणि घेणे असा तो उभयान्वयी खेळ होतो, तेव्हा मात्र सर्वार्थाने आपण व्यापले जातो. स्त्री-पुरुष मिलनातले रहस्य ज्यांना समजले,

त्यांना ते सारे आवर्तन म्हणजे एखादी सफाईदार तान वाटते. म्हणजे त्यात सराव असतोच; पण चमत्कारही असतो. पुनरुक्ती असूनही ताजेपणा असतो.

ललिता खरोखरीच एक मधाळ स्वप्न होते. अपूर्व, सलील, चैतन्यमय... पण ती रात्र लवकर संपली. दीड-दोन वाजता केव्हा तरी ती जायला निघाली.

मी तिला रात्रभर राहायचा आग्रह केला. पण ते तिला शक्य नव्हते. तिच्या अडचणी मी समजू शकत होतो. तिचा पत्ता विचारला, तो तिने नाकारला. तेही मी समजू शकतो. सारे काही अज्ञात ठेवून ती निघून गेली.

मला बेचैन ठेवून.

अजून तिचे अस्तित्व या बिछान्यावर जाणवत होते. रतियुद्धापूर्वी तिने आपल्याजवळील सेंटची बाटली अंथरुणावर उपडी केली. तीही अजून आठवण देत होती. पण त्यापेक्षा स्पॉटलेस अशी तिची रुचिपूर्ण काया आणि तिचा वावर सर्वत्र भरून राहिला होता.

सकाळ केव्हा झाली ते मला कळले नाही; पण उठलो तेव्हा चांगले नऊ वाजले होते. कामे संपली होती. काही किरकोळ गाठीभेटी राहिल्या होत्या. दमून शिणलेली गात्रं विश्रांतीने, सकाळच्या उन्हाने, भरपेट न्याहारीने आता चांगली सुखावली होती. पुन्हा चांगली तयार झाली होती. जीवनावर कुठेतरी चांगला उबदार तवंग उठला होता. मी चांगले कपडे केले. पेन घेतले आणि कालच्या पॅन्टमधून पाकीट काढू लागलो.

पाकीट नव्हतेच तिथे. नव्हते, खोलीत कुठेच नव्हते. अगदी डोळे फोडून तपासले तरी पाकीट मुळीच सापडेना.

माझे जगच भरकटू लागले. त्यात केवळ पैसे नव्हते, माझी रिझर्व्हेशन्सही होती. महत्त्वाची दोन पत्रे होती. पैकी एक पत्र तर एका मंत्र्याला नामशेष करण्याइतके भयंकर होते. पाकीट कुठे गेले असावे, हेच कळेना. काल रात्री ललिताला भेटलो, तेव्हा पाकीट नक्की होते. कारण मोटारीत बसताना गैरसोईचे होऊ नये म्हणून मी ते हिपपॉकेटमध्ये ठेवले होते.

मग एकदम चमकून प्रकाश पडला.

ललितेने... शक्यच नाही.

ही शंका मनात आली आणि मी मग हिंपुटी झालो. जर हे खरे असेल तर...

मला विचारच करवेना...

पण अगतिकतेने मला ते सत्य मानावे लागले.

हा सर्व मूर्खपणा, ही बनवाबनवी, मी कशी कुणाजवळ व्यक्त करू? माझे पाकीट मला कसे परत मिळेल? आणि मग एकदम जयदीप मुखर्जींची आठवण झाली.

जयदीप मुखर्जी हा एक तरतरीत पोलीस अधिकारी होता. माझी ओळख झाली, तेव्हा तो केवळ सबइन्स्पेक्टर होता. गेल्या सात-आठ वर्षांच्या कामात तो एक सराईत एफिशियन्ट पोलीस अधिकारी बनला होता. त्याच्या आपत्काळी मी त्याच्यावर एकवार मोठा उपकार करून त्याला एका बिलामतीतून बाहेर काढले होते. एक-दोन महिन्यांपूर्वी तो दिल्लीला बदलून आला होता. वास्तविक मी त्याला यापूर्वीच फोन करायला हवा होता!

त्याची आठवण झाली अन् मला हायसे वाटले. मी रिसेप्शनकडून पोलीस एक्सचेंज मागितले आणि मुखर्जींची चौकशी केली. लेकाचा आता असिस्टंट कमिशनर झाला होता. कुठला वशिला लावला होतास कुणास ठाऊक? कारण एवढ्या अवधीत ही प्रगती विस्मयकारक होती, यात शंकाच नाही. फोन जुळताच मी म्हणालो,

"मुखर्जी?"

"Yes."

"मी जहागीरदार, रिमेंबर मी जयदीप?"

"कुठून फोन करतोस?"

"अरे, गेले आठ दिवस मी दिल्लीतच आहे."

"काय म्हणतोस काय?"

"I need you Jayadeep. फार महत्त्वाचे काम आहे."

"आर यू इन ट्रबल?"

"Quite!"

"कुठे आहेस तू आत्ता?"

"मी रिव्हीएरात आहे. रूम ३०२"

"मी पाच मिनिटांत येतो."

कबूल केल्याप्रमाणे जयदीप आला. अधिकाराचा अन् समृद्धीचा माज त्याच्या अंगा-चेहऱ्यावर होता. पण मला पाहताच तो पूर्वीचा जयदीप अवतीर्ण झाला. जुन्या आठवणींना उजाळा देत तो म्हणाला,

"हॅलो जहागीरदारसाहेब. फर्माइये.'

"फार बदललास."

"इन ए वे यस्..."

"मोठा अधिकारी झालास."

"कसला मोठा अधिकारी? तुमच्यासारखे लोक आम्हांला सहज विकत घेऊ शकतात."

"छोडो बात! काय घेणार... वेळ सकाळची आहे म्हणून विचारतो."

"सकाळ-दुपार सोडून दे म्हणा... पण दिल्लीत आलो अन् दारू मात्र सोडली."

"काय सांगतोस?"

"सच् !"

"पण का?"

"एका घोटभर दारूने आम्हांला विकत घ्यायला सारे पोलिटिकल पुढारी लोक इथे उभे असतात."

"म्हणून काय झालं?"

"तुम्हांला माहीत नाही जागीरदार, दिल्ली मोठी खतरनाक स्त्री आहे. साली ती खानदानीही नाही अन् बाजारूही नाही. खानदानीपणाचा बुरखा घेणारी रंडी आहे. मी तर ठरवलं आहे की आपला कोटा भरला की रिटायर व्हायचं!"

"कोटा...! हां! म्हणजे..."

"पोलिसात राहून...."

"ठीक आहे यार! मग नाही म्हणतोस? बिअर?"

"No thanks! आपली कडक कॉफी मागव."

कॉफी येईतो जयदीपने सारी हकीकत काढून घेतली. त्याचा चेहरा गंभीर झाला. असिस्टंट 'लाल'ला त्याने फोन केला आणि काही सूचना केल्या.

काहीच घडत नव्हतं. अधूनमधून जयदीप आपल्या कामासाठी ऑफिसला फोन करी. त्याला फोन येत. पण ललिताची अजून माहिती कळली नव्हती. मला कंटाळा येऊ लागला होता. चिंता आणि कंटाळा... ओव्ह!

अकराच्या सुमारास दरवाजा वाजला. मी पुढे होऊन दरवाजा उघडला.

दोन पोलीस ऑफिसर्स व ललिता बाहेर उभी होती.

मात्र आता ती ललिता नव्हती. रात्रीची ती मुलायम साडी नव्हती. तो सुगंध नव्हता. ते डोळ्याला डोळा देणारे डोळे नव्हते.

ललिता आत आली आणि दर्शविलेल्या खुर्चीवर बसली.

“आपलं नाव.”

“ललिता. ललिता खन्ना.”

“कुठे राहता?”

“टागोर कॉलनी.”

“विवाहित?”

“होय.”

“यजमानांचे नाव.”

“किशोर खन्ना.”

“काय करतात?”

“लष्करात मेजर आहेत.”

“ओ! आय सी.... एनी वे... काल रात्री तुम्ही या खोलीत होतात?”

“हो.”

“का?”

तिने माझ्याकडे पाहिले. मी मान खाली घातली.

“का?”

“माझी खुशी.”

“तुम्ही त्यांचे पाकीट घेतलंत?”

“नाही.”

तेवढ्यात पुढे होऊन एका इन्स्पेक्टरनं पाकीट टेबलावर ठेवलं.

“हे पाकीट तुमच्याजवळ होतं?”

“होय.”

“हे तुमच्याजवळ कसं आलं?”

“माझ्या गाडीत पडले होते. घरी गेल्यावर मला आढळलं. मी सकाळी त्यांना परत करणार होते.”

“मग का नाही केलेत?”

“उठायला उशीर झाला.”

“हो, उशीर होणारच उठायला म्हणा. वेल जहागीरदार...” माझ्याकडे बघून जयदीप म्हणाला.

“हे पाकीट तुमचेच आहे?”

मी पुढे झालो पाकीट घेतलं. आतले कागद काढून पाहिले. नोटाच्या चवडीकडे पाहिले. ठीक वाटले. मी म्हणाले, होय.”

"Contents?"

''आहेत, बरोबर आहेत.''

''आता काय करू या?''

''मला वाटतं...''

''जाऊ दे... मी पाहतो काय करायचं ते! ठीक आहे. ललिताबाई तुम्ही जरा इन्स्पेक्टरबरोबर कचेरीत जा. मी येतोच.''

इन्स्पेक्टर लाल आत आले. त्यांच्याबरोबर ललिता गेली. जाताना तिने माझ्याकडे पाहिले. एक प्रकारची तुच्छता तेथे ओसंडून उभी होती. मला ती जाताच बरे वाटले...

ती जाताक्षणीच पोलिसी रुबाब टाकून देत जयदीप म्हणाला,

"Can she be honest?"

"I don't Know!"

''मग काय करू या?''

''मला वाटते, हे प्रकरण वाढू नये. कारण काही करायचे म्हटले, तर मला हे पाकीट इथे ठेवावे लागेल, आणि तुला कल्पना नसेल, इट कंटेन्स बॉम्बशेल, तूच मिटवून टाक.''

''तुमची मर्जी!''

जयदीप गेला अन् मी दार लावले आणि खोलीभर गिरक्या घेतल्या. मी घरी परतणार होतो, कसलाही डाग न पडता.

मी पुण्यास परतलो, तेव्हा माझे मन संतुष्ट होते. ललिताच्या प्रकरणात माझ्या पदरी मूर्खपणा आला नव्हता. कामिनीचा सहवास माणसाला पदोपदी मूर्ख ठरवीत असतो, आणि मी तेवढाच कटाक्षाने टाळला आहे.

दुष्प्राप्य वस्तू मिळवताना मानभंग घडतात. पण त्या खेळात त्याला कोणी मूर्खपणा म्हणत नाहीत. पण एखाद्या सामान्य प्रतीच्या स्त्रीने आपल्याला उल्लू बनवावे, लुबाडावे वाऱ्यावर सोडावे किंवा चक्क फसवावे, हे मात्र खरोखरीच अपमानास्पद असते.

माझी त्या अपमानास्पद स्थितीतून जयदीप मुखर्जीने सुटका केली, याबद्दल मी खरोखरीच संतुष्ट होतो. त्याला काहीतरी वस्तू भेट म्हणून पाठविली पाहिजे, असेही मला वाटले. तेवढ्यात त्याचे पत्र मला आले, त्याने लिहिले होते-

"दोस्त."

मला तुझे आभार मानले पाहिजेत. तुझ्यामुळे मला तिला मिळवता आली. इतकी चांगली वस्तू आमच्यासारख्याच्या हाती मिळणे म्हणजे कठीणच. तुझ्यामुळे माझे चार दिवस फार मजेत गेले.

आमच्या हाती अधिकार असतो, त्यामुळे तसे आम्हांला काहीही मिळवणे सोपे असते. पण तरीही ललितासारखी स्त्री एरवी मला मिळाली नसती. तुझ्याबाबत तिने जे काही केले, त्याची तू नाहीस पण मी किंमत वसूल करून घेतली. माझ्या ऋणातून तू मुक्त झालास गड्या! तुझी निवड नेहमीच चांगली असते. हे पुन्हा अनुभवाला आले.

"आय एन्व्ही यू..."

पुन्हा मुलाकात केव्हा...

अशाच लफड्यात तू पुन्हा अडकावास हीच कालीजवळ प्रार्थना!

तुझा,

जयदीप मुखर्जी

पत्र वाचून मला वाटले, बरी सापडली गावभवानी. इतक्या सफाईदारपणे मला खोड्यात पाडीत होती. ठीक आहे. बरी जिरली. असे वाटले तरी मनात कोठेतरी पाल चुकचुकत होती. ललिता... ती असे करील का? विश्वासच बसत नव्हता.

काही दिवस गेले. ललिताची आठवण बुजली नव्हती. कुठल्याही स्त्रीशी एकांत करताना मला तिची चळवळी काया जाणवे. स्त्री किती पुढाकार घेऊ शकते, याचा तो एक वस्तुपाठ घडला होता. एखाद्या डर्बी रेसप्रमाणे त्यात गती होती. धुंदी होती. परमेश्वराने माणसाला कितीतरी सुखाच्या जागा दिल्या आहेत. फक्त त्यांची ओळख पटली पाहिजे. अशा एका चतुर स्त्रीवर चोरीचा आरोप करायला लागावा? एका पोलीस अधिकाऱ्याच्या दडपणाला तिला बळी पडायला लागावे?

छे... छे....

राणी व्हायची जिची योग्यता, ती एक कुटिल, हलकी स्त्री मानायला भाग

पडावे हे पटत नव्हते.

पण घडले होते.

शिव्हास रीगलच्या पेल्यात हातभट्टीचा थेंब पडावा असे झाले.

आणि एक दिवस निळा लिफाफा आला. हस्ताक्षर अनोळखी. पण अपूर्व सुंदर. इंग्रजी तर फारच उच्च अभिरुचीचे. पत्र उघडता उघडताच एक परिचित धुंदमय सुगंध खोलीभर व्यापून राहिला. त्या सुगंधानेच अंगावर रोमांच आले. पत्राखाली सही होती - ललिता. होय ललिता. तीच ललिता तिच्या नीटस उभट सुबक, सहीसारखी. पत्रासोबत पाच शंभरांच्या नोटा होत्या. पत्र होतं...

"प्रिय जहागीरदारसाहेब,

तुम्हास प्रिय म्हणावं कसं, हे कळत नाही. कारण तुमच्यामुळे मी बदनाम झाले. ही गोष्ट खरी की, तुमचे पाकीट मजजवळ होते. क्षणभर तुमच्या मनात असे कसे आले, नाही की तुमच्याच काही चुकीमुळे पाकीट माझ्याजवळ आले असेल? पाकीट गाडीत पडले होते. मी परतले तेव्हा ते माझ्या लक्षात आलं. मी ते घेऊन घरी गेले. दुसऱ्या दिवशी सकाळी माझी मैत्रीण 'नैनी' ला जाणार होती. माझी मुलगी तिथे असते. तिला पैसे पाठवायचे होते. कपाट उघडून पैसे द्यायचा कंटाळा आला म्हणून तुमच्या पाकिटातले चारशे रुपये काढून मी माझ्या मैत्रिणीला दिले- एरवी सकाळी मला लवकर उठावे लागले असते- आणि मी झोपले. झोप इतकी गाढ लागली की, तुम्हांला लवकर सकाळी उठून फोन करायला जमलेच नाही. पोलीस इन्स्पेक्टर जेव्हा माझ्या घरी आला, तेव्हा मी त्याला हे सर्व सांगितले. त्याचा विश्वास बसला नाही. त्यानं मला तुमच्या हॉटेलवर आणलं. खरे सांगण्याचा विचार होता. पण तुमच्या चेहऱ्याकडे पाहिले अन् लक्षात आले, की सभ्य दिसणारी माणसे सभ्य असतातच, असे नाही. दुसरी माणसे सभ्य असू शकतात, हे त्यांना उमजत नाही. तुमचे चारशे रुपये परत पाकिटात ठेवायला मी विसरले. त्याचा परिणाम असा झाला, की मी

चोर ठरले. पाकीट मिळताच तुम्ही पैसे मोजूनही घेतले नाहीत. पैशापेक्षा अधिक मौल्यवान वस्तू त्या पाकिटात असली पाहिजे, एवढेच खरे!

पण त्यापेक्षा, त्यातल्या पैशापेक्षा, माझी अब्रू अधिक किंमतवान नव्हती काय? तुम्ही म्हणाल तुझी कसली अब्रू? कसलीही ओळख नसताना एका अपरिचित व्यक्तीबरोबर जी स्त्री एकशय्या करते, तिला कसली अब्रू? तिला कसली इज्जत? तिलासुद्धा असते हो अब्रू! ती तुमच्यापाशी का आली. तुमच्यापाशी का झोपली... याचा तुम्ही कधी अर्थ लावलात का? का स्त्री ही केवळ शय्या, केवळ पुरुषार्थ स्वीकारणारा खळगा का एखादा मखमली टॉवेल? कुणीही हात पुसावा? माझ्या आयुष्याला मी कंटाळले होते. एक थ्रिल मला हवे होते. तुम्ही माझे मचूळ आयुष्य एक रंगदार स्वप्न केलेत. खरेच सांगते, मला हवे होतात तसे तुम्ही होतात. तुम्ही पुढाकार घेत नव्हतात, म्हणून मी आणखीनच चेतले होते. माझ्या लावण्याचा, चैतन्याचा, यौवनाचा मी आयुध म्हणून वापर करू पाहत होते. घायाळ होत चाललेल्या एका देखण्या पुरुषामुळे मी अधिकाधिक चेकाळले. एरवी जे कधी घडणे शक्य नव्हते, ते घडत होते. एखाद्या पुरुषाने स्त्रीला जशी भोगावी, तसेच मी तुम्हांला भोगले. काही बाकी ठेवले नाही. एक चांगली आठवण, दुर्मीळ आठवण, म्हणून मी ती रात्र सांभाळणार होते.

पण... अशा खेळातले नियम तुम्ही पाळले नाहीत. तुमचे घेतलेले रुपये चारशे... आणि मी जादा शंभर पाठवीत आहे ते, असे पाचशे रुपये सोबत आहेत. हे शंभर रुपये तुमच्या श्रमांची किंमत. पुरुष जसे क्षणिक शेजसुखासाठी स्त्रीच्या अंगावर नोटा भिरकावून जातात तसेच. मिळालेल्या सुखाची किंमत ही मोजलीच पाहिजे. तुम्ही माझ्यासाठी जे शरीरकष्ट घेतलेत, त्याचे मोल म्हणून हे शंभर रुपये - गिऱ्हाइकाने रांडेला द्यावेत तसे - तुम्हांला पाठवीत आहे.

ललिता.

हे पत्र वाचून मी सुन्न झालो. ललिता या शब्दातली जादू ओंगळ वाटू लागली. ललिता म्हणते तशी, ती खरोखरीच निरापराध असेल का? का तीही बनवाबनवी? मग तिने हे पैसे परत का पाठवावे? तिच्या पत्रातला तो शेवटचा ओंगळवाणा उल्लेख वाचून तर माझ्या अंगावर शहारेच आले.

अजून ते पत्र, तो सुगंध, ती शारीरिक कसरत आणि तिने भिरकावलेली शरीरसुखाची किंमत यांपैकी मी काहीच विसरू शकणार नाही! आणि त्या आठवणी शरीर रसरसून येते तोवर चुकणार नाहीत.

अशी ती एक सुहास्यवदना.

- ०-०-०-